பாரதியைப் பற்றி நண்பர்கள்

பாரதியைப் பற்றி நண்பர்கள்

ரா.அ. பத்மநாபன் (1917 – 2014)

1921இல் காலமான பாரதியை நேரில் அறிந்த நண்பர்கள் அவரை நினைவுகூர்ந்து எழுதிய கட்டுரைகள் இவை. பாரதி அறிஞர் ரா.அ. பத்மநாபனின் பெருமுயற்சியில் உருவான அரிய தொகுப்பின் புதிய பதிப்பு இது. பாரதி என்ற ஆளுமையை அறிந்துகொள்ளவும் புரிந்துகொள்ளவும் இன்றியமையாத துணைநூல் இது.

பாரதிபுதையல் திரட்டுகள், *சித்திரபாரதி* ஆகிய நூல்களை வழங்கியவர் பாரதி அறிஞர் ரா.அ. பத்மநாபன். தமது பதினாறாம் வயதிலேயே தமிழ்ப் பத்திரிகை உலகில் நுழைந்துவிட்ட ரா.அ. பத்மநாபன், *ஆனந்த விகடன், ஜெயபாரதி, ஹநுமான், ஹிந்துஸ்தான், தினமணி கதிர்*, அகில இந்திய வானொலி, அமெரிக்கத் தூதரகச் செய்திப் பிரிவு ஆகியவற்றில் பணியாற்றியவர்.

தமிழக அரசு 2003ஆம் ஆண்டுக்கான பாரதி விருதை இவருக்கு வழங்கியது.

வ.உ.சி., சுப்பிரமணிய சிவா, வ.வே.சு. ஐயர், நீலகண்ட பிரம்மச்சாரி முதலான தேசிய இயக்கப் பெருமக்களின் வாழ்க்கை வரலாற்றையும் இவர் எழுதியுள்ளார்.

ரா.அ. பத்மநாபன்
தொகுப்பாசிரியர்

பாரதியைப் பற்றி நண்பர்கள்

காலச்சுவடு பதிப்பகம்

அன்பார்ந்த வாசகருக்கு,

வணக்கம்.

காலச்சுவடு நூலை வாங்கியமைக்கு நன்றி.

நூலின் உள்ளடக்கம், உருவாக்கம், அட்டைப்படம் இன்ன பிற அம்சங்கள் பற்றிய உங்கள் கருத்துகளையும் ஆலோசனைகளையும் காலச்சுவடு வரவேற்கிறது. தகவல், எழுத்து, வாக்கியப் பிழைகள் தென்பட்டால் கட்டாயம் தெரிவித்து உதவுங்கள். நூல் தயாரிப்பில் கடும் குறைபாடு இருப்பின் மாற்றுப் பிரதி உங்களுக்குக் கிடைக்கக் காலச்சுவடு ஏற்பாடு செய்யும்.

மின்னஞ்சல்: publisher@kalachuvadu.com

காலச்சுவடு நாகர்கோவில் அலுவலகத்திற்குக் கடிதம் அனுப்பலாம்.

தங்கள்
எஸ்.ஆர். சுந்தரம் (கண்ணன்)
பதிப்பாளர் — நிர்வாக இயக்குநர்

பாரதியைப் பற்றி நண்பர்கள் ♦ கட்டுரைகள் ♦ தொகுப்பாசிரியர்: ரா.அ. பத்மநாபன் ♦ © திருமதி மைதிலி பத்மநாபன் ♦ முதல் பதிப்பு: ஜூலை 1982 ♦ காலச்சுவடு முதல் (குறும்) பதிப்பு: மே 2016, ஆறாம் பதிப்பு: டிசம்பர் 2023 ♦ வெளியீடு: காலச்சுவடு பப்ளிகேஷன்ஸ் (பி) லிட்., 669, கே.பி. சாலை, நாகர்கோவில் 629001

paaratiyai paRRi naNparkaL ♦ Memoirs of Subramania Bharati (1882–1921) by his friends ♦ Editor: R.A. Padmanabhan ♦ © Mrs. Mythili Padmanabhan ♦ Language: Tamil ♦ First Edition: July 1982 ♦ Kalachuvadu First (Short) Edition: May 2016, Sixth Edition: December 2023 ♦ Size: Demy 1 x 8 ♦ Paper: 18.6 kg maplitho ♦ Pages: 208

Published by Kalachuvadu Publications Pvt.Ltd., 669, K.P.Road, Nagercoil 629001, India ♦ Phone: 91-4652-278525 ♦ e-mail: publications@kalachuvadu.com ♦ Printed at Clicto Print, Jaleel Towers, 42 KB Dasan Road, Teynampet Chennai 600018

ISBN : 978-93-5244-004-7

12/2023/S.No. 680, kcp 4950, 18.6 (6) 1k

பொருளடக்கம்

	முகவுரை	11
1.	ரா. சாம்பசிவ ஐயர் பாரதியின் இளமை	15
2.	ச. சோமசுந்தர பாரதி நான் அறிந்த பாரதி	20
3.	வ.உ. சிதம்பரம் பிள்ளை மாமா பாரதியார்	23
4.	பண்டிட் எஸ். நாராயண அய்யங்கார் காசியில் சுப்பையா, சென்னையில் பாரதி!	26
5.	எம்.எஸ். சுப்பிரமணிய அய்யர் பாரதியின் விலை 'சுதேசமித்திர'னில் பாரதியார்	45
6.	நீலகண்ட பிரம்மச்சாரி 'இந்தியா' புதுவை போனது	52
7.	குவளை கிருஷ்ணமாச்சாரியார் எனது முதல் சந்திப்பு கிளம்பிச் சென்ற ரயில் திரும்பி வந்தது! பாரதி பொன்மொழிகள் பாரத தேவிக்குப் பள்ளியெழுச்சி பாரதியார் பாடிய கோவிந்தசாமி	57
8.	சுந்தரேச ஐயர் பாரதியாரைப் பற்றிய நினைவுகள்	74

9. அமுதன்
    பாரதியாரைச் சந்தித்தது — 79

10. மண்டயம் ஸ்ரீநிவாஸாச்சாரியார்
    பாரதியாரும் ஐயரும் — 85

11. ஸ்ரீவத்ஸ வெ. ஸோமதேவ சர்மா
    நான் அறிந்த பாரதியார் — 96

12. டி. விஜயராகவாச்சாரியார் — 104
    நான் கண்ட பாரதியார்

13. என். நாகசாமி — 110
    பாரதியாரும் சிதம்பரம் பிள்ளையும்
    பாரதியார்: ஒரு சொற்சித்திரம்
    புதுவையில் பாரதியார்

14. பாரதிதாசன் — 127
    ரவிவர்மா பரமசிவப் பட பாரதி
    புதுவையில் பாரதியார் செல்வாக்கு
    கத்தி விளையாட்டு பார்க்கிறார் கவி பாரதி

15. வி.எஸ். குஞ்சிதபாதம் — 136
    படித்த பள்ளிக்குப் பாமாலை

16. எஸ். ரமணி — 140
    பாரதி கேட்ட வற்றல் குழம்பு

17. ஆர். ஸ்ரீநிவாஸவரதன் — 143
    பாரதியாருடன் ஒரு நாள்

18. எஸ். வையாபுரிப் பிள்ளை — 150
    பாரதியை நான் கண்டது

19. வயி. சு. சண்முகம் — 154
    எனது விருந்தாளி பாரதி

20. ராய. சொக்கலிங்கன் — 158
    காரைக்குடியில் பாரதியார்

21. சி.ஆர். ஸ்ரீநிவாசன் — 163
    நான் அறிந்த பாரதி

22.	ச.து. சுப்பிரமணிய யோகி *நான் கண்ட பாரதி*	168
23.	தே. உலகநாத நாயகர் *பாரதியுடன் ஒரு நாள்*	178
24.	கி. சடகோபன் *சிப்பாய் பாரதி*	181
25.	எஸ்.ஜி. இராமாநுஜலு நாயுடு *ஸ்ரீமான் ஸி. சுப்பிரமணிய பாரதி*	185
26.	சகுந்தலா பாரதி, நீலகண்ட பிரம்மச்சாரி, பரலி. சு. நெல்லையப்பர் *பாரதியாரின் கடைசி நாள்*	200

முகவுரை

ஒரு விஷயத்தை நேரில் அறிந்தவர்கள் சொல்வதற்கு என்றுமே தனி மகிமை உண்டு. பாரதி போன்ற அதிசய மனிதரை நேரில் அறிந்து பழகிய வர்கள் அவரைப் பற்றிச் சொல்லக்கூடிய சுவையான விஷயங்கள் நிறைய இருக்கும்.

பாரதியுடன் நெருங்கிப் பழகிய அன்பர்கள் பாரதியின் வாழ்வில் தாமறிந்த அம்சங்களை விளக்கும் ஞாபகக் குறிப்புகள், பேட்டிகள், கட்டுரைகள் முதலிய வற்றில் வெளியாகியுள்ள விஷயங்களைச் சீராகத் தொகுத்து அளிப்பது இந்நூலின் நோக்கமாகும். பொதுவாக, இதுவரை நூல் வடிவு பெறாத கட்டுரை களே இங்கு தரப்படுகின்றன.

இக்கட்டுரைகளில் பல புதியவை; இந்நூலில் முதன்முதலாக நூல் வடிவம் பெறுகின்றன. மற்றவை, ஏற்கெனவே, 'பாரதி புதையல் 3' என்ற, தற்போது அச்சில் இல்லாத நூலில் வெளிவந்தவை. 'பாரதி புதையல் பெருந்திர'ட்டில் இந்தக் கட்டுரைகள் சேர்க்கப் படவில்லை; இவை தனி நூலாக வெளிவருகின்றன.

பாரதியைவிட மூன்று வயது பெரியவரும், பாரதியின் இளமைத் தோழராக விளங்கியவருமான பாரதியின் தாய்மாமன் ரா. சாம்பசிவ ஐயரது நினைவுக் குறிப்புகளுடன் நூல் தொடங்குகிறது. அடுத்து, எட்டயபுரத்தில் பாரதியின் இளமைத் தோழரும் தமிழ்ப் படித்த சக மாணவருமான ச. சோமசுந்தர பாரதியாரின் பேட்டி வருகிறது.

பின்னர் வ.உ.சி., நீலகண்ட பிரம்மச்சாரி, பண்டிட் நாராயண ஐயங்கார், சோமதேவ சர்மா, குவளைக்கண்ணன், சுந்தரேச ஐயர், டி. விஜயராகவாச்சாரியார், பாரதிதாசன், ஸ்ரீநிவாஸவரதன், பரலி சு. நெல்லையப்பர் முதலியவர்களது கட்டுரைகள் வருகின்றன.

பாரதி என்ற ஒரே நாயகனைப் பற்றிப் பல அன்பர்களும் பேசுவதால் சில விஷயங்கள் திரும்பத் திரும்ப வரக்கூடும். கூடிய வரையில் அவ்வாறு வருவதைத் தவிர்த்துள்ளேன்.

பாரதியின் வாழ்க்கையை ஆதியோடந்தமாக எட்டயபுரம் முதல் திருவல்லிக்கேணி வரை வரிசையாக அறிவதற்கு இந்த நூலில் உள்ள நினைவுக் குறிப்புகளும் நினைவுக் கட்டுரைகளும் உதவியாக இருக்கும் என்பதில் ஐயமில்லை. இந்நூலில் சொல்லப்பட்டிருக்கும் பல விஷயங்கள் வேறு எங்கும் சொல்லப்படவில்லை என்பது இந்நூலின் தனிச் சிறப்பைக் காட்டும். பாரதி என்ற தேவ மனிதனுக்கு இப்புகழ் மாலையைத் தொடுத்துச் சூட்டும் பாக்கியம் அளித்த இறைவனுக்கு எனது நன்றி.

'பாரதி நிலையம்'   ரா.அ. பத்மநாபன்
40 ஏ, சந்தான பஜனை கோயில் தெரு   1 ஜூன் 1982
விழுப்புரம் 605602

~~~

இரண்டாம் பதிப்புக்கான குறிப்பு

பாரதி அறிஞர் ரா.அ. பத்மநாபன் அவர்களின் *தமிழ் இதழ்கள்* என்ற நூலின் முதல் பதிப்பை 2003இல் காலச்சுவடு பதிப்பகம் வெளியிட்டது. *பாரதியின் கடிதங்கள்* (2005), *சித்திரபாரதி* (2006) ஆகியனவும் சிறப்பான முறையில் அடுத்தடுத்து மறுபதிப்பாக வெளிவந்தன. இதனால் அளவற்ற மகிழ்ச்சி அடைந்த ரா.அ. பத்மநாபன், *பாரதியைப் பற்றி நண்பர்கள், பாரதியார் கவிநயம்* ஆகிய நூல்களும் காலச்சுவடு வாயிலாக மறுபதிப்பாக வெளிவர வேண்டும் என்று பெரிதும் விரும்பினார்.

நிறைவாழ்வு வாழ்ந்த அப்பெருமகன் 2014இல் காலமானார். இருப்பினும், புதிய பதிப்பு எவ்வாறு அமைய வேண்டும் என்ற தெளிவான அறிவுறுத்தல்களை 'என் இளம் நண்பர் டாக்டர் ஆ.இரா.வேங்கடாசலபதி'க்கு அவர் வழங்கிச் சென்றார். அதன்படி இந்நூலில் சிற்சில மாறுதல்கள் – அச்சுப்பிழை களைதல், வரிசை அமைப்பு, தெளிவான பாடல் வடிவம் – செய்யப்பட்டுள்ளன.

இந்த வகையில் இந்நூல் பதிப்பை மேற்பார்த்து உதவிய ஆ.இரா. வேங்கடாசலபதிக்கு எங்கள் நன்றி.

இந்த ஆண்டு ரா.அ.பத்மநாபன் அவர்கள் பிறந்த நூற்றாண்டாகும். இவ்வேளையில் இந்நூல்களை வெளியிட அனுமதியளித்த அவருடைய குடும்பத்தினர்க்குக் காலச்சுவடு பதிப்பகம் நன்றியைத் தெரிவித்துக்கொள்கிறது.

பதிப்பாளர்
30 ஜனவரி 2016

1

பாரதியின் மாமா
ரா. சாம்பசிவ ஐயர்

பாரதியின் இளமை

என் தமக்கை, பாரதியை அதிபாலியத்தில் விட்டுவிட்டு இறந்துபோய்விட்டாள். ஆகையால் இவனை ரொம்பவும் செல்லமாய் வளர்த்தார்கள். அத்துடன், இவன் எந்த ராஜா பேரில் சீட்டுக்கவி பாடினானோ அந்த ராஜாவும் இவனைத் தூக்கி வளர்த்தார். நான் எத்தனையோ ராஜாக்களையும் ஜமீன்தார்களையும் கூட இருந்து அனுபவித்திருக்கிறேன். பாரதி சீட்டுக்கவி பாடின ராஜா மாதிரி தமிழ்ச் சுவை அறிந்த ராஜா தமிழ்நாட்டில் இருந்திருப்பாரோ என்னவோ, நான் பார்த்ததில்லை.

நானும் அதிபாலியத்திலிருந்து அங்குதான் வளர்ந்தேன். அந்த ராஜசபையில் அனாவசியமான மனுஷ்யாள் கிடையாது. தினசரி காலையிலிருந்து ராத்திரி பத்துமணி வரை தமிழ் வித்வான்கள், தெலுங்கு வித்வான்கள், ஸமஸ்கிருத வித்வான்கள், ஸங்கீத வித்வான்கள் கூட்டம்தான். எப்பொழுதும் வித்வத் விஷயமாய் விவகாரங்களும் யுத்தங்களும் நடந்துகொண்டேயிருக்கும். இப்படிப்பட்ட ராஜா இல்லையென்றால் நம் பாரதி லேசில் அவர்மேல் சீட்டுக்கவி பாடுவானா?

பாரதி மயிரிழையில் பிழைத்தார்

அத்தான் (பாரதியின் தகப்பனார் சின்னச்சாமி ஐயர்) பஞ்சு அரைவை ஆலை ஒன்று நடத்திவந்தார். நானும் பாரதியும் அங்கே அடிக்கடி போவோம்.

ஒரு சமயம் ஞாயிறன்று நானும் பாரதியும் பஞ்சாலைக்குள் சுவரேறிக் குதித்து உள்ளே போனோம். அத்தான் எட்டயபுரம் போயிருந்தார். ஆலையில் வேறு யாரும் இல்லை. சிறுவர்களான நாங்கள் மேஜை டிராயர்களைத் திறந்து காசு இருக்கிறதா என்று பார்த்தோம். காசு கிடைக்கவில்லை. ஆனால் பளபளவென்று ஒரு ஆயுதம் இருந்தது. ரிவால்வர்; சுழல் துப்பாக்கி!

பாரதிக்கு ரிவால்வரைப் பற்றி அதிகம் தெரியாது. எனக்குத் தெரியும் என்று காட்டிக்கொள்ளும் ஆசையில் ரிவால்வரைக் கையில் எடுத்து, எப்படிச் சுடுவது என்று காட்டினேன்.

'டப்', 'டப்' என்று அடித்தேன். சில அறைகள் தோட்டா இன்றிக் காலியாக இருந்ததால் வெறும் சத்தம் மட்டும் கேட்டது. நான் மேன்மேலும் சுட்டுக் காட்டிக்கொண்டிருந்தேன். திடீரென 'டபார்!' என்ற பலத்த வெடிச் சப்தம் கேட்டது! காலி அறை தாண்டி, தோட்டா இருந்த அறை! ஒரு தோட்டா எதிரேயிருந்த பாரதியின் தலையில் காதருகில் பாய்ந்து சென்றது! பாரதி மயிரிழையில் பிழைத்தான்!

ராம வெங்கடேசுவர எட்டப்ப நாய்க்கர் என்ற ராஜா மகாராஜா. பாரதியின் இளமைக் காலத்தில் பட்டத்தில் இருந்தார். இவர் நாலைந்து கல்யாணங்கள் செய்துகொண்டும், இவருக்குக் குழந்தைகள் இருக்கவில்லை. இவர் 1902இல் டெல்லி தர்பார் நடந்தபோது டெல்லிக்குப் போனார். அப்பொழுது நம் பாரதி காசியில் இருந்தான். டெல்லியிலிருந்து திரும்பும்போது, மகாராஜா காசிக்கு வந்தார். அங்கிருந்து தெற்கே திரும்பும்போது "நீ என் கூடத்தான் இருக்க வேண்டும்" என்று பாரதியை எட்டயபுரத்துக்குக் கூட்டிக்கொண்டு வந்துவிட்டார். பாரதி சில காலம் அவருடன் இருந்தான். ஆனால் அவருடன் எல்லாம் இருக்க பாரதிக்குப் பிடிக்குமா? ராஜாமேல் ஒரு மாதிரியான கவிதை ஒன்றைப் பாடிவிட்டு எட்டயபுரத்தைவிட்டு வெளியேறிவிட்டான்.

புதுவையிலிருந்தபோது

பாரதி புதுவையில் இருந்த சமயம், அவரை மீண்டும் எட்டயபுரம் வரச் செய்ய ஒரு முயற்சி நடந்தது. இந்த முயற்சிக்கு மூலகாரணமாயிருந்தவன் திருநெல்வேலி கலெக்டர் ஆஷ் துரைதான். அவன் எட்டயபுரம் ராஜா ராம வெங்கடேசுவர எட்டப்பனைத் தூண்ட, ராஜா எங்கள் தகப்பனாரை (பாரதியின் தாய்வழிப் பாட்டனாரை)த் தூண்டினார். எப்படியாவது பாரதியைப் புதுச்சேரியிலிருந்து எட்டயபுரம் அழைத்து வந்துவிட வேண்டும் என்பது முயற்சி.

அதற்காக எங்கள் வீட்டில் ஓர் ஆலோசனை நடந்தது. என் தகப்பனார், தாயார், என் தமயனார் கைலாசமய்யர் முதலியோர் கூடி ஆலோசித்தார்கள். என்னைப் புதுவைக்கு அனுப்பி, பாரதியை அழைத்துவரச் செய்ய வேண்டுமென்பது யோசனை.

"பாரதியை வரச்சொன்னால் அவன் வருவானா? இருந்தாலும் உங்கள் இஷ்டப்படி தெரிவிக்கிறேன்" என்றேன்.

முடிவில், பாரதியை அழைத்துவர என் தாயார், தகப்பனார் (அதாவது பாரதியின் பாட்டி, பாட்டனார்) என்னுடன் புதுவைக்கு வரவேண்டும் என்று தீர்மானமாயிற்று.

என் தந்தை ராமசாமி ஐயர், தாய் ராமசுப்பம்மா இருவரும் வைதீகமானவர்கள். என் தந்தை சிவபூஜையில் ஈடுபட்டவர். சிறுவயதிலேயே பாரதி இவரிடம் பூஜைப் பாடல்கள் பற்றி அர்த்தம் கேட்டறிவான். தாத்தாவுக்கும் பேரன் பாரதியிடம் அளவற்ற பிரியம். பாரதிக்கும் அப்படியே.

திடீரென்று இவர்கள் புதுவை வரக்கண்டதும் பாரதிக்குப் பரம சந்தோஷம். சாத்தூரைக்கூடத் தாண்டியிராத தன் பாட்டனார் தன்னைத் தேடிப் புதுச்சேரிக்கு வந்தது பற்றிக் குதூகலம். ஆடிப் பாடி ஆனந்தக் கூத்தாடினான். தன் ஜோலிகளை விட்டு, சதா பூஜைக்குப் புஷ்பம் கொணர்தல், பூஜையில் பாடுதல் இவற்றில் ஈடுபட்டான்.

'முன்பு காட்டிக்கொடுத்தது போல'

நான் மெதுவாக விஷயத்தைச் சொன்னேன். ஊருக்கு அழைத்துச் செல்ல வந்துள்ள சமாசாரத்தைக் கேட்டவுடன் பாரதி, "முன்னர் பாஞ்சாலங்குறிச்சியைக் காட்டிக்கொடுத்துச் சன்மானம் வாங்கின மாதிரி என்னையும் காட்டிக்கொடுத்துச் சன்மானம் வாங்க நினைவு இருக்கிறாப்பலே இருக்கு – ஞாபகமா இருக்கச் சொல்லு!" என்று மீசையில் கைபோட்டுக்கொண்டு சொன்னான்.

பிறகு, "இந்த வெள்ளைக்காரனுக்கு என் பேரிலே என்னடா இவ்வளவு கருணை! என் தாத்தாவையும் பாட்டியையும் பார்க்கும் படி செய்துவிட்டானே! இதற்கு நான் என்னடா அவனுக்குச் சன்மானம் பண்ணப்போகிறேன்!" என்று பாரதி ஆர்ப்பரித்தான்.

தாத்தாவும் பாட்டியும் ஒரு மாதம் ஒன்றரை மாதம் புதுவையில் தங்கியிருந்ததுதான் மிச்சம். தாத்தா கிளம்ப வேண்டுமென்றபோது, "போகலாம் தாத்தா!" என்று பாரதி நிறுத்திவைத்துவிட்டான்.

“எட்டயபுரம் ராஜாவுக்கு என்னப்பா சொல்லுவது? அவனுக்கு நீ ஒரு கடிதம் போடேன்” என்று நான் சொன்னேன்.

அதற்கு, “அந்த நீசனுக்கா நான் கடிதம் எழுத வேண்டும்?” என்றான்.

“எழுதடா, கண்ணே!” என்று தாத்தா வற்புறுத்த, ஒரு காகிதத்தில் வருமாறு பாரதி எழுதினான்:

“மகாராஜா அவர்களுக்கு, நீங்கள் தாத்தா, பாட்டி, மாமா மூலம் சொல்லியனுப்பிய சமாசாரம் கேட்டு அளவிலா சந்தோஷம் அடைந்தேன். அதை யோசனை பண்ணிப் பார்த்ததில், அவ்வளவு சந்தோஷப்பட இடமிருக்கிறதாகத் தெரியவில்லை. ஏனென்று கேட்டால், என்னை ஆதரிக்கணும்னு இப்ப உங்களுக்குத் தோன்றியிருக்கிறது. உங்கள் முன்னோர்கள் எங்கள் முன்னோர்களை ஆதரித்து வந்தபடி உங்களுக்கு என்னை ஆதரிக்க வேண்டுமென்று இப்போது தோன்றியிருக்கிறது. இதில் ஆச்சரியத்துக்கு ஒன்றுமில்லை. நான் கூடிய சீக்கிரம் அவ்விடம் வருவேன் என்று நினைக்கிறேன்” என்று கையெழுத்திட்டுத் தந்தார்.

எட்டயபுரம் ராஜா ராமவெங்கடேசுவர எட்டப்பனுக்கு இது பெருத்த ஏமாற்றம். இந்த ராஜா காலமானதும், அவனுடைய சிற்றப்பனான வெங்கடேசுவர எட்டப்ப நாய்க்கர் ராஜாவாகப் பட்டத்துக்கு வந்தார். இவரைத் “தாத்தா மகாராஜா” என்பார்கள்.

இவர் பாரதியை இளம் வயதில் எடுத்து வளர்த்தவர். ஆறேழு வயதில் அவன் ஒரு குட்டிக்கவி பாடினான். இவர் அதை அச்சடித்து எல்லாரிடமும் காட்டி ரொம்பவும் போற்றிக் கூத்தாடிக்கொண்டிருந்தார் அந்தக் காலத்தில்.

பத்து வருஷம் பாண்டிச்சேரியில் இருந்துவிட்டு, சொந்த ஊர் வந்தான் பாரதி. எட்டயபுரத்துக்கு வந்தான். பாரதிக்கு வயதான ராஜாவைப் பார்க்கவேணும் என்கிற ஆசை. ஏனென்றால், இந்த ராஜாவினுடைய அறிவையும் அவருக்கிருந்த தமிழ்ப் புலமையையும் தமிழ்ப் பற்றையும் பாலியத்தில் பாரதி நன்றாய் அனுபவித்தவன். அவரை நேரில் பார்த்து, இரண்டு பேரும் கவிகளையும் பாட்டுக்களையும் பாடிக் கேட்டு நன்றாய் அனுபவிக்க வேணுமென்கிற ஆசை. ரொம்பக் காலம் பிரிந்திருந்தபடியால், ராஜாவுக்கும் பாரதியைப் பார்க்கவேணும் என்கிற ஆசைதான். ஆனால், நம் நாட்டில் அந்தச் சமயம் வெள்ளைக்காரர்களுடைய அடக்குமுறை ஜாஸ்தியாயிருந்தது. ‘வந்தே மாதரம்’ என்று வாயால் சொன்னால் இரண்டு வருஷம் ஜெயில்! பாரதியைப் பார்த்துப் பேசினால் வெள்ளைக்காரன்

ஜமீனை எடுத்துக்கொண்டுவிடுவானோ என்ற பயம். இதனால் ஜமீன்தார் நம் பாரதியைப் பார்க்கமுடியாதென்று சொல்லி விட்டார்.

உடனே, பாரதி அந்த ராஜாவுக்குச் சீட்டுக்கவி எழுதுகிறான்.

பண்டைத் தமிழ்நாட்டில், ராஜாக்கள் கவிகளைப் பார்க்க வேணுமானால் கவிகளுக்குப் பல்லக்கு அனுப்புவார்கள். கவிகளுக்கு ராஜாக்களைப் பார்க்க வேண்டுமானால் ஒரு கவி எழுதி ஆள்வசம் கொடுத்தனுப்புவார்கள். அப்படி அனுப்புகிற கவிக்குப் பேர்தான் சீட்டுக்கவி.

எப்படியும் அந்த ராஜாவைப் பார்க்க வேணுமென்கிற ஆவல் பாரதிக்கு இருந்தபடியால் ஒரு கவி எழுதித் தபாலில் ராஜாவுக்கு அனுப்பினான். பாரதி அனுப்பக்கூடிய கவியை ஒருவரும் ராஜாவிடம் நேரில் கொண்டுபோய்க் கொடுக்க முடியாது. ராஜா பயப்படுகிறார்.

பாரதி தபாலில் அனுப்பிய கவியைப் பார்த்து ராஜா ஆனந்தக் கூத்தாடிக்கொண்டிருந்தாரே ஒழிய, கடைசிவரை நேரில் பார்க்கவேயில்லை. கடைசிவரை பாரதியும் ராஜாவும் சந்திக்கவேயில்லை.

ரா. சாம்பசிவ ஐயர்

2

ச. சோமசுந்தர பாரதி

நான் அறிந்த பாரதி

எட்டயபுரத்தில் பாரதியின் இளமைத் தோழரான சோமசுந்தர பாரதியை, 1956ஆம் ஆண்டு மார்ச் 31ஆம் தேதியன்று, பசுமலையில் அவரது இல்லத்தில் நான் பேட்டி கண்டேன். மதுரை ரா. ஸ்ரீநிவாஸவரதனும், வி.ஜி. சீனிவாசனும் உடன் இருந்தார்கள். நெடு நேரம் பேசிக்கொண்டிருந்தோம். உடனுக்குடன் குறிப்பெழுதிக்கொண்டேன். இந்தப் பேட்டியின்போது சோமசுந்தர பாரதி அவர்கள் கூறிய விஷயங்களை இங்கே காணலாம்.

பாரதி எட்டயபுரத்தில்தான் பிறந்தார். தாய்வழிப் பாட்டனார் வீட்டில்.

எட்டயபுரத்தில் பாரதியாரின் தாய்வீட்டுக்கு அடுத்த வீடு எங்களுடையது. பாரதி தன் வயது இளைஞர்களுடன் கலக்கவே மாட்டான். நானே 'ரிஸர்வ்டு'; அவன் அதைவிட. தாயை இரண்டாம் வயதில் இழந்ததுதான் காரணம்.

I was a sceptic until I saw Bharati. (பாரதியைப் பார்க்கிற வரையில், நான் நம்பிக்கையற்றவனாக இருந்தேன்.) ஏழு வயசுப் பையன் இப்படிப் பாட முடியுமானால், திருஞானசம்பந்தர் கதை ஏன் உண்மையாயிராது?

எங்கள் இருவருடைய வீட்டிலும் பெரியவர்கள் நாங்கள் தமிழ்ப் படிப்பதற்குச் செய்த தடைகள் அதிகம். திருட்டுத்தனமாய் கோவிலில், வாகன மண்டபத்தில், இரு பல்லக்குகளுக்கு நடுவே உட்கார்ந்து தமிழ்ப்

படிப்போம். "தமிழ் படித்துக் கெட்டுப்போகிறார்களே!" என்று வசவு கிடைக்கும்; அடிப்பார்கள். அப்படிப்பட்ட காலத்தில், ஒரு கிழவர், ராஜாவின் சிற்றப்பன், தமிழ்ப் படித்து, தமிழ்ப் படிக்க எங்களை ஆதரித்தது வியப்பு.

பாரதிக்கு இயற்கையாகவே கலகலப்பான சுபாவம். அவரிடம் பட்சபாதம் கொண்டவர்கள்கூட அவரிடம் வந்து போகும்போது கலகலப்பாகவே போவார்கள். அவரது வசவையும் ரசிப்பார்கள். இது ஒரு தெய்வீக அருள் அல்லவா?

பாரதி முதலில் சென்னையில் இருந்த சமயம், அவருடைய பொதுக்கூட்டப் பேச்சுக்கள் நெருப்பைக் கக்குபவையாக இருந்தன. *ஹிந்து* ஆசிரியர் கஸ்தூரிரங்க ஐயங்கார் அவரது பேச்சுகளை மிகவும் பாராட்டுவார்.

ஒரு சமயம், 1908இல், உதவி கலெக்டர் ஒருவர் பாரதியை எச்சரித்தார். "பயன் தெரியாமல் துணிந்த அவ்வளவு முட்டாளல்ல நான்" என்றார் பாரதி. அவரைக் கைது செய்ய சிபாரிசு செய்தார்கள். ஆனால், மேலதிகாரிகள் அதை ஏற்கவில்லை. இந்த உதவி கலெக்டர் பிற்காலத்தில் ரெவினியூ போர்டு தலைவராக இருந்தார்; அக்காலத்திலும் அவர் இச்செய்தியை ஊர்ஜிதம் செய்தார்.

பாரதி புதுவையில் இருந்த காலம், *ஹிந்து* பத்திரிகையில் நான் *"Bharati, greatest living poet"* (பாரதி, ஜீவியமாக உள்ள கவிகளில் தலையாயர்) என்று ஒரு கடிதம் எழுதியிருந்தேன். 1910 என்று ஞாபகம்.

பாரதி புதுவையிலிருந்து திரும்பியதும் நேரே கடயம் போகிற வழியில் மதுரை வந்தார். உடையளித்து உணவளித்தேன். உண்ட பின் பாரதி மதுரையைச் சுற்றிப் பார்த்து வரச் சென்றார். திரும்பி வந்தபோது ஜரிகை மேல் வேஷ்டி இருக்கவில்லை. இதைப் பற்றிக் கேட்டபோது, "போடா போ! உன் வீட்டுக்கு வெளியே வந்து பார், அவன் கிடப்பதை!" என்றார்.

பாரதியை நான் பாராட்டி *ஹிந்து*வில் எழுதியது பற்றிப் பாரதிக்கு ரொம்ப சந்தோஷம். "உயிருள்ள கவிகளில் முதல்வன் என்று நீ ஒருத்தன்தானே எழுதினாய்!" *("You alone wrote about me as the greatest living poet")* என்றார்.

"என்னடா, ஒரு கவிதைகூடப் பாட மாட்டேன் என்கிறாய்!" என்று என்னைச் சீண்டினார்.

"என் அகம்பாவம் உனக்குத் தெரியுமே. நான் ஒரு போதும் இரண்டாவது இடம்பெற விரும்பமாட்டேன். நீ இருக்கும்வரையில் கவிதையில் எனக்கு முதலிடம் கிடைக்காது!" என்றேன்.

பாரதியைப் பாராட்டாமல் தமிழறிந்தவன் எவனும் இருக்க முடியாது. புதுச்சேரியிலிருந்து அவர் திரும்பி வந்த பின்பு, தமிழ்க் கவிகளை நாம் ஆதரிக்காதது பற்றி நான் கடுமையாகத் தமிழ் பத்திரிகைகளில் எழுதினேன். அதன்பின்தான் *சுதேசமித்திரன்* பாரதிக்கு மீண்டும் வேலை தர முன்வந்தது.

3

வ.உ. சிதம்பரம் பிள்ளை

மாமா பாரதியார்

சுப்பிரமணிய பாரதி என்னும் பெரியார் திருநெல்வேலி ஜில்லா எட்டயபுரம் சமஸ்தானம் எட்டயபுரத்தில் பிறந்தவர். அவர் தகப்பனார் பெயர் சின்னச்சாமி அய்யர். அவர் எட்டயபுரம் சமஸ்தானத்தில் ஓர் உத்தியோகம் புரிந்துகொண்டிருந்தார். அவர் காலத்தில் என் தகப்பனாரும் அந்த சமஸ்தானத்தின் வக்கீலாயிருந்தனர். என் தகப்பனாருடன் அவர் என் சொந்த ஊராகிய ஒட்டபிடாரத்திற்கு அடிக்கடி வருவதுண்டு. அக்காலத்தில் என் ஊரில் தாலுகாக் கச்சேரியும், தாலுகா மேஜிஸ்டிரேட்டுக் கோர்ட்டும் இருந்தன. அவ்விரண்டில் ஒன்றில் ஏதேனும் ஒரு ஜோலியாக அவர் என் ஊருக்கு வருவர். என்னூருக்கு வந்த காலங்களில் அவர் என் வீட்டிலாவது, என் வீட்டிற்கு மேற்கேயுள்ள பழைய பாஞ்சாலங்குரிச்சித் தானாபதிப் பிள்ளை வீட்டுக் கூடத்தின் மாடியிலாவது தங்குவர்.

அப்போது எனக்கு வயது 15 அல்லது 16 இருக்கும். அவர் என்னோடும் மற்றையாரோடும் பேசிய மாதிரியிலிருந்து அவர் ஒரு பெரிய மேதாவி யென்று நான் நினைத்தேன். அவரிடம் நான் சென்ற சமயங்கள் சிலவற்றில் அவருக்கு ஒரு மகன் இருப்பதாகவும், அவன் அதிபுத்திசாலியென்றும், அவன் சிறு பிள்ளையாயிருந்தும் தமிழல் சுயமாகப் பாடுவானென்றும் என் தகப்பனார் என்னிடம் சொல்வதுண்டு. அச்சிறு பிள்ளைதான் சுப்பிரமணிய பாரதி என்று இப்பொழுது உலகமெல்லாம் புகழப் பெற்று விளங்கும் பெரியார்.

இப்பெரியாரை நான் முதல்முதலாகப் பார்க்கும் பாக்கியம் பெற்றது அவர் சென்னையில் *இந்தியா* என்னும் பெயர் பெற்ற தமிழ்ப் பத்திரிகையின் ஆசிரியராயிருந்து அதனை நடத்திவந்த காலத்தில்தான். அது 1906–ம் வருஷ ஆரம்பமாக இருக்கலாமென்று நினைக்கிறேன். அப்போது நான் தூத்துக்குடியிலிருந்து சென்னை சென்றிருந்தேன்; திருவல்லிக்கேணியில் சுங்குராம செட்டி தெருவில் என் நண்பன் ஒருவன் வீட்டில் தங்கியிருந்தேன். அங்கிருந்து நான் பட்டணம் போகிற வருகிற வழியில் கண்ட ஒரு பெரிய வீடு *இந்தியா*வின் அதிபர் திருமலாச்சாரியார் வீடு என்று தெரிந்தேன்.

ஒரு நாள் மாலை 4 மணிச் சுமாருக்கு நான் *இந்தியா*வின் அதிபரைப் பார்க்கக் கருதி அவர் வீட்டுள் புகுந்தேன். அங்கிருந்தோர் ‘அவர் மாடியில் இருக்கிறார்’ என்றனர். நான் மாடிக்குச் சென்றேன். இளவயதுள்ள ஓர் அய்யங்காரைக் கண்டேன். அவர்தான் *இந்தியா*வின் அதிபர் என்று நினைத்து அவரை உசாவினேன். அவர் “ஆம்” என்றார். அவரிடம் என் ஊரும் பேரும் சொன்னேன்.

உடனே அவர் மாடியின் உள்ளரங்கை நோக்கி “பாரதி! உங்கள் ஊரார் ஒருவர் வந்திருக்கின்றனர்” என்று கூறினர். உடனே அங்கிருந்து பாரதியும் வேறொருவரும் வந்தனர். அய்யங்கார் “இவர்தான் *இந்தியா*வின் ஆசிரியர் சுப்பிரமணிய பாரதி” என்றார். அவர் என் ஊரையும் பெயரையும் உசாவினர். “ஓட்டப்பிடாரம் வக்கீல் உலகநாத பிள்ளை மகன் சிதம்பரம் பிள்ளை” என்றேன். “உங்கள் தகப்பனார் என் தகப்பனாரின் அத்தியந்த நண்பர். அவர்களை எனக்கு நன்றாகத் தெரியும். உங்களைப் பற்றி கேள்விபட்டிருக்கிறேன்” என்றார் பாரதியார்.

நால்வரும் – பெரும்பாலும் பாரதியாரும் நானும் – சிறிது நேரம் தேச காரியங்களைப் பற்றிப் பேசிக்கொண்டிருந்தோம். அப்பேச்சு அவரைக் கம்பராகவும் என்னைச் சோழனாகவும் நான் நினைக்கும்படி செய்தது.

நால்வரும் மாலை 5 மணிக்குத் திருவல்லிக்கேணிக் கடற்கரைக்குச் சென்றோம். அங்கிருந்து வங்காளத்தின் காரியங்களையும் பெபின் சந்திர பாலர் முதலியோரின் பிரசங்கங்களையும் செயல்களையும் பற்றிப் பேசிக்கொண்டிருந்தோம். என் உள்ளத்தில் மின்மினிப் பூச்சி போல் ஒளிர்ந்துகொண்டிருந்த தேசாபிமான நெருப்பு விளக்குப் போல ஒளிவிட்டுப் பிரகாசித்தது. அச்சமயம் கடற்கரை விளக்குகளும் ஒளிவிட்டுப் பிரகாசித்தன. நால்வரும் வீடு திரும்பினோம். பின்னர், நாள்தோறும் நான் *இந்தியா*

அதிபர் வீட்டிற்கும், *இந்தியா* ஆபீஸ்க்கும், கடற்கரைக்கும் செல்லலானேன்; அதிபரும் ஆசிரியரும் நானும் பேசலானோம். ஆசிரியரும் நானும் முறையே கம்பரும் சோழனுமாகி, மாமனாரும் மருமகனும் ஆயினோம்.

ஒரு நாள் மாலையில் நாங்கள் மூவரும் கடற்கரையில் வங்காளத்தைப் பற்றிப் பேசிக்கொண்டிருந்த காலையில், அங்குக் காளிதேவிக்கு வெள்ளாடு பலி கொடுப்பதைப் பற்றிப் பாலர் பேசிய பேச்சிற்கு என் மாமனார் ஓர் வியாக்கியானம் செய்தார். அவ்வியாக்கியானத்தைக் கேட்டதும் நான் கொழுத்த தேசாபிமானியாய் விட்டேன்.

அது முதல் அவர் என் வீட்டிற்கு வரவும், என்னோடு உண்ணவும் உறங்கவும், நான் அவர் வீட்டிற்குப் போகவும், அவரோடு உண்ணவும் உறங்கவும் ஆயிருந்தோம். பிரான்ஸ் தேசத்துச் சரித்திரமும், இத்தாலி தேசத்துச் சரித்திரமும், அவை போன்ற பிறவும் அவர் சொல்லவும் நான் கேட்கவுமானோம். இத்தாலி தேசாபிமானி மிஸ்டர் மாஸினியின் தேசவூழிய 'யௌவன இத்தாலி' சங்கத்தின் அங்கத்தினராகச் சேர்ந்தோர் செய்துவந்த பிரமாணச் செய்யுளை ஆங்கில பாஷையில் என் மாமனார் எனக்குப் படித்துக் காட்டினார். அதனைக் கேட்டதும் நான் சொக்கிப்போனேன். அச்செய்யுளைத் தமிழ்ப் பாட்டாக மொழிபெயர்த்துத் தரவேண்டுமென்றேன். அவர் அதனை அன்றே தமிழ்ப் பாட்டாக மொழிபெயர்த்துத் தந்தார். அதுதான் 'பேரருட் கடவுள் திருவடியாணை' என்று தொடங்கும் பாட்டு.

ஆ.இரா. வேங்கடாசலபதி (ப-ர்), *வ.உ.சி.யும் பாரதியும்*

4

பண்டிட் எஸ். நாராயண அய்யங்கார்

காசியில் சுப்பையா, சென்னையில் பாரதி!

பண்டிட் எஸ். நாராயண அய்யங்கார் ஸமஸ்கிருதம், தமிழ் இரண்டிலும் அறிஞர். ஆயுர்வேத சாஸ்திரத்தில் கரைகண்ட நிபுணர். தமிழ்நாட்டில் பிரசித்திபெற்ற பல ஆயுர்வேதாசாரியர்களும் அவரது சிஷ்யர்களே. ஆதிகாலந் தொடங்கியே பாரதியாருடன் நெருங்கிய நண்பர். இளமை யில் பாரதிக்கும் தமக்கும் இடையே இருந்த தொடர்பை விளக்கி இக்கட்டுரையில் எழுதியுள்ளார். இது *தினமணி சுடர்* 8.9.1956, 16.9.1956 இதழ்களில் இந்நூலாசிரியர் ஏற்பாட்டில் வெளிவந்தது.

ஆங்கில அரசாட்சியில் பாரதியின் சரித்திரத்தைப் பற்றிப் பேசுவது ஆபத்தாக முடியும் என்று கருதினேன். சுதந்திரம் கிட்டிய பிறகு பாரதியாருடன் என்னைவிட அதிகப் பழக்கமுள்ளவர்கள் அவரது சரித்திரத்தை எழுதக் கூடும் என்று நினைத்தேன். பாரதியாரின் சரித்திரத்தை எழுதியவர்கள் அவரது பெருமையை வர்ணிப்பதுடன் நின்றுவிட்டார்களேயன்றிச் சரித்திர ரகஸ்யங்கள் உணர்ந்து எழுதியதாகத் தெரியவில்லை. ஆகவே நான் அறிந்தவரை அவர் சரித்திரத்தைக் குறிப்பிடுகிறேன்.

நானா சாஹேப் அவர்களைப் பற்றிச் சில வருஷங்களுக்கு முன் பத்திரிகையில் ஒரு செய்தி வெளிவந்தது. அவர் தமது கடைசிக் காலத்தில் ஹிமாலயக் காடுகளில் ஓடி ஒளிந்து காலமானார் என்று சரித்திரங்களில் எழுதியிருப்பது தவறு என்றும், 1918ஆம் வருஷம் வரை அவர் ஜீவியதசையில்

இருந்ததைத் தாம் பார்த்ததாகவும் ஒரு நிருபர் எழுதியிருந்தார். அந்தச் செய்தி முற்றிலும் உண்மையே. ஏனெனில் 1906 அல்லது 1907இல் நான் மயிலாப்பூரில் அவரை நேரில் சந்தித்தேன். இவ்விஷயம் கவி பாரதியாரின் சரித்திரத்தோடு தொடர்புடைய தாகையால் அதுபற்றி இங்கே குறிப்பிடுவது அவசியமாயிற்று.

பாரதியாரின் 18ஆவது வயது முதல் இறுதிவரை பல பல சந்தர்ப்பங்களில் மிக நெருங்கியும் பல சமயங்களில் சற்று விலகியிருந்தும் பழக்கமுள்ளவன் நான். கரூர் தாலுகா நெரூர் கிராமத்தைச் சேர்ந்த நான் ஸமஸ்கிருதப் படிப்பை உத்தேசித்துக் காசிக்குச் சென்றேன். ஏற்கெனவே காசியில் வசித்துவந்த பாரதியாரின் நட்பு அங்கு எனக்கு ஏற்பட்டது. காசி ஹநுமன் கட்டம் சிவ மடத்திற்குச் சொந்தக்காரரான ஸ்ரீ கேதார சாஸ்திரிகளுக்குப் பாரதியாரின் சகோதரியை மணம் செய்து கொடுத்திருந்தார்கள். பாரதியார் சிவ மடத்தில் வசித்து வந்தார். அதற்கு எதிர் வீட்டில் நான் தங்கியிருந்தபடியால் எங்கள் இருவருக்கும் அதிசீக்கிரத்தில் சிநேகம் ஏற்பட்டது. அக்காலத்தில் அவருக்குச் சுப்பையா என்று பெயர். நானும் அந்தப் பெயரைக் கொண்டே எழுதுகிறேன்.

ஸ்ரீ சுப்பையா

சுப்பையாவுக்கு அப்பொழுது வயது 18. எனக்கு வயது 16. அக்காலத்தில் கர்ஸான் பிரபு இந்தியாவின் வைசிராயாக இருந்தார். 1900ஆம் வருஷம் எங்களுக்குள் நட்பு வலுவடைந்தது. சுப்பையா மிக்க வறுமையில் ஆழ்ந்திருந்தார். ராஜீய விஷயங்களில் எவ்விதச் சம்பந்தமும் அவருக்கு அப்போது கிடையாது. எனது 12ஆவது வயதிலிருந்தே தினசரிப் பத்திரிகைகள் படிப்பது எனது பழக்கமாக இருந்தது. தவிர, தீவிரவாதிகள் கோஷ்டியிலும் நான் சேர்ந்தவன். வெள்ளையர்களை அழிக்காமல் இந்தியா சுயராஜ்யம் அடையாது என்பது எனது தீவிரமான முடிவு. சுப்பையா அரசியல் விஷயத்தில் கொஞ்சமும் அறிவு இல்லாமலே இருந்துவந்தது எனக்கு வியப்பைத் தந்தது. அக்காலத்தில் காசியில் தங்கியிருந்த அன்னி பெசன்ட் அம்மையுடன் சர்ச்சை செய்யப் போவார். அம்மையார் பதில்களில் திருப்திகொள்ளாமல், அம்மையார் அறிவைப் பற்றிக் கேலி செய்வார்.

பள்ளியாசிரியர்

காசியில் அவர் கடைசியாக ஒரு பள்ளியில் ஆசிரியர் பதவி பெற்று மாதம் இருபது ரூபாய் சம்பாதித்து வந்தார். அக்காலத்தில் அவருக்குத் தமிழ் இலக்கியம் தெரியும் என்றோ, கவி பாடும் திறமை

பெற்றவர் என்றோ நான் நினைக்க சந்தர்ப்பம் வாய்க்கவில்லை. கையில் எப்பொழுதும் ஷெல்லியின் ஆங்கிலப் புத்தகத்தை வைத்துக்கொண்டு படிப்பார். ஓய்வு நேரங்களில் கங்கைக் கரையில் படிக்கட்டில் உட்கார்ந்து ஷெல்லி பாடல்களைப் படித்து அர்த்தம் சொல்லுவார். ஆனால் வடமொழிக் கவிகளின் அர்த்தத்தைக் கேட்டு அதை ரசிப்பதில் நிகரற்றவர்.

சரஸ்வதிப் பூஜையன்று

ஒரு சமயம் சரஸ்வதி பூஜை அன்று தமிழில் ஓர் உபந்யாஸம் செய்ய விரும்பினார். வசிக்கும் வீட்டின் கூடத்தில் உபந்யாஸத்துக்கு ஏற்பாடு செய்யப்பட்டது. தலைமை வகிக்கக் காசியிலேயே பிரபல வித்வானாகிய ஸ்ரீ சீதாராம சாஸ்திரிகள் இசைந்தார். பெண்கல்வி என்பது பேச்சுக்கு விஷயமாகக் கொள்ளப்பட்டது. சுப்பையா தமிழில் பிரசங்கம் நிகழ்த்தினார். பிரசங்கம் காரசாரமாக இருந்தது. ஸ்திரீகளுக்குக் கல்வி அவசியமானது என்று அவர் வற்புறுத்திப் பேசினார். தலைவர் அந்த அபிப்பிராயத்தை ஏற்றுக் கொள்ளவில்லை. கண்டித்தும் பேசினார். சுப்பையாவுக்குக் கோபம் மிகுந்துவிட்டது. பெண்கள் கல்வி இன்றித் தேசம் முன்னுக்கு வரமுடியாது என்று மேலும் அடித்துப் பேசினார். பெண்களின் சமத்துவத்தைப் பற்றி அடிக்கடி வற்புறுத்துவது அவர் வழக்கம். பெண்கள் கல்வி, சமத்துவம் இந்த இரு விஷயங்களைத் தவிர அப்போது வேறு எதிலும் அவர் அதிக கவனம் செலுத்த வில்லை.

ஜமீன்தார் வருகை

லார்டு கர்ஸான் டில்லியில் தர்பார் நடத்தியபொழுது இந்திய அரசர்கள் பலரும் அங்கு வந்திருந்தனர். அவர்களுள் எட்டயபுரம் ஜமீன்தாரும் ஒருவர். அவர் தாம் ஊருக்குத் திரும்புகையில் காசிக்கு வந்தார். அவருடன் ஜமீனைச் சேர்ந்த பலரும் வந்திருந்தனர். அவர்கள் சுப்பையாவை எட்டயபுரம் அழைத்துக்கொண்டு போக வேண்டும் என்றும், ஜமீனில் உத்தியோகம் கொடுக்க வேண்டும் என்றும் ஜமீன்தாரிடம் சொல்லி முடிவு செய்தார்கள். சுப்பையாவுக்கும் எட்டயபுரம் திரும்புவதில் உற்சாகம் இருந்தது. ஏற்கெனவே அவர் விவாகம் ஆனவர்; மனைவி எட்டயபுரத்தில் வசித்து வந்தாள். குடும்ப வாழ்க்கை நடத்த வேண்டிய நிர்ப்பந்தம் இருந்ததால் சுப்பையாவும் வேலை செய்ய அரை மனதாக ஒப்புக்கொண்டார். ஜமீன் உத்தியோகம் நீடிக்கும் என்று அவருக்கு நம்பிக்கை இல்லை.

ஜமீன்தார் சற்று கடின குணம் உள்ளவர். அவருடன் பழகுவது சுலபமல்ல. அவருக்கு எதிரிலே வருபவர்கள் யாவரும் மேல்வஸ்திரத்தை இடுப்பில் கட்டிக்கொண்டு மரியாதை செய்ய வேண்டும். பேசும்பொழுதெல்லாம், "மஹாராஜா, மஹாராஜா!" என்று அழைக்க வேண்டும். இதுபோன்ற சம்பிரதாயங்கள் சுப்பையாவுக்கு அருவருப்பானவை. ஆகவே, ஜமீனில் நீடித்துக் காலந்தள்ளுவது சுலபமல்ல என்றார். கடைசியாக ஊர்போய்ப் பரீட்சை பார்த்து முடியாவிட்டால் வேறு இடத்தில் உத்தியோகம் பார்த்துக்கொள்ளுவதென்று முடிவு செய்தார். ஜமீன்தாருடன் எட்டயபுரம் புறப்பட்டார். அப்போது தம்முடன் என்னையும் அழைத்துவந்து திருச்சியில் விட்டார்.

எட்டயபுரத்தில்

பாரதியார் எட்டயபுரம் சென்று சொற்ப காலமே இல்லற வாழ்க்கையை நடத்தி வந்தார். ஜமீன்தார் கொடுத்து வந்த தொகை மாதம் ரூ. 25தான். அந்தத் தொகை அவருக்குப் போதுமானதாக இல்லை.

சுப்பையாவுக்குத் துர்க்குணங்கள் ஒன்றும் கிடையாது. சில பழக்கங்கள் உண்டு. தாம்பூலம் அடிக்கடி போடுவார். சோடா தண்ணீரை அதிகம் உபயோகிப்பார். வாசனைப் புகையிலையும் உபயோகிப்பார். அக்காலத்தில் சந்தியாவந்தனம் முதலிய வைதிக கர்மாக்களைச் சரியாகவே செய்து வந்தார். ஏற்கெனவே சொல்லியது போல அவருக்கு ஜமீன்தாருடன் பழக முடியவில்லை. இருவர் மனமும் ஒத்துக்கொள்ளாமல் போனதால் அவர் எட்டயபுரத்தை விட்டு விலக நேர்ந்தது. அவர் சென்னைக்கு வந்து *சுதேசமித்திரன்* பத்திரிகை உதவி ஆசிரியராக அமர்ந்தார்.

எனது சென்னைப் பிரயாணம்

சுதேசமித்திரன் அக்காலத்தில் ஸ்ரீ ஜி. சுப்பிரமணிய ஐயரால் நடத்தப்பட்டு வந்தது. அரண்மனைக்காரத் தெரு தெற்கு ஓரத்தில் கீழ் வரிசையில் *மித்திரன்* ஆபீஸ் இருந்தது. லிங்கிச் செட்டித் தெருவில் ஒரு தனி வீடு அமர்த்திக்கொண்டு மனைவியுடன் சுப்பையா வசித்து வந்தார். அக்காலத்தில் அவருக்கு ஒரு பெண் குழந்தை பிறந்தது. 'தங்கம்' என்று பெயர். சுப்பையா புதுச்சேரி போகும்வரை லிங்கிச் செட்டித் தெருவில் ஒரே வீட்டில் வசித்து வந்தார். மயிலாப்பூரில் வெங்கடரமண வைத்தியசாலை நிறுவிய

காலத்தில் அதில் ஓர் வைத்திய ஆசிரியர் பதவி எனக்குக் கிடைக்கக்கூடும் என்ற ஆசையால் நான் சென்னை சேர்ந்தேன்.

சுப்பையா *மித்திரன்* ஆபீஸில் அமர்ந்துள்ளார் என்று எனக்குத் தெரியும். சென்னையில் எனக்கு வேறு யாரும் பரிச்சய மில்லாததால் சுப்பையாவைக் கண்டுபிடித்தே தீர வேண்டியிருந்தது. ஆகவே *மித்திரன்* ஆபீசை விசாரித்துக் கொண்டு அங்கே போய்ச் சேர்ந்தேன். வாசலுக்குப் பக்கத்து அறையில் மானேஜர் அமர்ந்திருந்தார். அவரிடம் போய், "சுப்பையா இருக்கிறாரா? நான் அவருடைய நண்பன். அவரை நான் பார்க்க வேண்டும்" என்று சொன்னேன்.

சுப்பையா இல்லை

"அந்தப் பெயருள்ளவர் யாரும் இந்த ஆபீஸில் இல்லை" என்று கூறிவிட்டார் மானேஜர். அதைக் கேட்டவுடன் நான் திகைத்தேன். ஒரு சமயம் *மித்திரனை* விட்டு வேறு எங்காவது வேலைக்குப் போய்விட்டிருக்கலாம் என்றும், அப்படி இருந்தால் அவரைக் கண்டுபிடிப்பதுதான் எப்படி என்றும் தயங்கித்தயங்கி நின்றேன். எனக்கு வேறு வழி ஒன்றும் தோன்றாததால் ஆபீஸ் விடும்வரை அங்கேயே இருந்து வெளியே வருபவர்களைக் கவனித்துவிட வேண்டும் என்றும், ஒருவேளை மானேஜர் சுப்பையாவை அறியாமல் இருக்கக் கூடும் என்றும் தோன்றியது. ஆகவே அங்கேயே நின்றேன்.

அந்த வீட்டு வாசல் திண்ணை மிகக் குறுகியது. திண்ணையில் நிற்கலாமேயன்றி உட்கார முடியாது. பகல் இரண்டு மணி முதல் மாலை நான்கு மணிவரை நின்றுகொண்டேயிருந்தேன். அப்போது சுப்பையா மாத்திரம் உள்ளிருந்து வெளியே வந்தார்.

பாரதியாரின் கோபம்

"எப்பொழுது வந்தீர்?" என்று என்னைக் கேட்டார்.

"இரண்டு மணிக்கே நான் வந்துவிட்டேன்" என்றேன். அதைக் கேட்டவுடன் அடங்காக் கோபம் வந்துவிட்டது. மானேஜர் என்னை அலட்சியம் செய்துவிட்டதாகச் சுப்பையா நினைத்துவிட்டார். உடனே அவருடைய நீண்ட இரு விழிகளும் சிவந்தன. மீசை துடித்தது. எனக்கும் விஷயம் விளங்காததால் மனம் கலங்கிற்று.

உடனே சுப்பையா மானேஜர் அறைக்குள் போனார். "என்னைத் தேடி வந்தவரை வீதியில் நிறுத்திவிட்டீரே!" என்று

கடிந்தார். மானேஜரும் சுப்பையாவின் கோபத்துக்குப் பயந்து, கெஞ்சிய குரலில், "அவர் உங்களைப் பற்றி ஒன்றும் விசாரிக்க வில்லையே; சுப்பையாவைப் பற்றிக் கேட்டார். அப்பெயர் உள்ளவர் இங்கு யாரும் இல்லை என்று பதில் சொன்னேன்" என்றார்.

இதைக் கேட்ட பிறகு சுப்பையா என்னைத் தம் வீட்டுக்கு அழைத்துச் சென்றார். சுப்பையாவை ஆபீஸில் வைத்துக் கொண்டே மானேஜர் அப்பெயர் உள்ளவர் ஒருவரும் இல்லை என்று ஏன் சொன்னார் என்பது எனக்கு விளங்கவில்லை. போகும் வழியில் இதைப் பற்றிச் சுப்பையாவைக் கேட்டேன். அதற்கு அவர் சிரித்துக்கொண்டே, "நான் காசியில் சுப்பையா; சென்னையில் சுப்பிரமணிய பாரதி ஆகிவிட்டேன். சென்னையில் பாரதி என்று சொன்னால்தான் தெரியும்" என்று பதில் சொன்னார். நாமும் இனி அவரைப் பாரதியார் என்றே அழைப்போம்.

பாரதியார் லிங்கிச் செட்டித் தெருவில் சுகமாகவே வசித்து வந்தார். சென்னையில் அவர் வசித்து வந்த காலத்தில் மயிர்க்கூச்செறியும் சம்பவங்கள், ரகசியங்கள் பல நடந்தன. இதுவரையில் பாரதியாரின் வாழ்க்கையில் விசேஷ சம்பவம் எதுவும் இல்லை.

1904ஆம் வருடத்தில் நான் பாரதியாரைச் சென்னையில் சந்தித்த ஞாபகம். அக்காலத்தில் பிரபல ஜோசியரான பி. சூர்ய நாராயண ராவ் ஆங்கிலத்தில் *அஸ்ட்ரலாஜிகல் மாகஸைன்* என்ற மாதப் பத்திரிகை நடத்தி வந்தார். அதில் பிருஹத் ஜாதகம் முதலிய வடமொழி நூல்களை ஆங்கிலத்தில் மொழிபெயர்க்க உதவி புரிந்து ஒரு சிறிய உத்தியோகத்தைப் பெற்றேன். ஆகவே, நானும் குடும்பத்துடன் சென்னையில் வசித்து வந்தேன்.

மாணவ நண்பர்கள்

பாரதியார் சென்னையில் பல நண்பர்களைப் பெற்றார். அவர்கள் அனைவரும் 'கிறிஸ்டியன் காலேஜ்' மாணவர்களே. காலை வேளைகளில் காலேஜ் மாணவர்களின் கூட்டம் அவர் வீட்டில் நிறைந்திருக்கும்; மாலை வேளைகளிலும் இப்படியே. அநேகமாகப் பிரதி தினமும் மாலை வேளைகளில் கடற்கரைக்குப் போவது வழக்கம். துறைமுகத்துக்குப் பக்கத்தில் எல்லாரும் உலாவ வருவார்கள். பாரதி கடற்கரை மணலில் உட்கார்ந்ததும் அவரைச் சுற்றி மாணவர்கள் கூட்டமாக உட்கார்ந்துவிடுவார்கள். சில மாணவர்கள் பாரதியாரைத் தேசிய கீதங்கள் பாடும்படி வேண்டிக்கொள்வார்கள். அவரே

பாடும்போது அவரது பாட்டுக்கள் மிகவும் உருக்கமாக இருக்கும். மாணவர்களோடு சேர்ந்து நானும் அந்தப் பாடல்களைக் கேட்டு அனுபவத்திருக்கிறேன்.

தினசரி வேலைகள்

கடற்கரையிலிருந்து இரவு ஏழரை மணிக்குத்தான் திரும்புவோம். இரவில் பாரதியார் ஆங்கிலத் தினசரிகளைப் படித்து முக்கியமான நிகழ்ச்சிகளைச் சிவப்புக் கோடிட்டுக் குறித்துக்கொள்ளுவார். பயோனீர், ஸ்டாண்டர்டு, மெயில் போன்ற ஆங்கிலப் பத்திரிகைகளையும், கல்கத்தாவிலிருந்து வெளியான *அமிருத பஜார், வந்தே மாதரம்* போன்ற பல ஆங்கிலத் தினசரிகளையும் பாரதியார் தினமும் படிப்பார். தமிழிலும் ஆங்கிலத்திலும் அவருக்கு நல்ல தேர்ச்சி இருந்தது.

ஆபீஸ் வேலையில் பாரதியாருடைய சுறுசுறுப்பைக் கவனித்து, ஜி. சுப்பிரமணிய ஐயர் அவரிடம் மிகவும் அன்பு பாராட்டினார். ஆபீசிலிருந்த மற்றவர்களும் பாரதியாரிடம் விசேஷ மதிப்பும் அன்பும் கொண்டிருந்தார்கள்.

உத்தம லட்சணம்

மனிதர்கள் அங்க லக்ஷணங்களைப் பற்றிக் கூறும்போது தலை குடை வடிவமாகவும், நெற்றி உயர்ந்து பரந்து விசாலமாகவும், கண் நீண்டு பெரியதாகவும், கடைக்கண் சிவந்தும், மூக்கு உயர்ந்தும் இருந்தால் அவன் உத்தம புருஷன் என்று கூறுவார்கள். இந்த லக்ஷணங்களை இதுவரை என் அனுபவத்தில் மூன்று பேரிடம் கண்டேன். ஒன்று பாரதியார்; மற்றவர் ஸி. ஆர். தாஸ்; மூன்றாமவர் காட்டுப்புத்தூர் ஜமீன்தார் சிதம்பர ரெட்டியார். பின் சொன்ன இருவரும் பெரிய செல்வர்கள் என்பது பிரசித்தம். பாரதியாருக்குக் கிடைத்தது பெரும் புகழ்தான். அப்பொழுது பத்திரிகையில் அவருக்குக் கிடைத்த சம்பளம் நாற்பது ரூபாய்தான். அது அவருடைய செலவுக்குப் போதுமானதாக இருக்கவில்லை. பணக்கார நண்பர்களும் அவருக்குக் கிடையாது.

குடும்பமும் நண்பர்களும்

ஆகவே, அவர் தமக்குத் தெரிந்த காலேஜ் மாணவர்களிடமே உதவி பெறவேண்டியிருந்தது. பிறரிடம் வாங்கும் பணத்தைத் திருப்பித் தரப் பாரதியாருக்கு முடிவதில்லை. அதுபோலவே அவரிடம் பணம் பெற்றுப் போவோரிடம் அவர் திருப்பிக் கேட்கமாட்டார்.

குடும்ப நிர்வாகப் பொறுப்பில் பல தடவைகளிலும் அசட்டையாகவே இருந்துவிடுவார். "இன்று கடையிலிருந்து அரிசி வந்தால்தான் சாப்பாடு; இல்லாவிடில் பட்டினிதான்" என்று அவர் சொல்வதை நான் கேட்டிருக்கிறேன். அந்தச் சந்தர்ப்பங்களில் அரிசி முதலியவற்றை அன்பர்கள் இனாமாக வாங்கிக் கொடுத்ததுண்டு. ஓ. கந்தசாமிச் செட்டியார் என்பவர் பாரதியாரின் நண்பர். அவர் சென்னைக் கிறிஸ்தவக் கல்லூரியில் லெக்சரராக இருந்தார். ஸ்ரீ சக்கரைச் செட்டியார் பாரதியாரின் நெருங்கிய நண்பர். அவர் சென்னை மண்ணடியில் வசித்துவந்தார். அவரைப் பிரதி தினம் பாரதியார் சந்தித்துப் பேசுவது வழக்கம். இருவரும் ஆங்கிலத்திலேயே பேசிக்கொள்வார்கள்; அவர்கள் பேச்சு எனக்கு விளங்காது.

பாரதியார் போகுமிடமெல்லாம் என்னையும் அழைத்துச் செல்வார். கலாசாலைக் கூட்டத்தில் பாரதியார் அடிக்கடி பிரசங்கம் செய்வார். தேசிய கீதம் பாடுவதிலும், அதன் மூலம் உணர்ச்சி மிக்க கருத்துக்களை வெளியிடுவதிலும் அவர் நிகரற்று விளங்கினார்.

பொது வாழ்வில்

அக்காலத்தில் காங்கிரஸ் கூட்டங்கள் நடைபெறுவது மிக துர்லபம். ஸ்ரீ ஜி. சுப்பிரமணிய ஐயர் காங்கிரஸ்வாதியாக இருந்தார். அவர் திருவல்லிக்கேணிக் கடற்கரையிலும் ராயபுரம் கடற்கரையிலும் அபூர்வமாகக் கூட்டம் போடுவார். அநேகக் கூட்டங்களில் அவரே பேசுவார். பொது ஜனங்களிடையே காங்கிரஸ் பற்றிய ஊக்கம் மிகக் குறைவாக இருந்தது.

பாரதியாரின் அரசியல் நோக்கங்கள் நாளுக்கு நாள் தீவிரமடைந்து வந்தன. பொதுவாகப் பச்சையப்பன் கல்லூரி, பிரஸிடென்ஸி காலேஜ், கிறிஸ்தவக் கல்லூரி ஆகியவைகளின் மாணவர்களிடையே பாரதியாரின் செல்வாக்கு வளர்ந்து வந்தது.

உ.வே. சாமிநாதையர் தொடர்பு

அப்போதுதான் ஒரு சமயம் பிரஸிடென்ஸி காலேஜின் தமிழ்ப் பேராசிரியராக இருந்த உ.வே. சாமிநாதையருக்கு 'மஹாமஹோபாத்தியாய' விருதை அரசாங்கத்தார் அளித்தார்கள். அதைக் கொண்டாடி ஐயரவர்களைக் கௌரவிப்பதற்காகக் காலேஜ் மாணவர்கள் ஒரு கூட்டம் நடத்தினார்கள். கூட்ட நிர்வாகிகள் பாரதியாரிடம் வந்து விஷயத்தைச் சொல்லி, ஐயரவர்களின் பெருமைகளை விளக்கி இரு கவிகள் பாடவேண்டும்

என்றும், நேரில் கூட்டத்துக்கு வந்திருந்து கூட்டத்தை நடத்திக் கொடுக்க வேண்டும் என்றும் வேண்டிக்கொண்டார்கள்.

பாரதியாரும் சாமிநாதையரும் ஒரே ஊரில் வசித்த போதிலும் பரஸ்பரம் பரிச்சயம் கிடையாது. ஐயர் அவர்கள் பாரதியாரைப் பற்றி ஒன்றும் அறியார். பாரதி என்ற பெயரையே கேட்டதில்லை. கூட்ட நிர்வாகத்தினர் அழைப்புக்கிணங்கி பாரதியார் மூன்று பாக்கள் எழுதினார்.

நொந்த மனம்

பாரதியார் அந்தக் கூட்டத்துக்குச் சென்றார். கூட்டம் ஆரம்பமானதும் மூன்று பாக்களும் பாரதியாரால் பாடப் பெற்றன. பிறகு ஐயரவர்களைப் பற்றிப் புகழுரைகள் தொடங்கின. இச்சமயத்தில்தான், பாரதியாரின் நண்பர் ஒருவர் அவரிடம் தனியே ஏதோ சொல்லிக்கொண்டிருந்தார்.

பாரதியாரின் அந்த நண்பர் திருநெல்வேலி ஜில்லாவைச் சேர்ந்தவர்; சென்னையில் சட்டக் கல்லூரியில் படித்து வந்தார். பாரதியாருடன் மிகவும் பழகியவர். கூட்டத்தில், பாரதி கவி பாடி முடிந்தவுடனேயே, அவரிடம் வந்து, “அந்தப் பாக்கள் மூன்றுமே ஆபாசம்; சொல் குற்றம், பொருட்குற்றம் நிறைந்திருக்கிறது என்று சபையிலுள்ள பிரமுகர்கள் கருதுகிறார்கள்” என்று கூறினார்.

களங்கமற்ற மனத்தினரான பாரதியார் அந்த வார்த்தைகளை நம்பி மனந்தளர்ச்சியுற்றார். நொந்த மனத்துடன் யாரிடமும் சொல்லிக்கொள்ளாமல் வீட்டுக்குப் போய்விட்டார்.

ஐயரவர்களின் பாராட்டு

கூட்டம் முடிவடையும் சமயத்தில் ஐயரவர்கள் சபையில் எழுந்து நின்று பின்வருமாறு பேசினார்:

“இன்று சபையில் என்னைப் புகழ்ந்து முதலில் சில கவிகள் பாடப்பட்டன. சொற்சுவையும் பொருட்சுவையும் உவமை நயமும் மிக்க அக்கவிகளால் நான் மயங்கினேன். தயவுசெய்து அக்கவிகளை மற்றொரு தடவையும் சொல்லிக் கேட்க விரும்புகிறேன்” என்று நடுச் சபையில் பகிரங்கமாகக் கேட்டுக்கொண்டார்.

நிர்வாகிகள் சபையில் பாரதியாரைத் தேடினார்கள். பாரதியார் காணப்படவில்லை. கவிகள் பாடிய பாரதியைப் சபையில் காணவில்லை என்பதைச் சாமிநாதையரிடம் நிர்வாகிகள் வருத்தத்துடன் கூறினார்கள்.

ஐயரவர்கள் பாரதியாரின் பெயரை அப்பொழுது தான் முதல்முதலாகத் தெரிந்துகொண்டார். அந்த நாள் முதல் பாரதியாரிடம் ஐயரவர்களுக்கு அன்பும் மதிப்பும் ஏற்படலாயின.

கூட்டம் நடத்தியவர்கள் மறுநாள் காலை பாரதியாரைப் பார்த்து அவரைப் பற்றி ஐயரவர்கள் புகழ்ந்து கூறிய வார்த்தைகளை விவரித்துச் சொன்னார்கள். அப்போதுதான் பாரதியாரும் தமது நண்பரின் தவற்றை அறிந்து அவர் நடத்தைக்கு வருந்தினார்.

ஐயரின் அன்பும் ஆதரவும்

ஐயரவர்கள் மூலம் பாரதியாரின் தமிழ்ப் புலமை, கவித்திறமை பற்றிய கீர்த்தி தமிழ்ப் பண்டிதர்களிடையே பரவலாயிற்று. மித்திரன் ஆசிரியர் ஜி. சுப்பிரமணிய ஐயரையும் சந்தித்து பாரதியாரின் அருமையை விளக்கிச் சொல்லி, அவரிடம் அதிகப் பரிவு காட்டும்படியும் சாமிநாதையர் கேட்டுக்கொண்டார். அதையொட்டிப் பாரதியாருக்கு மாதம் பத்து ரூபாய் சம்பள உயர்வு கிடைத்தது.

ஐயரவர்கள் அத்துடன் மட்டுமின்றி, திருவாவடுதுறைப் பண்டார சந்நிதிகளைச் சந்தித்தபோது பாரதியாரைப் பற்றி வெகுவாகப் புகழ்ந்துரைத்தார். பண்டார சந்நிதிகளும் பாரதியாரைத் திருவாவடுதுறைக்கு அழைத்துவர, தக்கவர்களை அனுப்பினார். அவர்களும் சென்னை வந்து பாரதியாரிடம் சந்நிதானத்தின் அபிப்பிராயத்தைத் தெரிவித்தார்கள். ஆனால் பாரதியார் ஏதோ சாக்குபோக்குச் சொல்லி வந்தவர்களைத் திருப்பி அனுப்பிவிட்டார்.

அதைக் கேட்டு நான் மிகவும் வருந்தினேன். சந்நிதானத்தின் அன்பினால் பாரதியாரின் வறுமை அடியோடு நீங்கிவிடக் கூடும்; அதை அவர் ஏற்றுக்கொள்ளாதது பெருந்தவறு என்று எனக்குப் பட்டது. அதைப் பற்றிப் பாரதியாரை மிகவும் கடிந்து கொண்டேன்.

பாரதியின் மனோநிலை

"இலக்கண இலக்கியங்கள் நிறைய அறிந்தவர்களே அந்தச் சந்நிதானத்துக்குப் போகக்கூடும்; நான் அதற்கு லாயக்கில்லை" என்று பாரதியார் என்னிடம் வெளிப்படையாகக் கூறிவிட்டார். அப்பொழுதுதான் நான் பாரதியாரின் உண்மை மனோநிலையை அறிந்தேன்.

எஸ். நாராயண அய்யங்கார்

தமிழ்க் கவி என்ற பெயரில் பாரதியாரின் புகழ் வெளியூர் களிலும் பரவிற்று. தேசிய வாழ்விலும் அவர் நிலை நாளுக்கு நாள் உயர்ந்து வந்தது.

விபின சந்திர பாலருடன்

அந்த நாளில் கல்கத்தாவிலிருந்து வெளிவந்த *வந்தே மாதரம்* என்ற ஆங்கிலத் தினசரி தேசிய உணர்ச்சியைப் பல கட்டுரைகள் மூலம் மூட்டி வந்தது. விபின சந்திர பாலரின் கட்டுரைகள் அதில் வந்தன. அவரது பெயர் நாடெங்கும் பரவிற்று. அவருடன் பாரதியார் கடிதப் போக்குவரத்து நடத்தினார். பிரசங்கம் செய்யும் பொருட்டுச் சென்னைக்கு வருமாறும் அழைப்பு விடுத்தார். அந்த அழைப்பை விபின சந்திர பாலரும் ஏற்றுக்கொண்டார்.

கல்லூரி மாணவரிடையே பாரதியாருக்குச் செல்வாக்கு மிகுந்திருந்ததால் அவர்களிடமிருந்து சிறுதொகைகளை வசூலித்துப் பாலரின் வரவேற்புக்கு ஏற்பாடுகள் செய்தார்.

பாலருக்கு வரவேற்பு

குறித்த நாளில் பிற்பகல் இரண்டு மணிக்கு ரயிலில் ஸ்ரீ பாலர் பேஸின் பிரிட்ஜ் ஸ்டேஷன் வந்துவிட்டார். பாரதியார் அங்கே சென்று அவரை ஸ்டேஷனில் வரவேற்று இரண்டு குதிரை பூட்டிய கோச்சு வண்டியில் ஊர்வலமாக அழைத்து வந்தார். தம்புச் செட்டித் தெருக் கோடியில் வந்தபோது ஊர்வலக் கூட்டம் பெருகிவிட்டது. பல இடங்களில் ஸ்ரீ பாலருக்கு மாணவர்கள் உபசாரப் பத்திரங்கள் வாசித்தளித்தார்கள்.

கடற்கரைப் பிரசங்கங்கள்

சில நாள் திருவல்லிக்கேணிக் கடற்கரையில் தினமும் ஸ்ரீ விபின சந்திர பாலரின் பிரசங்கங்கள் நடைபெற்றன. தினமும் தலைமை வகிப்பதற்குப் பிரமுகர்களைத் தேடிப் பிடிப்பது கடினமாக இருந்தது. ஜி. சுப்பிரமணிய ஐயர் ஒருநாள் தலைமை வகித்தார். மயிலாப்பூர் பிரபல வக்கீல்கள், பிரமுகர்கள் தலைமை வகிக்க மறுத்துவிட்டார்கள். விபின சந்திர பாலரின் பிரசங்கங்களில் தீவிரவாதம் நிறைந்திருந்ததுதான் காரணம். தீவிர தேசிய உணர்ச்சி நாளுக்குநாள் மக்களிடையே பரவலாயிற்று. சில நாள் தலைவர் இல்லாமலே பொதுக்கூட்டங்கள் நடந்தன. இக்காலத்தில்தான் பாரதியாரின் பெருமை பொதுமக்களிடையே பரவ ஆரம்பித்தது. பாலரின் நாலைந்து பிரசங்கங்களுக்குப் பின்னர் ஒரு வதந்தி

கிளம்பிற்று. ராஜதுவேஷத்துக்காகச் சென்னை சர்க்கார் பாலரைக் கைது செய்யப்போவதாக எங்கும் பேசிக்கொண்டனர்.

வதந்தியும் பரிகாரமும்

சர்க்கார் ஆபீஸ் ஏழை குமாஸ்தாக்கள் பாரதியாரின் நண்பர்கள். ஆகவே சில ரகசியத் தகவல்கள் அவர்கள் மூலம் பாரதியாருக்குத் தெரிந்துவிடுவதுண்டு. பாரதியார் விபின சந்திர பாலரைக் கல்கத்தாவுக்கு அனுப்பி வைத்தார்.

அதுமுதல் சென்னையில் பாரதியாரின் புகழும் தேசீய வாதமும் தீவிரமடைந்தன.

தீவிரத்தின் போக்கு

"வெள்ளையர்களை ஒழித்தால் அன்றித் தேசத்துக்கு விடுதலை கிட்டாது" என்ற முடிவுக்கு வந்துவிட்டார் பாரதியார். அவ்வழியில் சிந்தை செலுத்தினார். பேச்சிலும் செய்கையிலும் அதற்கிணங்க நடந்துகொண்டார். சூரத்தில் அப்பொழுது காங்கிரஸ் நடைபெற்றது. பாரதியாரும் பாலரும் காங்கிரஸுக்குப் போவதாகத் தீர்மானித்துக் குறிப்பிட்ட தினத்தில் பாரதி கல்கத்தா பிரயாணமானார். அங்கிருந்து பாலருடனேயே சூரத்துக்குச் சென்றார். சுரேந்திரநாத் பானர்ஜி கோஷ்டியாருக்கும் திலகர் கோஷ்டியாருக்கும் வேற்றுமை காரணமாகக் காங்கிரஸ் முறிந்தது. பாரதியார் சென்னை வந்து சேர்ந்தார்.

பிரயாண விவரங்களைப் பற்றி நான் கேட்டேன். கல்கத்தாவில் பாலர் வீட்டில் தங்கியதாகவும், அங்கேயே சாப்பிட்டதாகவும் கூறினார். உடனேயே சூரத் பற்றி விளக்கிப் பேசுவதற்கு ஒரு கூட்டத்துக்கும் ஏற்பாடு செய்தார். அவ்வாறே விளக்கிப் பேசினார். அதுமுதலே பாரதியாரின் போக்கில் பெரிய மாறுதல் ஏற்பட்டுவிட்டது.

அவர் தாம் வீட்டில் அனுஷ்டித்து வந்த பழைய வழக்கங்கள் சிலவற்றை அறவே விட்டுவிட்டார். ராஜீய நோக்கங்களும் தீவிரமடைந்து வெள்ளையர்களை ஒழிப்பதிலேயே நாட்டங் கொண்டார். அதற்கான உபாயங்களில் முனைந்தார்.

இதற்கிடையில் விபின சந்திர பாலருக்கு ராஜதுவேஷக் குற்றத்துக்காக ஆறுமாதச் சிறைவாசம் கிட்டியது. சிறைவாசம் முடிவடைந்து அவர் விடுதலையானதைப் பாராட்ட பாரதியார் சென்னையில் ஏற்பாடு செய்தார்.

தடையும் மீறலும்

சென்னை போலீஸ் கமிஷனர் அந்தக் கொண்டாட்டத்தைத் தடுக்க நினைத்து, "நகரில் நான்கு பேர்களுக்குமேல் சேர்ந்து தெருவில் செல்லக்கூடாது" என்று தடை உத்தரவு பிறப்பித்தார்.

அந்தத் தடை உத்தரவை மீறுவதென்றும் கடற்கரையில் பொதுக்கூட்டம் நடத்தியே தீருவதென்றும் பாரதியார் தீர்மானித்தார். ஆனால் தம் கருத்தை அவர் பகிரங்கப்படுத்தாமல் ரகசியமாகத் திட்டமிட்டு நண்பர்களிடம் மட்டும் வெளியிட்டார். சகலமும் ரகசியமாகவே நடைபெற்றன.

திட்டமிடப்பட்ட அன்று மாலை திருவல்லிக்கேணிக் கடற்கரைக்கு ஒரு பர்லாங்கு தூரத்தில் பாரதியாரின் நண்பர்கள் எல்லாரும் ஒன்று கூடினார்கள். அக்கூட்டத்தில் நானும் கலந்து கொண்டேன். திட்டம் நிறைவேறுவது பற்றி ஒரு பக்கம் மகிழ்ச்சி; போலீஸ் நடவடிக்கையைப் பற்றிய பயம் ஒரு பக்கம். நாங்கள் கூடிய ஐந்து நிமிடத்தில் ஒரு பாண்டுவாத்தியக் கோஷ்டியும் எங்களுடன் கலந்துகொண்டது. எங்கும் அமைதி நிலவியது. பீதிக்கும் கலவரத்துக்கும் குறைவில்லை. திடீரென்று பாண்டு வாத்தியம் முழங்க ஆரம்பித்தது. கூட்டம் கடற்கரை நோக்கி நகர்ந்தது. பாரதியார் முகத்தில் மட்டும் சற்றும் கலவரம் இல்லை.

'ஐயோ வெடிகுண்டு!'

குறிப்பிட்ட தூரம் வரை சென்றவுடன் பாரதியார் என்னிடம் நெருங்கி வந்து ஒரு மனிதனைச் சுட்டிக்காட்டி, "இவரை உனக்குத் தெரியுமா?" என்று கேட்டார். அந்தக் கனவான் சுமார் இருபத்தைந்து வயதினராகத் தோன்றினார். சாதாரண ஆடையுடுத்தி ஒரு சட்டையும் அணிந்திருந்தார். வசீகரமான தோற்றம். அவரை எனக்குத் தெரியாதென்றேன். பாரதியார் சிரித்துக்கொண்டே, "இவர் ஒரு வங்காளி வாலிபர். அவர் கையில் இரண்டு வெடிகுண்டு இப்பொழுது தயாராக வைத்திருக்கிறார். என்னைப் போலீசாரோ அல்லது மற்ற அதிகாரிகளோ கைது செய்தாலும் அல்லது கெட்ட நோக்கத்தோடு நெருங்கினாலும் அவர்கள் இந்த வெடிகுண்டுக்கு இரை. வெடி வீசுவதில் இவர் சமர்த்தர். வேண்டுமென்றே கல்கத்தாவிலிருந்து இவரை வரவழைத்திருக்கிறேன். வெடி தயாரிப்பதிலும் நிபுணர்" என்று கூறினார்.

இதைக் கேட்ட எனக்கு உடல் நடுக்கம் கண்டது. ஒரு பக்கம் போலீஸ், ஒரு பக்கம் வெடிகுண்டு, இரண்டு வகையிலும்

ஆபத்தாயிருக்கிறதே என்று அஞ்சினேன். மெதுவாக ஜனக் கூட்டத்தின் நடுவிலிருந்து விலகிச் சற்று ஓரமாகவே போனேன்.

பாரதியார் பிரசங்கம்

கடற்கரையை அடைந்ததும் பாண்டுவாத்தியக் கோஷ்டியினர் போய்விட்டனர். கூட்டத்தின் நடுவில் நின்று பாரதியார் பேசத் தொடங்கினார். வார்த்தைகள் காரசாரமாக உதிர்ந்தன.

"நம் தலைவர்களை நாம் கொண்டாட யத்தனம் செய்தால் போலீஸ் கமிஷனர் தடையுத்தரவு போடுகிறார். இந்தக் கம்மண்டாட்டி தடை உத்தரவு போடுவதற்கு யார்? இப்படிப் பட்ட உத்தரவுகளுக்கு நாம் ஒருபொழுதும் பணிய மாட்டோம். இந்த அநீதியான கார்யங்கள் ராஜாங்கத்துக்கு அழிவுகாலம் சமீபித்துவிட்டது என்பதைக் காட்டுகின்றன" என்று நான்கு நிமிஷங்கள் பேசிக் கூட்டத்தைக் கலைத்தார்.

ஜனத்திரளில் வீராவேசம் மிகுந்திருந்தது. போலீஸார் தலையிடவில்லை. தவிர, போலீஸாரே அப்பிரதேசத்தில் காணப்படவில்லை. அசம்பாவிதம் ஒன்றுமின்றி ஜனங்கள் வீடுபோய்ச் சேர்ந்தார்கள்.

விபின சந்திர பாலருடன் தொடர்பு வளரவளர, பாரதியார் தம் முன்னோர் ஆசாரத்தை அடியோடு கைவிட்டார். ஜாதி சமத்துவத்தை விரும்பினார். இந்தியாவின் விடுதலைக்கு வெள்ளையனை ஒழிப்பதே வழி என்பதைத் தீவிரமாக வற்புறுத்தினார். அதற்காக வெடி தயாரிப்பது என்ற முடிவுக்கும் வந்துவிட்டார். லோகமானிய திலகரும் இவ்வழியையே ஆதரித்ததாகவும் சொல்லப்பட்டது.

சில கைதேர்ந்த வங்காளி வாலிபர்களின் துணைகொண்டு சென்னையிலேயே வெடிகுண்டு தயாரிப்பது என்று முடிவு செய்தார். விபின சந்திர பாலரும் அவருக்கு இதில் ஒத்துழைத்தார்.

ரகசியச் சங்கம்

திருவல்லிக்கேணிக் கடற்கரைக்குப் போகும் ரஸ்தாவின் இடதுபுறம் சற்றுத் தூரத்தில் காம்பவுண்டு இல்லாத ஒரு பழைய பங்களா இருந்தது. ரஸ்தாவில் போவோர் சற்று உற்றுப் பார்த்தால்தான் பங்களா தெரியும். வெகுநாளாக யாரும் குடியிராமல் பாழடைந்திருந்த அந்த வீட்டில் உபயோகமற்ற சில சாமான்கள் மட்டும் ஒரு பக்கம் அடைக்கப்பட்டிருந்தன.

எஸ். நாராயண அய்யங்கார்

அந்த இடத்தைத் தேர்ந்தெடுத்து ஒரு ரகசியச் சங்கம் கூட்டினார். அச்சங்கத்துக்குப் பெயர் கிடையாது. எந்தவிதமான விளம்பரமும் இல்லை. சங்க அங்கத்தினரே முன்பின் ஒருவரையொருவர் அறியார்; ஒருவர் விலாசம் மற்றவருக்குத் தெரியாது. குறித்த நேரத்தில் கூட்டம் கூடும். ஒரு சிறிய நோட்டுப் புத்தகத்தில் அங்கத்தினர் பெயர் மட்டும் குறித்திருக்கும். கூட்டங்களில் தீர்மானம் செய்யப்பட்டு அறிவிக்கப்படும். அவை எழுதப்பட மாட்டா. இவ்விதம் ஒவ்வொரு வாரமும் ரகசியக் கூட்டங்கள் நடைபெறும். இந்த ரகசியக் கூட்டங்களில் பாரதியார் மனம்விட்டுப் பேசுவார்.

"ஐம்பதினாயிரம் பேர்களுக்கு வெடிகுண்டு தயாரிப்பதையும், வெடி வீசுவதையும் பழக்கிவிட்டால் இந்தியாவிலுள்ள வெள்ளையர் அனைவரையும் ஒழித்துவிடலாம்" என்பது அந்த ரகசியக் கூட்டத்தின் திட்டம். இத்திட்டத்தை நிறைவேற்றப் பொது ஜனங்களிடையே உணர்ச்சி வேகத்தைத் தூண்ட வேண்டும் என்று பாரதியார் முனைந்தார். வெடிகுண்டு தயாரிப்பு நடவடிக்கைகளை மேற்கொள்ளச் சகல அதிகாரமும் பாரதியாருக்குக் கொடுப்பது என்று சங்கத்தில் ஒப்புக்கொள்ளப்பட்டது.

சிவாவின் வீராவேசம்

இச்சங்கக் கூட்டம் ஒன்றில் அக்காலத்தில் பிரசித்திபெற்ற சுப்பிரமணிய சிவா என்பவர் பேசினார். "சர்க்காரின் அடக்குமுறைக்கு நான் பயப்படவில்லை. சிறைவாசத்துக்குத் தயங்கவில்லை. நான் ஏற்கெனவே சாமியாராக இருந்து தலை மொட்டையாக இருப்பதால் சர்க்காருக்கு அந்தச் செலவுகூட லாபம்தான். தூக்குமேடையில் தொங்க நான் தயார். ஒவ்வொரு தேசீயவாதியும் இவ்விதமே இருக்க வேண்டும்" என்று அவர் வீராவேசமாகப் பேசினார். அன்று அப்பேச்சு என்னைப் பெரிதும் கவர்ந்தது.

பத்திரிகை விளம்பரம்

அந்தக் காலத்தில்தான் ஒரு நாள் சென்னை *ஹிந்து* பத்திரிகையில் ஒரு விளம்பரத்தைப் படித்தேன். மயிலாப்பூரில் ஒரு குறிப்பிட்ட வீட்டில் ஒரு கனவான் இருப்பதாகவும், அவர் சோப்பு, மெழுகுவத்தி போன்ற கைத்தொழில் நிபுணர் என்றும், விருப்பமுள்ளவர்கள் செலவின்றி அவரிடம் அத்தொழில் பற்றித் தெரிந்துகொள்ளலாம் என்றும் அந்த விளம்பரம் கூறியது. என் தகப்பனார் இந்த விளம்பரத்தைப் பார்த்துவிட்டு எனக்குத்

தகவல் தராமலே சென்னை வந்து, விளம்பரத்தில் குறிப்பிட்ட இடத்துக்குப் போய் அந்தத் தொழிலைப் பற்றி விசாரிக்கச் சொன்னார்.

அப்போது நான் முத்தியாலுப்பேட்டை ஹைஸ்கூலுக்குச் சமீபத்தில் வசித்துவந்தேன். மயிலாப்பூரில் விசாரிக்க அந்த வீட்டுக்குப் போனேன். அந்த வீட்டு நெம்பர் இப்போது எனக்கு ஞாபகம் இல்லை. *ஹிந்து* தினசரியில் விளம்பரத்தைப் பார்த்தால் தெரியலாம். அங்கே தமிழ் தெரியாத ஒருவர் வந்து நான் வந்த காரியத்தைக் கேட்டார். நானும் சொன்னேன். அந்தக் கனவான் மாலை ஏழு மணிக்குத்தான் வருவார் என்று அவர் கூறினார். அவ்விதமே நான் அன்று மாலை என் தகப்பனாருடன் ஏழு மணிக்கு மயிலாப்பூர் சென்றேன்.

'அந்தக் கனவான்'

அந்தக் கனவான் வசித்துவந்த வீட்டின் வீதித் திண்ணை குறுகலானது. கடப்பைக் கல்லால் கட்டப்பட்டது. நான் காலையில் சந்தித்தவர் எங்களை உட்காரச் சொன்னார். உள்ளே சென்று ஒரு வயோதிகரை அழைத்து வந்தார். வீட்டிற்குள்ளிருந்து நடந்து வரும்போது அவர் கொஞ்சம் நிதானமாகவே வந்தார். தலையில் மஹாராஷ்டிரர் அணிவதுபோல் ஒரு முண்டாசு கட்டியிருந்தார். சாதாரணமான நிஜாரும் வெளுப்பான சட்டையும் அணிந்திருந்தார். கால்களில் சடா போட்டிருந்தார். எங்கள் பக்கத்திலேயே ஒரு திண்ணையில் அவரும் உட்கார்ந்தார். தெரு வெளிச்சம் தவிர வேறு வெளிச்சம் இல்லை. சரீரம் மெலிந்து சுமாரான உயரத்துடன் காணப்பட்டார். அந்த இருட்டு நேரத்தில் வேறொன்றும் தெளிவாகத் தெரியவில்லை. அவர் ஆங்கிலத்திலேயே பேசினார். சற்று உரத்த குரலில் பேசியிருக்கலாம். ஆனால் அவர் மெல்லிய குரலிலேயே பேசினார். நிதானமாகப் பேசினார். சோப்பு, மெழுகுத் தொழிலைப் பற்றித்தான் அவர் பேசினார். ஆனால் திட்டவட்டமாகப் பேசவில்லை. அந்தக் கைத்தொழிலைப் பற்றி அவர் சொல்லிக்கொடுப்பார் என்று எங்களுக்குத் தோன்றவில்லை. விளம்பரம் செய்து பிறரை ஏமாற்றப் பார்க்கும் யாரோ வடதேசத்தவர் என்று கருதி வீட்டுக்குத் திரும்பிவிட்டோம்.

'அவர்தான் நானா சாஹிப்'

இதற்குப் பிறகு பாரதியாரை நான் சந்தித்தபோது இந்த விளம்பர ஆசாமியைப் பற்றிச் சொன்னேன். அதைக் கேட்டுச்

சிரித்துவிட்டு, பாரதியார், "என்னிடம் ஏன் சொல்லாமல் மயிலாப்பூர் போனீர்? அந்தக் கனவான் யார் தெரியுமா? அவர் சோப்பும் மெழுகுவத்தியும் கற்றுக்கொடுக்கவா வந்தார்? அவருக்கு அவைகளைப் பற்றி என்ன தெரியும்? வெடிகுண்டைப் பற்றிக் கேட்டிருந்தால் அவர் விவரமாகச் சொல்லுவார்" என்றார்.

எனக்கு வியப்பாக இருந்தது. ரகசியமாக அந்தக் கனவானைப் பற்றி பாரதியாரிடம் கேட்டேன்.

அவர்தான் நானா சாஹிப் என்றும், சர்க்காரிடம் பிடிபடாமலிருக்கத் தலைமறைவாயிருக்கிறார் என்றும் சொன்னார்.

நானா சாஹிபை ஒரு தடவையாவது பகலில் சந்திக்க வேண்டும் என்ற விருப்பம் ஏற்பட்டது.

பாரதியாரும் அவரிடம் என்னை அழைத்துப்போவதாக வாக்களித்தார். இரண்டு நாள் கழித்து அதுபற்றிப் பாரதியாரிடம் ஞாபகப்படுத்தியபோது நானா சாஹிப் ஊரைவிட்டுத் திடீரென்று மறைந்துவிட்டதாகவும், போலீசார் தம்மைத் தொடர்வதாக நானா சாஹிபின் மனதில் பட்டுவிட்டதுதான் காரணமென்றும் கூறி, பிறகு வேறு ஒரு சமயம் அவரைச் சந்திக்க ஏற்பாடு செய்வதாகச் சொன்னார். எனக்கு மிகுந்த ஏமாற்றம் ஏற்பட்டது.

ஐயங்கார் நண்பர்

திருவல்லிக்கேணியில் இருந்த ஒரு ஐயங்கார் பாரதியாருக்கு நண்பரானார். ஐயங்காரின் பொருளுதவியால் *இந்தியா* என்ற ஒரு வாரப் பத்திரிகையை நடத்த ஏற்பாடு செய்யப்பட்டது. அதற்கு ஆசிரியராகப் பாரதி அமர்ந்தார். மாதம் ஐம்பது ரூபாய் சம்பளம். பாரதியார் புதிய உத்தியோகத்தில் அமர்ந்தது எனக்குத் தெரியாது. மித்திரனில் ஏன் வியாசம் எழுதவில்லை என்று அவரைச் சந்தித்துக் கேட்டபோது அவர் ஆச்சரியமடைந்தார்.

"வியாசம் எழுதப்படவில்லை என்பதை எவ்விதம் கண்டுபிடித்தீர்?" என்று என்னைக் கேட்டார். அவருடைய தமிழ் நடை அந்தப் பத்திரிகையில் காணப்படாததால் கண்டுபிடித்ததாகச் சொன்னேன். பிறகு அவர் இரண்டு பத்திரிகையிலும் உத்தியோகம் பார்த்து வந்தார். அதற்குப் பிறகு மாதம் நூறு ரூபாய் பெற்றுக் கொண்டு *இந்தியா* பத்திரிகையில் மட்டுமே முழுக் கவனம் செலுத்த ஆரம்பித்தார்.

மித்திரனைப் பாரதியார் விட்டுவிட்டது உ.வே. சாமிநாதையருக்குத் தெரியவந்தபோது அவர் ஜி. சுப்பிரமணிய

ஐயரிடம் சென்று கடுமையாகக் கோபித்துக்கொண்டார். பாரதியாரை விலக்கியது சரியல்ல என்றும், அத்தகைய புலவர் கிடைப்பது அரிது என்றும் ஜி. சுப்பிரமணிய ஐயரிடம் எடுத்துச் சொன்னார். பாரதியாரைத் தாம் விலக்கவில்லை என்றும், எவ்வளவு சொல்லியும் பாரதியார் தாமே பிடிவாதமாக விலகிவிட்டார் என்றும், அவரைப் பதவியில் வைத்துக்கொள்ள எப்பொழுதும் தயார் என்றும் ஜி. சுப்பிரமணிய ஐயர் சொன்னார். சாமிநாதையரைச் சாந்தப்படுத்துவதற்குள் அவருக்குப் போதும் போதுமென்றாகிவிட்டது.

இந்தியா பத்திரிகை

பாரதியார் *மித்திர*னை விட்டு விலகியது பற்றி எனக்கு வருத்தம்தான். இதுபற்றி அவரைக் கடிந்துகொண்டேன். மீண்டும் அந்தப் பத்திரிகையிலேயே சேர வேண்டும் என்றும் கூறினேன். பாரதியார் இசையவில்லை. *இந்தியா* பத்திரிகை பிரபலமாயிற்று. அதன் தீவிரத்தைக் கண்டு ஜி. சுப்பிரமணிய ஐயர் திகிலடைய ஆரம்பித்தார். பாரதியாரின் பிரசங்கத்தை அவர் கேட்டபோது பாரதியாருக்கு ராஜாங்க தண்டனை நிச்சயம் என்றும் தீர்மானித்தார்.

இந்தியா பத்திரிகையில் வரும் கட்டுரைகளைக் கண்டு சென்னை அரசாங்கத்தார் கலவரமடைந்தார்கள். ஆசிரியர், சொந்தக்காரர் உட்பட அப்பத்திரிகை மீது நடவடிக்கை எடுக்கத் தீர்மானித்தனர். இந்த ரகசியம் பாரதிக்குத் தெரிந்தது. அடக்குமுறைக்கு ஆளாவதைவிடச் சென்னையை விட்டு வெளியேறுவது மேல் என்று உடனே புதுச்சேரிக்குப் போனார். அங்கு *இந்தியா* முன்போலவே நடந்தது. அவரைச் சந்திக்கப் புதுச்சேரிக்கு நான்கு தடவை போயிருக்கிறேன்.

புதுச்சேரியில்

அவரைச் சந்தித்த காலத்தில் 'சிலப்பதிகாரம்' படித்து விளக்கினார். அது மறக்கக்கூடியதல்ல. சோழவந்தான் அரசன் ஷண்முகனார், ராமநாதபுரம் வித்வான் மு. ராகவையங்கார், மதுரைச் சங்க வித்வான் திரு. நாராயண அய்யங்கார், மஹாமஹோபாத்தியாய சாமிநாதைய்யர் முதலிய பெரியோர்களிடமும் தமிழ்ப் பாடம் படிக்கக் கேட்டிருக்கிறேன். ஆனால் பாரதியார் பாடல்களைப் படிக்கும்போது ஏற்பட்ட இன்பம் வேறு எங்கும் நான் அடையவில்லை.

இந்தியா பத்திரிகை வரவர மங்கலாயிற்று. புதுச்சேரியில் பாரதியார் அரசியல் துறை ஒன்றிலும் ஈடுபடவில்லை. சிலகாலம்

எஸ். நாராயண அய்யங்கார்

மனைவியுடன் இருந்தார். அவரை ஆதரிப்பார் இல்லை. வறுமை மிகுந்தது.

மீண்டும் சென்னையில்

அந்நிலையில் அவர் புதுவையைவிட்டு வெளியேறினார். பிறகு சென்னை வந்து *மித்திரனில்* சேர்ந்தார். அவரை அப்போதும் வறுமை மிகவும் பாதித்தது. பணம் தேடுவது அவசியமாயிற்று. விவேகானந்தர் எழுதிய புத்தகங்களை அவர் நன்கு படித்திருந்ததால் வேதாந்த உபந்யாஸங்கள் மூலம் பணம் திரட்ட முயன்றார். இரண்டோர் உபந்யாஸங்கள் நடைபெற்றன. ஆனால் பணம் கொடுத்துக் கேட்பார் இல்லை.

அபினி வேகத்தால் நல்ல நினைவின்றி ஒரு நாள் யானையின் வசமானார். அந்தத் தாக்குதல் முதற்கொண்டு அவர் நோயுற்றுக் காலமானார். அவர் ஜீவித காலத்தில் தமிழ்நாடு தன் கடமையைச் செய்யவில்லை. அவர் காலமான பிறகு விழித்துக்கொண்டு தன் கடமையைச் செய்கிறது.

5

எம்.எஸ். சுப்பிரமணிய ஐயர்

பாரதியின் விலை

எம்.எஸ். சுப்பிரமணிய ஐயர் பழம்பெரும் எழுத்தாளர், பத்திரிகையாளர், தேசபக்தர். 1921இல் பாரதியாருடன் சுதேசமித்திரனில் வேலை செய்தவர்.

வேலூர் வேந்தனொருவன் ஒரு சமயம் அப்பய்ய தீட்சிதருக்குக் கனகாபிஷேகம் செய்தான். கம்பரின் கூரை வீட்டை நெல்கதிர்களால் வேய்ந்தான் சடையப்ப வள்ளல். போஜ மகாராஜனோ அட்சரத் துக்கு ஓர் இலட்சம் பொன் கொடுத்தான்.

தேசிய கவிராஜ சிங்கமான சுப்பிரமணிய பாரதியாருக்கு அவ்விதம் விலை பேசிய நிகழ்ச்சி ஒன்று சென்னை தம்பு செட்டித் தெருவில் நடந்தது. அத்தெருவில் முன்னர் கணேஷ் கம்பெனி இருந்தது. முதல்தரமான அரசியல் புத்தகங்களை வெளியிட்ட நூலகம் அது.

இனாமன்று

அதன் உரிமையாளரான ராமசேஷ ஐயர் தமது தோழர்களுடன் பேசி இருந்த சமயம் தலையில் முண்டாசும் உடம்பிலே கறுப்புச் சட்டையும் தரித்து பாரதியார் விரைந்து வந்தார். அந்நூலகத்துக்கு வந்தவர், "ராமசேஷ ஐயர்! ஒரு லட்சம் ரூபாய் வேண்டும்" என்று பரபரப்புடன் கேட்டார்.

ராமசேஷ ஐயரின் நேசர்கள் அதுகேட்டுத் திகைத்தனர். சிறிது நேரத்திற்கெல்லாம், "நான்

இனாம் கேட்கவில்லை. பிச்சையும் புகமாட்டேன். 'வந்தே மாதரம்' என்னும் பாடல்களுக்கு விலையாகவே லட்சம் ரூபாய் கேட்கிறேன்" என்றார் பாரதியார்.

ஐயரின் நண்பர்கள் அதுகேட்டுத் திடுக்கிட்டனர். "வந்தே மாதரப் பாடல்களுக்கா லட்சம் ரூபாய்?" என்று பரிகசிப்பது போல் அவர்களின் முகம் தோற்றம் அளித்தது. "பாரதியாரே! உட்காரும்" என்றார் அந்த ராமசேஷ ஐயர். பாரதியும் உட்கார்ந்தார்.

"என்ன செய்வேன்"

"யார் இது? பைத்தியம் போலும்! ஐந்தாறு பாடலுக்கு ஒரு லட்சம் ரூபாயாமே!" என்றார் ஒருவர். "பாரதியாரையே விற்றாலும் லட்சம் ரூபாய் கிடைக்காதே!" என்றார் இன்னொருவர். தமது மீசையை ஒதுக்கி முறுக்கியவண்ணம் அவர்களை ஏறிட்டுப் பார்த்தார் பாரதியார்.

தர்மசங்கடத்தில் அகப்பட்டுக்கொண்டார் ஐயர்.

தமது நேசருக்கு என்ன பதில் சொல்வது என்று அவருக்குச் சிந்தனை பிறந்தது. பாரதியாருக்குக் கோபம் வந்துவிடக்கூடாதே என்ற சிந்தாகுலமும் பிறந்தது. உடனே பாரதியை நோக்கி உரைப்பார்:

"பாரதி, என்னிடம் இப்போது லட்சம் ரூபாய் இல்லை. இங்குள்ள நூல்களை எல்லாம் விற்றாலும் லட்சம் ரூபாய் சேராது. என்ன செய்வேன்? மன்னிக்க வேணும். உம் பாசுரங்களின் பெருமையை மதித்துணர்ந்து பரிசளிக்கவல்ல வள்ளல்கள் இல்லையே என்பதுதான் எனது துக்கம்."

இவ்விதம் ராமசேஷ ஐயர் சொன்னவுடனே, "உம்மிடம் இருந்தால் ஒரு லட்சம் கொடுப்பீரோ? அது பாட்டின் விலையா? பாரதியின் விலையா?" என்று இளக்காரமாகக் கேட்டார் ஒருவர். இதற்குள் பரிசாரகன் வந்து ஒரு டம்ளர் காபியைப் பாரதியிடம் பயபக்தி விசுவாசத்துடன் நீட்டினான். பாரதியும் வாங்கிக் குடித்தார்.

பின்பு, "'வந்தே மாதரம்' என்னும் பாடலின் விலை இப்போது தெரியாது. போகப்போகத் தெரியும். அதனைப் பாடக் கேட்டால் எல்லாரும் பரவசம் அடைவர். தேசத்திலேயே புதிய உணர்ச்சி உதிக்கும். எனவே, ஒரு லட்சம் ரூபாயா, எத்தனையோ லட்சம் கொடுக்கலாமே!" என்று ராமசேஷ ஐயர் சொல்லியதுதான் தாமதம்.

காலில் விழுந்தது . . .

தமது திரண்டு நீண்ட மீசையை முறுக்கிவிட்டு எழுந்து நின்று, "வந்தே மாதரம் என்போம், எங்கள் மாநிலத் தாயை வணங்குதும் என்போம்" என்று பாரதியார் பாடத் தொடங்கிவிட்டார். இளக்காரமாகப் பேசியவர் அயர்ந்து போனார்; மெய்ம்மறந்தார்.

அவ்வளவுதானோ? அப்பேர்வழி எழுந்து கீழே விழுந்து, பாரதியாருக்குச் சாஷ்டாங்கத் தண்டனிட்டார்.

"அடியேனை மன்னிக்க வேண்டும்" என்றும் வேண்டிக் கொண்டார். உடனே அப்பேர்வழியை நோக்கி, "உம்மை ஒரு கணத்தில் பரவசமாக்கிய இப்பாடலுக்கு என்ன விலை கொடுக்கலாம்? நீரே சொல்லும்" என்றுரைத்தார் ஐயர்.

"கற்பூர வாசனையை அறியக்கூடியவரே அறிவர். பாட்டையே விலை மதிக்க முடியாது என்றால் பாரதியின் விலையை மதிக்க யாரால் ஆகும்?" என்று ராமசேஷ ஐயர் சொல்லுகையில், "போய் வருகிறேன்" என்று அவரிடம் விடைகொண்டு சென்றார் பாரதியார்.

மகாத்மா காந்தியின் ஒத்துழையாமைப் போர் நடந்த காலத்திலே வந்தே மாதரப் பாடல் பாடப்படாத கூட்டம் உண்டோ? அது கேட்டு ஆவேசம் அடையாத மக்கள்தாம் உண்டோ? அவ்விளைவுகளை எண்ணிப் பார்க்கையில் அப்பாடல்களுக்கு இவ்வளவுதான் விலை என்று யாரே துணிந்து கூற முடியும்?

சமய சந்தர்ப்பம்

காளமேகப் புலவர் சமய சந்தர்ப்பத்துக்கு ஏற்பவும், கண்ணால் கண்ட நிகழ்ச்சிகளைத் தழுவியும் பற்பல பாடல்கள் சுவைப்படப் பாடியுள்ளார். பாரதியாரின் பாடல்களில் பலவும் சமய சந்தர்ப்பத்தைத் தழுவியே எழுந்தவை. அப்பாடல்களுக்குத் தோற்றுவாய் எழுதினால் பாடலைப் படிப்போருக்குச் சுவை அதிகரிக்கும்.

முன்னம் நம்மவர் இங்கே பிழைப்பின்றி ஒப்பந்தத்தின் மீது பிஜித் தீவு சென்று படாதபாடு பட்டனர். அந்த ஒப்பந்தக்கூலி முறையை உடைத்தெறிய இத்தேசத்திலே பெருங் கிளர்ச்சி நடந்தது. அதற்கு மக்களின் மனத்தை ஈர்க்கும்படியான இனிய கவிகளை ஆங்கிலத்தில் பாடினார் கவியரசி சரோஜினி தேவி.

ஒப்பந்தக் கூலி முறை ஒழிப்பில் அரும்பாடுபட்ட சி.எஃப். ஆண்ட்ரூஸ் என்னும் ஆங்கிலப் பெருமகனார் அந்த ஆங்கிலக்

கவிகளைத் தமிழில் பெயர்க்க வேண்டி வேண்டுகோள் விடுத்தார். தமிழில் புலவர் எவரும் அந்த ஆங்கிலக் கவிகளைத் தமிழில் பாடித்தர முன்வரவில்லை.

பாரதியார் அதனை யறிந்து ‘கரும்புத் தோட்டத்திலே’ என்னும் நான்கு கவிகள் பாடியனுப்பினார். அது கண்டு ஆண்ட்ரூஸ் மிக அகமகிழ்ந்தார். ஆங்கிலக் கவியைவிடத் தமிழ்க் கவியிலே மிக்க சோக ரஸம் இருப்பதைக் கண்டு உள்ளமும் உடலும் சிலிர்த்தார்.

அந்நாளிலே ஒப்பந்தக் கூலி முறையைக் கண்டிக்கும் பொதுக்கூட்டங்களிலே பாரதியின் அப்பாடல்கள் தஞ்சை நடராஜன் என்பவரால் பாடப்பெறும். ஹரிச்சந்திர மயான காண்ட நாடகத்தைக் காணும் மக்கள் கண்ணீர் விட்டுக் கதறுவதைப் பார்த்துள்ளோம்.

‘கரும்புத் தோட்டத்திலே’ என்னும் பாடல் பாடப்படுகையில் பொதுக்கூட்டத்திலுள்ள மக்கள் கண்ணீர் வடித்துத் தேம்பித் தேம்பி அழுததை அன்னி பெசன்ட் அம்மையாரும், ஆண்ட்ரூஸ் பெருமகனாரும் பார்த்துப் பரவசம் அடைந்தனர்.

‘வந்தே மாதரம்’ என்னும் பாடல் நம்மவரை ஊக்கி உற்சாகமும் உணர்ச்சியும் ஊட்டியது என்றால், ‘கரும்புத் தோட்டத்திலே’ என்னும் பாடலும் மக்களின் உள்ளக்கிளர்ச்சியை உலகறியச் செய்தது.

காரிகை கற்றுக் கவி பாடியவரல்லர் பாரதியார். முன்னைய நல்வினையின் பயனால் பிறவிக் கவியானவர். தவமும் தவமுடையார்க்கு ஆகும் என்றார் திருவள்ளுவர்.

~~~

‘சுதேசமித்திர’னில் பாரதியார்

எனது பிள்ளைப் பிராயம். திருச்சி கல்லூரியில் படிக்கும் சமயம். வங்காள வெடிகுண்டுக்கு முந்திய காலம்.வெடிகுண்டுகள் கிளம்பிய நாள். காலஞ் சென்ற கொடியாலம் ரங்கசுவாமி ஐயங்காரின் பழக்கம் கிட்டியது. அவர் ஓர் ஆவேச புருஷர்; சுதந்திர துரந்தரர், இளைஞருக்கு ஓர் இலட்சியத் திலகம்! இளைஞரைக் கூட்டுவார்; மாஜினியின் மகிமையை மொழிவார்; கரிபால்டியின் கருத்தைக் கூறுவார்; எல்லாம் நள்ளிரவில்! நாங்கள் அண்ணாந்து கேட்டு வசமிழந்து நிற்போம்.
~~~

அலிபூர் வெடிகுண்டு வழக்கை அவர் விண்டுரைப்பார்; அரவிந்தரின் அரிய சேவையை விரித்து விளம்புவார்; தமிழகத்தின் சுதேசிக் கலகத்தைச் சிக்கெனப் பேசுவார்; அக்கலக கர்த்தாக்களின் கைவரிசையை விளங்கக் கூறுவார்; பாரதியின் பாடல் பெருமையையும் பகர்வார்; வ.உ. சிதம்பரம் பிள்ளை, சுப்பிரமணிய சிவம் இவர்களின் வீரத்தையும் புகழ்வார். புகழவே அப் புருஷ சிகாமணிகளைப் பார்க்க வேண்டுமென ஆவல் பிறந்தது. இரண்டு மூன்று ஆண்டுகள் கழிந்தன. சென்னைக்கு வந்தேன். *சுதேசமித்திரன்* துணையாசிரியர் குழுவில் அமர்ந்தேன். சிறிது நாள் சென்றது.

அரசநூல் அறிஞர் ரங்கசுவாமி ஐயங்கார் அப்பத்திரிகையை விலைக்கு வாங்கி அதன் ஆசிரியராக அமர்ந்தார். அவரிடம் ஏழாண்டுக்கு மேல் சேவை செய்து வந்தேன். ஒருநாள் பகல் பன்னிரண்டு மணியிருக்கும். ஆசிரியர் என்னை அழைத்தார்; ஐந்தாறு தாள்களை என்னிடம் கொடுத்தார். "இதனைப் பார், எப்படியிருக்கிறது சொல்" என்றார். உடனே என் இடத்துக்கு வந்தேன். எழுத்துக்களைப் பார்த்தேன். அவை முத்துமுத்தாக இருந்தன. கண்ணில் ஒற்றிக்கொண்டேன். கொம்பு சுழிக் கோணாமல், கொண்ட மண்டை சாயாமல் எழுதியிருப்பது யார் என்று கவனித்தேன்.

'சி. சுப்பிரமணிய பாரதி' என்ற கையொப்பம் கண்டேன்; களி கூர்ந்தேன்; ஆதியோடு அந்தமாகக் கட்டுரையை வாசித்துப் பார்த்தேன்; விம்மிதங் கொண்டேன்; ஆசிரியரிடம் சென்று அரிய கட்டுரை என்றேன். "பாரதியல்லவோ எழுதுகிறார்! கேட்க வேண்டுமா!" என்றார். பின்பு, "பாரதியைத் தெரியுமா? புதுச்சேரியில் இருக்கிறார். தேசபக்தர்களின் நிலைமை இதுதான்" என்றார். அப்பால் "அடிக்கடி கட்டுரை வரும்; கூர்ந்து வாசி, பிழையின்றி அச்சிடு" என்று ஆணையிட்டார். நல்லது என்றேன்.

வாரந்தவறாமல் புதுச்சேரியிலிருந்து கட்டுரை வரும். உடனே அவற்றை ஆசிரியர் என்னிடம் அனுப்புவார். ஒவ்வொன்றையும் ஊடுருவிப் படிப்பேன்; உள்ளம் பூரிப்பேன். 'இன்றைய கட்டுரையில் என்ன விசேஷம், என்ன விசேஷம்?' என்று என் சகா விசுவநாதய்யர் வினவுவார். விசேஷத்தை விளம்புவேன். உடனே புரூஃப்பை வருவித்து அவர் படித்துப் 'பலே' என்பார். அப்போது மாதம் தவறினாலும் தவறும், *சுதேசமித்திரன்* காரியாலயத்திலிருந்து முப்பது ரூபாய் மணியார்டர் கிளம்பி விடும். பாரதிக்குப் பணம் அனுப்பியவுடன் ஆசிரியரிடம் சென்று சொல்ல வேண்டும்; ஆணை அது!

~

சில ஆண்டுகள் சென்றன.

சுதேசமித்திரன் துணையாசிரியர் குழாத்தில் நம் பாரதியாரும் ஒருவராக அமர்ந்தார். அவரது சகாவாக ஓராண்டு இருக்கும் பாக்கியம் பெற்றேன். துணையாசிரியர் அனைவருக்கும் சேர்த்துத் தனியே ஓர் அறையுண்டு. பாரதியாருக்கு மட்டும் ஒரு தனியறை! அதுவும் ஆசிரியர் ஐயங்காரின் அறைக்கு அடுத்தது! பாரதியார் எழுதினாலும் சரி, எழுதாவிட்டாலும் சரி ஐயங்காருக்கு அக்கறையில்லை. புதுச்சேரியிலிருந்து வெளிப்பட்டபின் சுதேசமித்திரன் தஞ்சம் தந்தது என்பதையே ஆசிரியர் ஒரு பொருட்டாக எண்ணினார். பாரதியார் ஆபீஸுக்கு வருவதும் போவதும் ஓர் அற்புதமாகவே இருக்கும்.

அவர் யாருடனும் பேசார். பத்திரிகையுண்டு அவருண்டு. மனமிருந்தால் ஏதேனும் எழுதுவார். அவரது அறையின் வழியேதான் ஆசிரியர் தமது அறைக்குப் போக வேண்டும். ஆசிரியரைக் கண்டதும் அவர் ஒரு ஜவானைப் போல் எழுந்து நிற்பார்; வந்தனையும் புரிவார்; உடனே தமது ஆசனத்தில் அமர்ந்துவிடுவார்! தொலைவிலிருந்து அக்காட்சியைக் காண நான் காத்திருப்பேன். அக்காட்சியையும் ஓர் அற்புதம் என்றுதான் பகர்வேன்.

அவரது கடைநாளில்தான் அவருடன் நெருங்கிப் பழகும் பாக்கியம் பெற்றேன். சுதேசமித்திரனில் அவரும் நானும் சேவை செய்த சமயம், ஆபீஸ் பையன் முதல் (ஆசிரியர் நீங்கலாக) துணையாசிரியர், மானேஜர் அனைவரையும் கொண்ட ஆபீஸ் சங்கமொன்று, அப்பொழுது பிரபலமாயிருந்த சென்னை அச்சுக்கூடத் தொழிலாளர் சங்கத்தின் கிளையாக ஆரம்பித்தேன். அதில் இருவர் மட்டும் சேர மறுத்தனர். இருவரில் ஒருவர் உதவி மானேஜர். "நானோ மானேஜர், தொழிலாளியல்ல" என்றார் அவர். மற்றவரோ நமது பாரதியார்.

பாரதியாரின் மறுப்பைக் கண்டு பிரமித்தேன். காரணம் யாதென அவரை வினவினேன். 'சுதந்திர பேரிகை முழக்கும் தாங்களும் மறுப்பதோ?' என்றேன். 'வாதம் வேண்டாம். பேசாதே போ' என்றார். 'நல்லது, சங்கத்தில் சேர வேண்டாம். சங்கம் தோன்றும் சமயம் பிரசன்னமாயிருந்து ஒரு பாடல் பாடி, உற்சாகம் ஊட்ட வேண்டும்' என்றேன். அவ்வளவுதான்; பாரதியார் என்னுடன் வந்தார்; சங்கக் கூட்டத்தில் பிரசன்னமாயிருந்தார்; 'வீர சுதந்திரம்' என்னும் பாடல் பாடிப் பரவசம் ஊட்டினார்!

1920ஆம் ஆண்டு என்று ஞாபகம். ஒருநாள் மாலை பிராட்வே முனையில் போய்க்கொண்டிருக்கிறேன். பின்னிருந்து ஒருவர்,

“ஓய்! சுப்பிரமணிய ஐயர்!” என்றார். திரும்பிப் பார்த்தேன். பாரதியார் வந்தார். “வாரும் உள்ளே போகலாம்” என்றார். இருவரும் காப்பி கிளப்பில் நுழைந்தோம். சம்பிரமமாகச் சாப்பிட்டு எழுந்தோம். வாசற்படியருகே காசு வாங்கும் பெட்டியடி குமாஸ்தா பதினோரணா என்றான். என் பையில் காசில்லை. பாரதியின் பையிலும் அப்படித்தான். சற்றே விழித்தேன். “பாரதியும் சுப்பிரமணிய ஐயரும் சாப்பிட்டனர். கணக்கு எழுதிக்கொள்” என்றார் அப்பெரியார்.

பார்த்தான் குமாஸ்தா; என்னை ஏறிட்டு நோக்கினான். “பொட்டலமும் கட்டித் தரவா?” என்றான். “வேண்டாம் பசி தீர்ந்துவிட்டது” என்றார் பாரதி. எழுந்து நின்று “போய் வாருங்கள்” என்று வழியனுப்பினான் அக்குமாஸ்தா, வெகு வினயமாக!

1922, 1923 இந்த ஆண்டுகளிலே கூடலூர்ச் சிறையில் ராஜீயச் சிறையாளர் பலர் இருந்தனர். புதுச்சேரியிலிருந்து பாரதி வெளிப்பட்டதும், கூடலூர்ச் சிறையிலே ஓர் அறையில் ஐந்தாறு நாள் அவர் இருக்க நேர்ந்தது. அதே அறையில் வைக்கப்பட்ட எங்களில் ஒருவர், “நான் பாக்கியவான், பாரதி இருந்த அறை எனக்கே கிட்டியது” என்று மகிழ்ந்து மொழிந்தார். அப்போது ஆந்திரக் கவி, ‘எனக்கொத்து தெல்ல தொரைத்தனமு’ என்று பாடிய சத்திய நாராயணா என்பார். நம் பாரதியின் பாடல்களை என்னை வாசிக்கச் சொல்வார். அவற்றின் பொருள் கண்டு புளகாங்கிதம் ஆவார்.

என்றும் அழியாது என் பாட்டு என்றாள் ஔவை. நம் பாரதியின் பாட்டோ என்றும் அழியாது. வாடாது. கிளர்ந்தே நிற்கும்! வந்தே மாதரம்!

6

நீலகண்ட பிரம்மச்சாரி

'இந்தியா' புதுவை போனது

1908 ஜூலை மாத இரண்டாம் வாரத்தில் வ.உ. சிதம்பரம் பிள்ளைக்கு 40 ஆண்டுகள் (இரட்டை ஆயுள் தீவாந்தர சிட்சை) அளிக்கப்பட்ட கொடூரச் செய்தி கிடைத்தது. அடிஷனல் ஸெஷன்ஸ் ஜட்ஜ் பின்ஹே, சர்க்காரின் போக்குக்கு ஏற்ப இந்தக் கொடிய தண்டனையை விதித்தார். சுப்பிரமணிய சிவத்திற்குப் பத்து வருடக் கடுங்காவல் கிடைத்தது. சென்னை ஹைகோர்ட்டு அப்பீலில் பிள்ளையின் தண்டனை ஆறு ஆண்டுகள் தீவாந்தர சிட்சையாகவும், சிவத்தின் தண்டனை ஆறு ஆண்டு கடுங்காவலாகவும் குறைக்கப்பட்டது. லண்டன் பிரிவி கவுன்ஸில் அப்பீலில் பிள்ளை தண்டனையில் தீவாந்தர சிட்சைப் பகுதி நீக்கப்பட்டு, ஆறு வருஷக் கடுங்காவல் என்று தண்டனைக் காலம் குறைக்கப்பட்டது.

வ.உ. சிதம்பரம் பிள்ளைக்கு நாற்பது வருடம் தீவாந்தர சிட்சை என்று செய்தி வந்ததும் அதைக் கண்டிக்கச் சென்னை திருவல்லிக்கேணியில் ஒரு பொதுக்கூட்டம் நடந்தது. பாரதி, மண்டயம் ஸ்ரீநிவாஸாச்சாரி, எஸ்.என். திருமலாச்சாரி, சுரேந்திர ஆரியா முதலியவர்களுடன் நீலகண்ட பிரம்மச்சாரி யும் இக்கூட்டத்தில் கலந்துகொண்டார். இக் கூட்டத்தில் சுரேந்திரநாத் ஆரியா நெருப்புப் பொறி பறக்கப் பேசினார். கூட்டத்தில் இருந்த ஒரு பிராமணப் போலீஸ் சப்–இன்ஸ்பெக்டரைப் பார்த்தவாறு "வ.உ. சிதம்பரம் பிள்ளை பிறப்பில்

பிராமணரல்ல வென்றாலும் நாட்டுக்காகத் தம்மைத் தியாகம் செய்து கொண்டுள்ள அவரே உண்மையான பிராமணராவர். எருமைத் தோல் பெல்ட்டுகளை அணிந்து தலையாரி உத்தியோகம் செய்யும் ஐயர்கள் உண்மையில் பறையர்களே!" என்றார். கூட்டத்திலிருந்த அந்தப் போலீஸ் சப்-இன்ஸ்பெக்டரையும், அக்காலத்தில் போலீஸ் இலாகாவில் வேலை பார்த்துவந்த ஏராளமான பிராமணர்களையும் இவ்வாறு நேரடியாகத் தாக்கியதற்காக சுரேந்திரநாத் ஆரியாவுக்கு ஐந்தாண்டு கடுங்காவல் தண்டனை கிடைத்தது. சிறைச்சாலையில் அவர் கொடுமைப் படுத்தப்பட்டுத் துன்புறுத்தப்பட்டது பொறுக்காமல் தற்கொலை செய்துகொள்ளவும் முயன்றார், பாவம்!

இதே காலத்தில், சிதம்பரம் பிள்ளை, சுப்பிரமணிய சிவம் தண்டனையைக் கண்டிக்கக்கூடிய கரூர் கூட்டமொன்றில், கரூர் அருகேயிருந்த ராணுவப் படையினரைப் புரட்சி செய்யத் தூண்டினாரென்று காஞ்சிபுரம் கிருஷ்ணசாமி சர்மா என்ற 21 வயது இளைஞர் ஐந்தாண்டு கடுங்காவல் தண்டனை பெற்றார். ஸபர்மதி ஆசிரமத்தில் காந்தியடிகளுடன் வசித்து அண்ணலுக்குத் தமிழ்ப் போதனை நடத்திய புகழுடையவர்; அரிய நூல்களின் ஆசிரியர்; காங்கிரஸ் பிரசாரகர். (தமிழ்நாட்டின் தவப் புதல்வர்களில் இவர் ஒருவர். தியாகச் செம்மல்: 1925இல் முப்பத்தெட்டே வயதில் காலமான மேதை.)

பத்திரிகைகள் மீதும் நடவடிக்கை

வ.உ. சிதம்பரம் பிள்ளை, சுப்பிரமணிய சிவம் முதலியவர் களைச் சிறைக்கு அனுப்பியதுடன் சென்னை அரசாங்கம் திருப்திப்படவில்லை. புதிதாக அமலுக்கு வந்த ஒரு பத்திரிகைச் சட்டத்தைப் பிரயோகித்து, *சுதேசமித்திரன்* நாளிதழ் ஆசிரியரும் மூத்த அரசியல் தலைவருமான ஜி. சுப்பிரமணிய ஐயரையும், பாரதியைப் பொறுப்பாசிரியராகக் கொண்டதும் அவரது அனல் எழுத்துக்களாலும் நையாண்டிக் கார்ட்டூன்களாலும் அரசாங்கத்துக்குத் தலைவலியாக விளங்கிய *இந்தியா* வாரப் பத்திரிகையின் சட்டபூர்வ ஆசிரியரான எம். ஸ்ரீநிவாஸன் என்பவரையும் ராஜதுவேஷக் குற்றத்துக்காகக் கைது செய்தார்கள். தொழுநோயால் நலிவுற்று, ஓய்வுக்காகக் குற்றால அருவிக்குச் சென்றிருந்த சமயம் ஜி. சுப்பிரமணிய ஐயர் கைது செய்யப்பட்டுச் சென்னைக்குக் கொண்டுவரப்பட்டு, விசாரணைச் சிறையில் மூன்று வாரம் கிடந்தார். அவருக்கு இதய நோயும் உண்டென்றும், சிறைவாசம் அபாயமானது என்றும் ஒரு ஆங்கிலேய டாக்டர் கூறியதைக்கூட அரசாங்கம் மதிக்கவில்லை. இதற்குப் பாரத நாடெங்கும் கண்டனக் குரல் கிளம்பியது. ராஜதுவேஷ

நடவடிக்கையில் ஈடுபடுவதில்லை என்ற வாக்குறுதியின் பேரில் ஜி. சுப்பிரமணிய ஐயரை விடுவித்தார்கள். ஐயர் மனம் புழுங்கினார்.

எம். ஸ்ரீநிவாஸனுக்கு ஐந்து வருஷக் கடுங்காவல் கிடைத்தது. ஸ்ரீநிவாஸன் உண்மையில் துளிக்கூட எழுத்து வன்மை உள்ளவரல்ல. இந்தியாவின் காரசாரமான தாக்குதலெல்லாம் அதன் மறைமுக ஆசிரியராக விளங்கிய கவி பாரதியாரது சாதனையேயாகும். ஸ்ரீநிவாஸன் இந்தியா பத்திரிகையின் சொந்தக்காரரான எஸ்.என். திருமலாச்சாரிக்குத் தூரத்து உறவினர்; ஏழை; ஒன்றும் தெரியாதவர். பத்திரிகைக்குப் பிரசுரகர்த்தர் என்று சட்டப்படி ஒருவர் பெயரைப் போடவேண்டும். அதற்காகத் தமது பெயரை உபயோகிக்க அனுமதித்து, அதற்கென மாதச் சம்பளம் முப்பது ரூபாய் பெற்றுவந்தார். (ஆசிரியர் பெயரை வெளியிட வேண்டுமென்பது அக்காலத்துச் சட்டத்தில் இல்லை.)

1908ஆம் ஆண்டு மத்தியில், பிறர் தூண்டுகோலின்பேரில், ஸ்ரீநிவாஸன் பத்திரிகையின் தீவிரக் கொள்கைகள் தமக்குப் பிடிக்கவில்லை என்று கூறி, தம் இஷ்டப்படி அதன் அன்றாட நடைமுறையில் தலையிடலானார். அவரது தேசிய விரோதப் போக்குப் பொறுக்காமல், பத்திரிகையின் மானேஜரான எம்.பி. திருமலாச்சாரியாரும் (எம்.பி.டி. ஆசாரியா எனப் பிற்காலத்தில் புகழ்பெற்ற, புரட்சிவீரர் லெனினுடன் ருஷியா சென்ற லெனினின் நண்பர்) அச்சக ஃபோர்மன் மாணிக்கமும் ஒருநாள் ஸ்ரீநிவாஸனை ஆபீஸில் ஓர் அறையில் மடக்கி நிறுத்தி, அவரது உண்மை நிலையை உணர்த்தி, பத்திரிகையின் பிரசுரகர்த்தர் பொறுப்பை எம்.பி. திருமலாச்சாரிக்கு மாற்றித் தரும்படி செய்தனர்.

இது நடந்த சில நாட்களில் அவர்மீது சர்க்கார் பிடிவாரண்டு வந்துவிட்டது. தாம் ஒன்றுமறியாதவர் என்றும், காசுக்காகத் தமது பெயரை உபயோகித்துக்கொள்ள அனுமதித்தது தவிர வேறொன்றும் தெரியாதவர் என்றும் எம். ஸ்ரீநிவாஸன் கெஞ்சிப் பார்த்தார். ஆனார் சர்க்கார் தரப்பில் இது ஏற்கப்படவில்லை; ஐந்து வருஷத் தண்டனை கிடைத்தது.

பாரதியார் புதுவை போனது

முரப்பாக்கம் ஸ்ரீநிவாஸனுக்குத்தான் சட்டப்படி வாரண்டு வந்ததென்றாலும், இந்தியா பத்திரிகையின் தீவிரத் தாக்குதல்களுக்குப் பொறுப்பாளியான பாரதியாரைப் பிடித்து உள்ளே தள்ள வேண்டும் என்பதுதான் சென்னை போலீஸின் நோக்கம். அடுத்தபடியாக, அவரைக் கைது செய்ய ஏதாவது ஒரு காரணத்தில் வாரண்டு வருமென்றும் போலீஸ் இலாகாவிலுள்ள

உயர் அதிகாரிகள் சிலர் ரகசியமாகப் பாரதிக்குச் செய்தி கிடைக்கச் செய்தார்கள். பாரதியார் சென்னையில் இருப்பது அபாயம் என்றறிந்த அவரது நண்பர்கள், அவர் பிரிட்டிஷ் இந்திய எல்லையில் எங்கிருந்தாலும் ஆபத்துதான் என்றும், புதுச்சேரி போன்ற பிரெஞ்சிந்தியாவுக்குப் போய்விடுவது நல்லது என்றும் சொன்னார்கள்.

முதலில் பாரதியார் இதற்குச் சம்மதிக்க மறுத்துவிட்டார். ஆனால், பாரதியாரின் நலனில் அக்கறை கொண்ட மூத்த தலைவர்கள், மிதவாதக் கட்சியைச் சேர்ந்த வி. கிருஷ்ணஸ்வாமி ஐயர் முதலியோர் உட்பட இதுதான் சரி என்று நண்பர்கள் மூலம் சொல்லி யனுப்பவே பாரதியார் முடிவில் இணங்கினார்.

இந்தியா பத்திரிகையின் ஸ்தாபகர் எஸ்.என். திருமலாச் சாரியாரின் ஒன்றுவிட்ட சகோதரர் – சிற்றப்பா பிள்ளை எஸ். ஸ்ரீநிவாஸாச்சாரியார். (ஸ்ரீரங்கப்பட்டணம் எஸ். ஸ்ரீநிவாஸாச் சாரியார் என்ற இவரை 'மண்டயம் ஸ்ரீநிவாஸாச்சாரியார்' என்றும் அழைப்பதுண்டு. மண்டயா என்ற ஊர் மைசூரில் ஸ்ரீரங்கப்பட்டணம் அருகில் இருக்கிறது. சென்னையிலுள்ள மைசூர் ஐயங்கார்களை 'மண்டயத்தார்' என்று சொல்வது வழக்கம்.)

'மண்டயம்' ஸ்ரீநிவாஸாச்சாரியாருடைய முன்னோர்களும் தேசபக்தி மிகுந்தவர்கள். ஸ்ரீநிவாஸாச்சாரியாருடைய தகப்பனார் புதுவையில் தமது கடைசி நாட்களைக் கழித்து, அங்கே 'இந்தியன் ரிபப்ளிக்' என்ற ஆங்கிலப் பத்திரிகையைச் சில ஆண்டுகள் நடத்தியவர். புதுவையில் இவர்களுக்கு நிலபுலன்கள் உண்டு. ஸ்ரீநிவாஸாச்சாரியார் புதுவையிலுள்ள சிட்டி குப்புஸ்வாமி ஐயங்கார் என்ற தமது உறவினருக்கு அறிமுகக் கடிதம் ஒன்று கொடுத்து, பாரதியாரைப் புதுவை கிளம்பச் சொன்னார்.

எம். ஸ்ரீநிவாஸன் கைதான அன்று முன்னிரவிலேயே பாரதியார் புதுவை கிளம்பிச் சென்றுவிட்டார். வழக்கமான தமது கிராப்புத் தலையை வைதிகக் குடுமித் தலையாக மாற்றிக் கொண்டு, எழும்பூரில் ரயிலேறினால் தெரிந்துவிடுமென்று சைதாப் பேட்டையில் ரயிலேறிப் புதுவை போய்ச் சேர்ந்தார். அவரது குடும்பம் சென்னையிலேயே இருந்தது. சில மாதங்களுக்குப் பிறகுதான் புதுவை போயிற்று.

இந்தியாவும் புதுவை போயிற்று

பாரதியார் புதுவை போய்ச் சேர்ந்த சில தினங்களில் *இந்தியா* ஸ்தாபகர் எஸ்.என். திருமலாச்சாரியாரும் எஸ். ஸ்ரீநிவாஸாச் சாரியாரும் பத்திரிகை மானேஜர் எம்.பி. திருமலாச்சாரியும்

புதுவைக்குப் போனார்கள். எஸ். ஸ்ரீநிவாஸாச்சாரியார் அச்சு யந்திரங்கள் விற்பனை நிலையம் ஒன்று நடத்தி வந்தார். புதுவை போய், அங்கே *இந்தியா* பத்திரிகையை, அச்சு யந்திரம் உட்பட, கொண்டுபோவதற்கு என்ன செய்யலாம் என்று ஆலோசித்தார்கள்.

சென்னையில் *இந்தியா*வைக் கவனிக்க யாருமே இல்லாததால் பாரதியார் சங்கரகிருஷ்ணன் மூலம் சொல்லியனுப்பியபடி, நீலகண்ட பிரம்மச்சாரி பத்திரிகையை வெளிக்கொண்டுவரும் பொறுப்பை ஏற்றுக்கொண்டார். ஏற்கெனவே அவகாசம் கிடைக்கும்போதெல்லாம் *இந்தியா* அலுவலகத்தில் பாரதியார் கூடப் பொழுதைப் போக்குபவரான நீலகண்டன், பாரதியாரின் யோசனைப்படி அவ்வப்பொழுது பத்திரிகைக்கு விஷயம் எழுதித் தந்ததுண்டு. *இந்தியா* அலுவலக நடைமுறையும் அவருக்குப் பழக்கமானதே. ஆகவே, அவர் *இந்தியா* பத்திரிகையின் இரண்டு வார இதழ்களைக் காலாகாலத்தில் கொண்டுவந்தார்.

இதற்குள் புதுவையிலிருந்து செய்தி வந்துவிட்டது. புதுவையில் எல்லாம் தயார்; *இந்தியா* அச்சு யந்திரம், அச்சக சாமான்கள், அலுவலக ரிஜிஸ்டர்கள் உட்பட எல்லாவற்றையும் மூட்டைக் கட்டி அனுப்புங்கள் என்று.

அதன்படி, ஃபோர்மன் மாணிக்கத்துடன் அச்சு யந்திரம் முதலிய யாவற்றையும் நீலகண்டன் புதுவைக்கு அனுப்பி வைத்தார். சென்னை *இந்தியா*வின் அச்சு யந்திரத்தைப் புதுவையில் யாருக்கோ விற்றுவிட்ட பாவனையில், பிரிட்டிஷ் இந்திய அதிகாரிகளுக்குத் தெரியாமல் *இந்தியா* அச்சகம் புதுவையில் போய்ச் சேர்ந்துவிட்டது. சில தினங்களில், புதுவையில் பதிவு செய்யப்பட்ட பத்திரிகையாக *இந்தியா* பிரிட்டிஷார்மீது நெருப்பு மாரி பெய்யத் தொடங்கியபின்தான் தாங்கள் ஏமாந்துபோன விஷயத்தைப் பிரிட்டிஷ் அதிகாரிகள் உணர்ந்தனர்.

(ரா.அ. பத்பநாபனிடம் சொன்னபடி)

7

குவளை கிருஷ்ணமாச்சாரியார்

எனது முதல் சந்திப்பு

பாரதியின் சீடர்களுள் முதலிடம் வகிப்பவர் குவளைக் கண்ணன். பாரதியிடம் தம் உயிரையே வைத்திருந்தவர். தாம் புதுவையில் அவரை முதல்முதலாகச் சந்தித்ததைக் குவளைக்கண்ணன் இங்கு விவரிக்கிறார். இக்கட்டுரை 1938இல் வெளியான *தினமணி* ஆண்டு மலரில் வெளிவந்தது.

மகத்தான முனிவரெல்லாம் கண்ணன் தோழர்
வானவ ரெல்லாம் கண்ணன் அடியாராவார்
மிகத்தானு முயர்ந்ததுணி வுடைய நெஞ்சன்
வீரப்பிரான் குவளையூர்க் கண்ண னென்பான்.

– பாரதி

நான் சிறு வயதில் புதுவையிலேதான் வளர்ந்தேன். புதுவையில் பிரெஞ்சு பாஷை சொல்லித்தரும் இரண்டு காலேஜ்களும், இங்கிலீஷ் போதிக்கும் ஒரு சர்க்கார் ஹைஸ்கூலும் இருக்கின்றன. இந்த இங்கிலீஷ் பள்ளிக்கூடத்தில் பாடங்களோடு பாடமாகத் தினம் ஒருமணி நேரம் பிரெஞ்சு படிப்பும் கட்டாயமாகக் கற்பிக்கிறார்கள்.

இந்த இங்கிலீஷ் பள்ளிக்கூடத்திற்குக் 'கலவை ஹைஸ்கூல்' என்று பெயர். இதைக் கட்டி ஸ்தாபித்தவர் கலவை ஸ்ரீ சுப்பராய செட்டியாராவார். இவர் புதுவையில் 60, 70 வருஷங்களாகப் பரம்பரையாகப் பிரசித்திப் பெற்றுவரும் குடும்பத்தைச் சேர்ந்தவர். இந்தக் கலவை ஹைஸ்கூலில் நான் சுமார் பத்து வருஷங்கள் வாசித்தேன். அக்காலத்தில்

ஸ்ரீ வி.எஸ். ஸ்வாமிநாத தீக்ஷிதர் அந்தப் பள்ளிக்கூடத்திற்குத் தலைமை உபாத்தியாயராக இருந்தார். அவரகத்திற்கு நான் அடிக்கடி போகும் வழக்கமுண்டு. 1905-1906இலே அவரிடம் தமிழ் வாரப் பத்திரிகையான *இந்தியா* என்னும் பத்திரிகையை முதல்முதலாகப் பார்த்தேன். இந்தத் தீக்ஷிதருக்குப் புதுவையிலே 'பி.ஏ.,பி.ஏ. வாத்தியார்' என்று பெயர். பி.ஏ., எல்.டி. என்பது அப்படித் திரிந்துவிட்டது! தமிழ் பத்திரிகையை இவர் வாசிப்பது எனக்கு அந்தக் காலத்தில் வியப்பை உண்டாக்கியது. அக்காலம் இருந்த ஆங்கில மோகத்திலே தமிழ்ப் பேப்பர் என்றால் அலக்ஷியம். எனவே இங்கிலீஷ் பேப்பர்களையே நான் ஓயாமல் வாசித்துக் கொண்டிருப்பது வழக்கம். என்னுடைய ஹெட்மாஸ்டர் தமிழ் பேப்பர் படிக்கிறாரென்றால் நாமும் ஏன் படிக்கக்கூடாதென்று போட்டி யோசனை உண்டாயிற்று.

ஆகவே, அவரிடம் "சென்னையில் நடக்கும் தமிழ்ப் பத்திரிகையில் எது உயர்ந்தது?" என்று கேட்டதற்கு, "சென்னையில் *இந்தியா* என்ற வாரப் பத்திரிகை நடக்கிறது. சென்னையில் பிரசுரமாகும் தமிழ்ப் பத்திரிகைகளில் *இந்தியா* பத்திரிகைதான் படிக்க நன்றாக இருக்கிறது" என்றார். இதை நான் அவரிடம் கேட்டுத் தெரிந்துகொண்ட காலம் 1906-1907இல். மேற்படி ஹெட்மாஸ்டர் அதைத் தவறாமல் வாசித்து வருவதைக் கவனித்த நான், அவர் படித்த பிறகு, அவரிடமிருந்து வாங்கி வாசித்து வந்தேன். இப்படி வாசித்து வருகையில் ஒரு நாள் இதைக் கேட்டு வாங்கப்போனபோது, "அந்தப் பத்திரிகை நான் வரவழைக்கவில்லை. மூணாவது வீட்டு சுந்தரேசய்யரிடமிருந்து நான் வாங்கி வாசிக்கிறேன். அதைக் கொடுக்கச் சரிப்படாது" என்றார். சுந்தரேசய்யரை அதற்கு முன் நான் அடிக்கடிப் பார்த்திருந்தாலும் எனக்கும் அவருக்கும் முகப் பழக்கமே தவிரப் பேச்சுப் பழக்கம் கிடையாது. இந்த *இந்தியா* பத்திரிகையின் மீது எனக்கிருந்த ஆவலால், நான் அவர் வீட்டுக்குப் போய், அவர் வாசித்த பிறகு அவரிடமிருந்து வாங்கிக்கொண்டு போய் தவறாது வாசித்து வந்தேன்.

இப்படியிருக்கையில் 1908ஆம் வருஷம் ஏப்ரல் மாதம் ஆரம்பத்தில் ஸ்ரீ சி. சுப்பிரமணிய பாரதியாரை நான் மஹான் என்று தெரிந்துகொள்ளாமலே முதல்முதல் தரிசனம் செய்ய நேர்ந்தது. அதெப்படி என்றால் புதுச்சேரியில் பெருமாள் கோவில் வீதியில்தான் என் மாமனார் வீடு இருந்தது. நான் ஒரு நாள் மாலை சுமார் 7 மணிக்கு அந்த வீட்டிலிருந்து சுமார் அரை மைல் தூரம் வடமேற்காக நான் குடியிருந்த வீட்டிற்குப் போகப் புறப்பட்டேன். என் மாமனார் வீட்டிற்கு மேலண்டைப்

பக்கத்து வீட்டில் என் மைத்துனி வீட்டுக் குறட்டு ஓரமாகவே போகையில், மேற்படியார் வீட்டுத் திண்ணையில் ஒருவர் உட்கார்ந்திருக்கக் கண்டு 'யார்?' என்று கேட்டேன். அவர் தாம் தான் பாரதியார் என்பதை என்னிடம் தெரிவிக்காமலே தமக்குச் சென்னையென்றும், புதுவைக்குப் புதிதாக வந்திருப்பதாகவும் சொன்னார். இதிலிருந்து எனக்கும் அவருக்கும் சம்பாஷணை சுமார் ஒரு மணி நேரத்துக்குக் குறையாமல் நடந்தது.

சுமார் முப்பது வருஷங்களுக்கு முன்பு நடந்த சம்பாஷணைகள் எனக்கு இப்போது ஞாபகத்திற்கு வரவில்லை. சம்பாஷணையின் இடையே, "இந்த ஊரில் *இந்தியா* பத்திரிகை யார் வரவழைக்கிறார் தெரியுமா?" என்று அவர் என்னைக் கேட்டார். எனக்குத் தெரிந்த ஒருவர் வரவழைப்பதாகச் சொன்னேன். அவரைத் தமக்குக் காட்டமுடியுமா என்று கேட்டார்.

"கூடவந்தால் காட்ட முடியும்" என்றேன். அவர் உடனே ஆவலுடன் என்னுடன் வந்தார். அப்போது சுந்தரேசய்யர் வீட்டில் இருக்கிறாரா என்று பார்க்கப் போனேன். சுந்தரேசய்யர் ஆபீசிலிருந்து வீட்டிற்கு இன்னும் வரவில்லையென்று அவர் வீட்டில் சொல்லக் கேட்டேன். புதுச்சேரியில் மணிலாக்கொட்டை வியாபாரிகளில் ஒருவரான ஸ்ரீ.எஸ். குப்புசாமி ஐயர் கிடங்கில் இந்தச் சுந்தரேசய்யருக்குக் கணக்கு வேலை. நான் சந்தித்த அந்தப் புதியவரும் நானுமாக மேற்படி கிடங்குக்குப் போனோம். கிடங்குக்கு அருகில் வீதியில் அவரை நிறுத்திவிட்டு நான் தனியாகச் சுந்தரேசய்யரிடம் போய், "ஐயா, தங்களைச் சென்னையிலிருந்து ஒருவர் பார்க்க வந்திருக்கிறார்" என்று சொன்னேன். சுந்தரேசய்யர், "அவர் எங்கே இருக்கிறார்?" என்று என்னைக் கேட்டார்.

"தாங்கள் என்னுடன் வெளியே வந்தால் அவரைப் பார்க்கலாம்" என்று சொன்னேன். உடனே அவர் ஆபீசை விட்டு என் பின்னால் வந்தார்.

நான் சுந்தரேசய்யருக்கு என்னுடன் வந்தவரைக் காட்டினதும் இருவரும் தனியாகத் தூரத்தில் போய் ஏதோ ரகசியமாகப் பேசிக்கொண்டிருந்தார்கள். அன்று இரவு நான் அவர்களிடம் உத்தரவு பெற்றுக்கொண்டு வீட்டிற்குச் சென்றேன். பிறகு இரண்டு மூன்று தினங்கள் கழித்து சுந்தரேசய்யரை நான் பார்த்தபோது, "எங்கே ஐயா நான் தங்களிடம் அழைத்து வந்த கனவான்?" என்று கேட்டதற்கு, தன்னுடைய ஆதரவில் ஒரு வீட்டில் அவர் இருப்பதாகச் சுந்தரேசய்யர் சொன்னார்.

எனக்கும் அவருக்கும் சிநேகிதம் ஆரம்பித்து ஓர் வருஷத்திற்கும் பிறகுதான் அவர் ஸ்ரீ சுப்பிரமணிய பாரதியார் என்றறிந்தேன். ஸ்ரீ சுந்தரேசய்யர் ஆதரவில் புதுவையில் ஆறுமாதம் அல்லது ஒரு வருஷம் இருந்தபின், சென்னை சர்க்கார் ஹிம்சையால் நின்றுபோன *இந்தியா* பத்திரிகையைப் புதுவையில் நடத்த அவர் முயன்றார். பிறகுதான் பாரதியாரின் சென்னை நண்பரான ஸ்ரீ.ஸ்ரீ. ஆச்சாரியார் மூலம் ஏற்பாடுகள் நடைபெற்றன.

~~~

கிளம்பிச் சென்ற ரயில் திரும்பி வந்தது!

புதுவையில் பாரதியாருக்குப் பல நண்பர்கள் இருந்தனர். ஆனால் சதாநேரமும் அவருடனிருந்து அவருக்கு உழைப்பதே தொழிலாகக் கொண்டவர் ஸ்ரீ குவளை கிருஷ்ணமாச்சாரியார். 'குவளைக் கண்ணன் புகழ்', 'கண்ணன் என் சீடன்' என்ற பாடல்களில் பாடப்பெற்றுள்ள இவர், பாரதியின் கூட்டுறவால் பாரதி தோழர் ஒருவருக்குக் கிடைத்த பெருமையை இங்கே விவரிக்கிறார்.

புதுவையில் பாரதியார் இருக்குங்காலை அவருக்கு இருந்த உத்தம சிநேகிதர்களில் ஒருவர் ஸ்ரீ வெ. கிருஷ்ணசாமி செட்டியார். அவர் பதுமசாலிய வகுப்புச் செட்டியார். அவர் புதுவையை அடுத்த முத்தியாலுப்பேட்டையில் ஸ்ரீ ஸ்ரீநிவாஸப் பெருமாள் கோயிலுக்கு வடவண்டைப் பக்கத்து வீட்டுக்காரர். பாரதியாருடன் சிநேகிதம் விரும்பி அவருடன் சகவாசம் கிடைத்த இலாப அடையாளமாக ஆங்கில ரகசியப் போலீஸார் அவரைப் பின்தொடர்ந்தார்கள். அந்தப் பின்தொடரும் வேலைக்கு 'ஷாடோ' (நிழல்) என்று போலீஸ் இலாகாவில் பெயராம்.

பாரதியாருடன் பழக்கம் அதிகமாக ஆக போலீஸாரும் என் பின் எங்கேயும் எப்போதும் விடாமல் தொடர ஆரம்பித்தார்கள். இவர்கள் என் பின் தொடர ஆரம்பித்ததில் மனதில் கவலை கொண்டு, "ஐயா, இதென்ன உம்மைப் பிடித்த சனி ஊரைப் பிடித்தது! ஊரைப் பிடித்தது என்னையும் பிடித்ததே, இதென்ன?" என்று நான் பாரதியாரைக் கேட்டதற்கு, அவர் "சென்ற ஆறு வருடங்களாக என் பின்னால் இவர்கள் வந்துகொண்டிருக்கிறார்கள். இதற்காக நான் ஒன்றும் விசாரப்படுவதில்லை. நீங்கள் மாத்திரம் ஏன் விசாரப்பட வேண்டும்? ஒரு விஷயம் குறிப்பில் வைத்துக்கொள்ள வேண்டும். உன் பின்னால் வருபவன் யார் என்றால், நீ பிறந்த
~~~

அடையாளமாகத் தேசத்திற்குச் செய்யவேண்டிய கடமைகளை அவ்வப்போது செய்யும்படி உனக்கு ஞாபகப்படுத்தும்பொருட்டு பகவானால் உன் பின்னால் அனுப்பப்பட்டவனே என்று கருதி உன் வேலைகளை நீ கவனித்துச் செய்துவா" என்றார்.

~~~

ஸ்ரீ வெ. கிருஷ்ணசாமி செட்டியார் பாரதியாருக்குத் தக்க சமயங்களில் தானியங்கள், தனங்கள் கொடுத்து உதவுவதுண்டு. பாரதியுடன் நட்பென்றால் அவருக்கு உயிர் சமானம். செட்டியார் இரண்டாவது விவாகம் செய்துகொள்வது என்று யோசித்தார். அதற்காகப் பெண்பார்க்க அவர் காஞ்சிபுரம் போக வேண்டியிருந்தது. இதை அறிந்த அவரது நண்பர்கள், "காஞ்சிபுரம் போவாயானால் உன்னை இங்கிலீஷ் இலாகாவில் 'அரெஸ்ட்' செய்துவிடுவார்கள்!" என்று எச்சரித்தனர்.

இதெல்லாம் அவர் கவனியாமல் காஞ்சிபுரத்திற்குப் புதுவையி லிருந்து ரயிலேறினார். இவர் பின்னாலே புதுவையிலிருந்தே ரயிலில் ஒரு 'ஷாடோ' கிளம்பிற்று.

புதுவையிலிருந்து காஞ்சிபுரம் போக வேண்டுமென்றால் விழுப்புரத்திலும் காஞ்சிபுரத்திலும் வண்டிமாறி ஏறவேண்டும். ஸ்ரீ செட்டியார் விழுப்புரம் வந்ததும் ஸ்டேஷன் ஓட்டலில் சாப்பாட்டிற்குச் சென்றார். இதனிடையே பட்டணம் வண்டி விழுப்புரம் வந்து புறப்பட்டுவிட்டது. வண்டி புறப்பட்டதுதான் தாமதம். புறப்பட்ட வண்டியை ரயில்வே போலீஸ் சிவப்புக்கொடி காட்டி நிறுத்திவிட்டது.

~~~

புறப்பட்ட வண்டி சிவப்புக் கொடியைப் பார்த்து நிற்பதற் குள் இரண்டு பர்லாங் தூரம் போய்விட்டது. பிறகு திரும்பி ஸ்டேஷனுக்கே புறப்பட்ட பிரகாரம் வந்தது. சிவப்புக் கொடி காட்டி நிறுத்தியதற்குக் காரணம் கேட்ட கார்டை, "நான் ஏறினேனா என்று பார்த்தல்லவா வண்டி புறப்படவேணும்?" என்று திருப்பிக் கேட்டது ரயில்வே போலீஸ்.

"ஏறு" என்று கார்டு சொல்ல, "எனக்கு ஒரு யஜமான் இருக்கிறார். அவர் ஏறினால் அல்லவோ நான் ஏற முடியும்!" என்று போலீஸ் கூறிற்று. "அது யார்?" என்று கார்டு கேட்டது.

"அவர் ஓட்டலில் சாப்பிட்டுக்கொண்டிருக்கிறார்" என்று சொல்லிக்கொண்டே ஸ்ரீ கிருஷ்ணசாமி செட்டியாரை ரயிலேற இட்டுவர ரயில்வே போலீஸ் போயிற்று. ஓட்டல் பக்கம் போய்

ஒரு செம்பு நிறைய ஜலம் பிடித்து வைத்தது. செட்டியாரும் அப்போதுதான் உண்டு கைகழுவ வெளியே வந்தார். உடனே போலீஸ் செம்பை அவரிடம் கொடுத்தது.

"இதென்னப்பா!" என்று சிரிப்புடன் ரயில்வே போலீஸைச் செட்டியார் கேட்டவுடன், "புறப்பட்ட வண்டியை உங்களுக்காக நிறுத்தி, காக்க வைத்திருக்கிறேன். சீக்கிரம் கை அலம்பிக்கொண்டு வாருங்கள்" என்றது ரயில்வே போலீஸ்.

அப்போது வண்டியிலிருந்த ஜனங்களெல்லாம் தங்கள் தலைகளை ஜன்னல் வழியாக வெளியே நீட்டி, வண்டி ஏற வந்த செட்டியாரை ஆச்சரியமாகப் பார்த்தார்களாம். இதெல்லாம் ஸ்ரீ செட்டியார் காஞ்சிபுரத்திலிருந்து திரும்பிப் புதுவைக்கு வந்ததும், "சுவாமி, எனக்காக விழுப்புரத்தில் வண்டி பத்து நிமிஷம் காத்திருந்தது!" என்று வேடிக்கையாகப் பாரதியாரிடம் சொன்னார்.

(*ஹிந்துஸ்தான்*, ஏப்ரல் 9, 1939)

~~~

பாரதி பொன்மொழிகள்

தமிழன் எதை யார் சொன்னாலும் நம்பிவிடுகிறான் என்று கருதி, அப்படிப்பட்ட தமிழருக்குப் பாரதி புகட்டிய புத்திமதி: "மித்திரா, அறியப் பழகு; நம்பப் பழகாதே."

~

சரீரத்தில் உபாதை வந்ததும் நோயாளி திகிலடைகிறான். இதற்காக நோயைப் பற்றிய அவனது திகிலைப் போக்கிக்கொண்டு மனோதிடத்தை வளர்க்க, பாரதி சொன்னது: "இந்தச் சரீரமே அநித்தியமானால் இதை ஒட்டிய அவஸ்தைகள் நித்தியமாகுமா?"

~

"ஐரோப்பிய வைத்திய நிபுணர்கள் பயம் என்பதற்கு ஸஹஸ்ரநாமம் (ஆயிரம் பெயர்) சொல்கிறார்கள். ஐரோப்பிய வைத்திய பாஷையில் மனிதனுக்கு உள்ள வியாதிக்கெல்லாம் எத்தனை பெயர்களோ அவற்றையெல்லாம் கணக்கெடுத்து, பயத்துக்கு ஸஹஸ்ரநாமம் சொல்கிறார்கள்" என்று பாரதியார் ஒரு முறை விகடமாகச் சொன்னார். பயமே வியாதிக்கு வேர் என்பது அவர் கருத்து.

~
~~~

"நமக்கு அரைத் தம்படிக்கு உபயோகமில்லாதவர்கள், வீணர்கள் கண்ணில் படாமல் வாழ்ந்தால் பாதி அதிர்ஷ்டம்!" என்று ஒருமுறை பாரதியார் என்னிடம் சொன்னார்.

பாரதியார் இதை அரவிந்தரிடமும் தெரிவித்தார்.

பலன்: அரவிந்தரது தனிமை யோகம் வலுப்பட்டது.

~

புதுச்சேரி பிரெஞ்சுப் பிரதேசமாக இருந்த காலத்தில் பாரதியார் அங்கே இருந்தார். பிரெஞ்சுச் சட்ட வழக்கப்படி பிரெஞ்சு ஆட்சிக்குட்பட்ட யாவரையும் "பிரெஞ்சுப் பிரஜைகள்" (French citizens) என்பார்கள். பிரிட்டிஷ் இந்தியாவிலோ இந்தியர்களை, "பிரிட்டிஷ் ஆட்சிக்கு அடிமைப்பட்டவர்கள்" (British Subjects) என்பார்கள். இதைக் குறிப்பிட்டு ஒருமுறை பாரதி சொன்னார்: "பார்த்தாயா கிருஷ்ணா, பிரிட்டனுக்கும் பிரான்ஸுக்கும் இதுதான் வித்தியாசம்!"

~

"தங்கள் தரித்திர சம்பந்தமான சிரமங்களையோ சரீர சம்பந்த மான சிரமங்களையோ பொறுக்க முடியாமல் போனால் கவிகள் அந்தச் சிரமங்களையெல்லாம் பாடல்கள் மூலம் தெரிவித்துக் கொள்கிறார்கள்" என்று பாரதியார் ஒரு நாள் கூறினார். ஆங்கிலக் கவி ஒருவர், "சிரமத்தால் உணர்வதைப் பாடலாகப் பாடித் தீர்க்கிறோம்" ("We sing in songs, what we in sufferings learn") என்று பாடியிருப்பதையும் சுட்டிக்காட்டினார் பாரதி.

~

"அன்றொரு நாள் புதுவை நகர்தனிலே கீர்த்தி அடைக்கலம் சேர் ஈசுவரன் தர்மராஜா என்ற பெயர் வீதியிலோர் ..." என்று 'பாரதி அறுபத்தாறு' பாடலில் ஒரு வாக்கியம் வருகிறது. இதன் பொருள் என்னவென்று ஒரு தடவை பாரதியாரைக் கேட்டேன். சிரித்துக்கொண்டே சொன்னார்: "எனக்கும் ஐயருக்கும் (வ.வே.சு. ஐயருக்கும்) புகலிடம் தந்த வீதி இதுவல்லவா! அதைத்தான் குறிப்பிட்டேன்."

தாம் கீர்த்திமான் என்பதை உணர்ந்திருந்தார் பாரதி.

~

மற்றொரு சமயம், "கிருஷ்ணா நான் நானூறு வருஷத்துக்குப் பின் தோன்ற வேண்டியவன், முன்னதாகத் தோன்றிவிட்டேன்!" என்றார் பாரதியார். தமது முழுப் பெருமையையும் உலகம்

அறிய நானூறு வருஷங்கள் ஆகும் என்று அதை விளக்கினார். ஆங்கில மேதை ஷேக்ஸ்பியரின் புலமையை ஆங்கிலேயர் உணர நானூறு ஆண்டுகள் ஆயினவாம்!

~~~

பாரத தேவிக்குப் பள்ளியெழுச்சி

'பொழுது புலர்ந்தது, யாம் செய்த தவத்தால்' என்று தொடங்கும் பாரத மாதாவின் திருப்பள்ளி எழுச்சியை நினைக்குந்தோறும் புல்லரிக்கின்றது. பாரதியின் பாப்பாப் பாட்டு, ஒவ்வொரு குழந்தையும் படிக்க வேண்டிய வீர வேதமாகும். 'பாரதி அறுபத்தாறு' என்று வேதாந்தப் பாடல்கள் உண்மையில் 'பாரதி ஆறாயிர'மாக மிளிர்ந்திருக்க வேண்டியவை.

இத்தகைய தெய்விகப் பாடல்கள் கவிச்சக்கரவர்த்தியின் உள்ளத்திலே உதித்த சந்தர்ப்பங்களையும், இவை தோன்றிய காரணங்களையும் பாரதியாருடன் கூடவேயிருந்து தமது கள்ளங்கபடமற்ற தன்மையாலும் பக்தியினாலும் பாரதியாரின் அன்பைப் பெற்று அநுபவித்த குவளைக் கண்ணன், 1938இல் தாம் எழுதிய இக்கட்டுரையில் வெளியிடுகிறார். இக்கட்டுரை *ஹிந்துஸ்தான்* வாரப் பதிப்பில் வெளிவந்தது.

பாஞ்சாலங்குறிச்சி மண்ணில் பிறந்த கவி ஒருவனால் தான் வீரம் ததும்பும் 'பாஞ்சாலி சபத'த்தைப் பாடியிருக்க முடியும் என்று அக்காலத்திலேயே பந்தயம் கட்டிப் பேசிய ஜமீன் வரலாறு வெகு ரசமான சம்பவமாகும்.

ஸ்ரீ பாரதியாரின் இரண்டாவது குமாரி சகுந்தலாவுக்கு நாலு அல்லது ஐந்து வயதிருக்கும். ஒரு நாள் காலை சுமார் ஏழு மணிக்குக் காப்பி சாப்பிட்டாயிற்று, வெற்றிலை போட்டுக்கொண்டு பத்திரிகைகளுக்கு வியாசங்கள் எழுத ஆரம்பித்தார் பாரதியார்.

அந்தச் சமயம் அவர் பத்தினியார் செல்லம்மா, சகுந்தலா பாப்பாவைக் கூப்பிட்டுக் கோபித்தும் அடித்தும், "வாசலில் போகாதே" என்று சொல்லியும் வீட்டில் சமையல்கூடத்தில் ஒரு மூலையில் உட்காரவைத்து, "நான் கிணத்தருகில் குளித்து வரும் வரையில் நீ எங்கேயும் அசையக்கூடாது" என்று சொன்னார்.

தாயாரால் கண்டிக்கப்பட்ட குழந்தை அழுவதைக் கேட்ட பாரதியார், உடனே எழுதுவதை விட்டு, ஸ்நானம் செய்யப்போன செல்லம்மாவைக் கூப்பிட்டு, "குழந்தை ஒரு தப்பும் செய்ய வில்லையே, அதை ஏன் அடிக்கிறாய்?" என்றார்.

அதற்கு, "நீங்கள் வெளியே போய்விடுகிறீர்கள். நானும் குளிக்கப்போய்விடுகிறேன். தன்னைக் கவனிப்பார் இல்லாத காரணத்தை ஆதாயமாகக் கொண்டு அது வீதிக்குப் போகிறது.
~~~

எங்கேயாவது ஒரு வீட்டிற்குள் போய்ப் புகுந்துகொண்டு, அசல் வீட்டுக் குழந்தைகளிடம் அடியுண்டு மலங்கமலங்க அழுது கொண்டு கிடக்கிறது. நான் ஒரு பக்கம் குழந்தையைத் தேட, அது மறுபக்கம் வர இவ்வாறு ரொம்ப நாழி பொறுத்து எங்கிருந்தோ அழுதுகொண்டு அதுவாக, அந்தக் குழந்தை அடித்தது என்று சொல்லிக்கொண்டே வீட்டிற்கு வருகிறது. தினம் இது இவ்விதம் செய்தால் இதுக்குப் புத்தி எப்படி வரும்; இதைத் தேடும் காரியமே எனக்குப் பெரிய காரியமாய்விட்டால் எனக்கு ஸ்நானம், சமையல், இதர வீட்டு வேலைகள் இதெல்லாம் எப்படி ஆகிறது?" என்றார் செல்லம்மா.

உடனே பாரதியார், "செல்லம்மா! இனி நீ குழந்தையை அடிக்காதே! குழந்தை பாடு, என் பாடு. அதைத் தொடாதே! நான் குழந்தையை எங்கும் போகாமல் பார்த்துக்கொள்ளுகிறேன்" என்று சொல்லிவிட்டுக் குழந்தையைப் பார்த்து, "சகுந்தலா பாப்பா! அழாதே. அம்மா இனி உன்னை அடிக்கமாட்டாள். உனக்குப் பாட்டுப் பாடுகிறேன்" என்று சொல்லிவிட்டுக் குழந்தைக்குப் பாப்பாப் பாட்டுப் பாடினார்.

இந்த 'பாப்பாப் பாட்டு' பாரதியாரால் 1913ஆம் வருஷம் பாடப்பட்டது. இது 'பாப்பாப் பாட்டு' பாடியதற்குக் காரணமும் சமயமும் ஆகும்.

~

இருபத்தைந்து வருஷங்களுக்கு முன் நான் புதுவையில் பாரதியுடன் இருக்கும்போதே, "மகான்கள் தீர்க்காயுசாயல்லாமல் போய்விடுகிறார்களே, பாரதியாரே, அதற்குக் காரணம் என்ன?" என்றேன்.

அதற்கு அவர், "மகான்கள் பூலோகத்திற்குத் தேவ தூதர்கள். ஜனோபகாரார்த்தமாக அவர்கள் உதிக்கிறார்கள். பூலோகத்தில் அவர்கள் வந்த காரியம் ஆனதும் இவ்வுலகில் நிற்கமாட்டார்கள், மறைந்துவிடுவார்கள்" என்றார். அவர் வாக்கையும் அநுபவத்தையும் கவனித்தால் சரியென்றே தோன்றுகிறது.

ஏனென்றால் ஸ்ரீவிவேகானந்தர் நாற்பதாவது வயதில் காலமானார். அவருடைய சிஷ்யையும் வேத புத்திரியுமான சகோதரி நிவேதிதா தேவி தமது நாற்பதாவது வயதில் காலமானார். நிவேதிதாவுக்குச் சிஷ்யரான பாரதியாரும் 39ஆவது வயதில் காலமானார். இவ்விதம் குரு பரம்பரையில் காலமான விஷயம் அதிகமாக இருக்கிறது.

~

பாரதியார் புதுவையில் எங்கேனும் நடந்து செல்ல அவருடன் நானும் போக விரும்பி நடந்தால், அவருக்குச் சரியாக என்னால் நடக்க முடியாது. அவருக்கு வீதிகளில் மெதுவாக நடக்கத் தெரியாது. எனக்கு அவசரமாக நடக்க முடியாது. எனவே, என் ஓட்டம் அவர் நடைக்குச் சரியாக இருக்கும்.

~

புதுவையில் அவர் எழுதிய 'பாஞ்சாலி சபதம்' முதற்பாகம் ஒரு ஜமீன்தாரிடம் படித்துக் காட்டினேன். அவர் அதிசயமாகக் கேட்டுக்கொண்டிருக்கையில் அவருடன் இருந்த அவருடைய காரியதரிசி என்னை, "இந்தப் புத்தகம் யார் எழுதியது?" என்று கேட்டார். அதற்கு நான் "பாரதியார் பாடியது" என்று சொன்னேன். அதற்கு அவர், "பாரதி எந்த ஊர்?" என்றார்.

"அவர் எட்டயபுரம்" என்றேன். "இப்படிப்பட்ட பாட்டு எழுதியவர் எட்டயபுரத்தவராக இருக்க முடியாது" என்று அவர் சொன்னார்.

காரியதரிசி அப்படிச் சொன்னதற்கு நான், "இல்லை ஐயா, அவர் பல தடவைகளில் தாம் எட்டயபுரத்தவர் என்று சொல்லியிருக்கிறார், ஐயா" என்றேன்.

"இராது. அவர் எட்டயபுரம் இல்லை. வேண்டுமானால் நீ நேராகப் போய் இந்தத் தர்க்க சந்தர்ப்பத்தைச் சொல்லி இன்னொரு தரம் கேள். என்ன சொல்லுகிறார், பார். இருந்தாலும் நான் சொல்லுகிறேன் கேள்: பாஞ்சாலங்குறிச்சியில் ஒரு நாய்க்குட்டி பிறந்தால் அதற்கு மற்ற ஊர் நாய்கள் பதில் சொல்ல முடியாது. பாஞ்சாலங்குறிச்சியில் ஒரு வித்வான் பிறந்தால், அவருக்கு மற்ற ஊர் வித்வான்கள் பதில் சொல்ல முடியாது. ஆகவே, இப்படிப்பட்ட பாட்டு எழுதியவர் ஊர் பாஞ்சாலக்குறிச்சியாகத்தானிருக்க வேண்டும். பாஞ்சாலங்குறிச்சி தவிர மற்ற ஊர்களில் பிறந்தவர்களால் இப்படிப்பட்ட வீரப் பாட்டு எழுத முடியாது" என்றார்.

அந்தக் காரியதரிசி சொல்லி, கொஞ்சம் சந்தேகப்பட்டு நான் பாரதியாரிடம் சென்று, "ஐயா, தாங்கள் எந்த ஊர்?" என்று கேட்டேன்.

"என்ன கிருஷ்ணா, அடிக்கடி எந்த ஊர் என்று கேட்கிறாய்? எட்டயபுரம், எட்டயபுரம் என்று எத்தனை தடவை சொல்லுகிறது?" என்றார்.

அதன்பேரில் நான் மேற்படி ஜமீன்தார் வீட்டில் நடந்த சம்பவங்களைச் சொன்னேன். பிறகு புன்சிரிப்பு சிரித்துக்

கொண்டே, "அந்த ஓரந்தான்" என்றார் பாரதியார். எட்டயபுரம் ஓரந்தானாம் பாஞ்சாலங்குறிச்சி.

~

ஒரு நாள் பாரதியாரை, "ஐயா, இந்த ஊரில் ஒரு நல்ல மடு இருக்கிறது. அது கொஞ்சம் தூரத்தில் இருக்கிறது. தாங்கள் தினம் அங்கு ஸ்நானத்திற்கு வரமுடியுமா?" என்று கேட்டேன். பாரதியார், "எங்கே! எங்கே!" என்று புன்சிரிப்புடன் கேட்டார். "நமது வீட்டிற்கு மேற்கே சுமார் இரண்டு மைல் தூரத்தில் இருக்கிறது. அந்த மடுவிற்கு விடியற்காலை நாலு மணிக்குச் சென்றால்தான் நிம்மதியாகக் கும்பலில்லாமல் ஸ்நானம் செய்யலாம்" என்றேன்.

"விடியற்காலை நீர் எப்பொழுது வந்து எழுப்பினாலும் உன்னுடன் வருகிறேன். தப்பாமல் விடியற்காலையில் வீட்டில் வந்து என்னை எழுப்பு" என்றார் பாரதியார்.

அவர் சொன்னபடி மறுநாட் காலையில் நாலு மணிக்கு அவர் வீட்டுக் கதவைத் தட்டினேன்.

"யார்?" என்றார் பாரதியார். "நான்தான்" என்றேன். உடனே சந்தோஷமாக எழுந்து வந்து கதவைத் திறந்து என் கூடவே மடுவுக்குக் கிளம்பினார். போகும் மார்க்கத்தில் இவர் வீட்டிற்கும் மடுவிற்கும் இடையில் ரஸ்தாவிற்கு இருபுறத்திலும் நஞ்சை வயல்கள்; தென்னந்தோப்புகள். இவற்றின் செழுமையையும், பிரகிருதியின் அழகு ஆனந்தங்களையும் பிறப்பிலேயே வரகவியாதலால் எனக்குத் தெரியாமலேயே கவனித்து வந்தார் பாரதியார். 'குயில் பாட்டு'க்கு அடிப்படையான கருத்துக்கள் இக்காட்சிகளினாலேயே இவருக்கு வளமாக உதயமாயின.

அன்று அவரும் நானும் அந்த மடுவில் ஸ்நானம் செய்தோம். இவ்வாறு இரண்டு நாட்கள் ஆயின. மூன்றாம் நாள் அவர் வீட்டிற்குப் போகாமையால் அவர் என் வீட்டிற்கு விடியற்காலையில் நடந்து வந்து கதவைத் தட்டி எழுப்பினார். உடனே நான் விழித்து, குரலிலிருந்து பாரதியார் என்று தெரிந்து, என் தாயாரிடம், "அம்மா, இவர்தானம்மா பாரதி" என்றேன்.

என் தாயார் உடனே கதவைத் திறந்து உள்ளே அழைத்து உட்காரச் சொன்னார். பிறகு, "பையா, பாரதி பாரதி என்கிறாயே, அவரைச் சுப்ரபாதம் சொல்லச் சொல்லு, பார்ப்போம்" என்றாள்.

அதற்குப் பாரதியார், "சுப்ரபாதம் என்றால் என்ன?" என்றார்.

உடனே என் தாயார், "சுப்ரபாதம் என்றால் என்ன என்கிறாரே! இவ்வளவுதானா உன் பாரதி!" என்றாள்.

இதனிடையே நேரமாகவே நாங்களிருவரும் மடுவுக்குப் புறப்பட்டோம். பாரதியாருக்கு மனத்தில் நிம்மதியில்லை. வழியில் 'சுப்ரபாத'த்திற்கு என்னை அர்த்தம் கேட்டார்.

"சமஸ்கிருதத்தில் சுப்ரபாதம், தமிழில் திருப்பாவை, திருப்பள்ளியெழுச்சி" என்றேன். திருப்பள்ளியெழுச்சியில் ஒரு பாட்டுச் சொல்லச் சொன்னார். நான் சொன்னேன். அதைக் கேட்டு, அதே மாதிரியாகப் பாரத மாதா திருப்பள்ளியெழுச்சி பாடி, என் தாயாரிடம் அப்பாடல்களை நேராக முதன்முதல் பாடிக் காட்டினார்.

~

மற்றொரு நாள் பாரதியாரை வேறொரு மடுவுக்கு அழைத்துச் சென்றேன். அந்த மடுவுக்குத் தியாகராஜ பிள்ளை மடு என்று பெயர். சௌகரியமான படிக்கட்டுகள், தெளிவான ஜலம், திருப்தியான ஆழம், ஜன சந்தடியில்லாத சாலை, அருணோதய சமயம், ஜலக்கரை மேல் முதிர்ந்த பெரிய மாமரங்கள், தென்னை மரங்கள். இப்பேர்ப்பட்ட காட்சிகள் என்னைப் போன்ற பாமரனுக்கே மனோ ஆனந்தத்தை உண்டாக்கும்போது நம் கவிச்சக்கரவர்த்தி பாரதியாருக்குக் 'குயில் பாட்டு' எழுத மனவெழுச்சி உண்டாக்கியதில் ஆச்சரியமில்லை.

~

அவர் பத்திரிகைகளில் எழுதிய விஷயங்களில் ஒன்று எனக்கு ஞாபகம் வருகிறது: "இந்த அழுமூஞ்சி நாட்டிலே காளிதாஸன் உண்டாவானோ?' என்று எழுதினார். காளிதாஸனுக்குப் பிறகு வரகவி பரம்பரை நம் நாட்டில் இல்லையென்ற குறையானது அவரை இவ்வாக்கியம் எழுதும்படிச் செய்தது.

~

பாரதியார் வீட்டில் நான் நாலாயிர திவ்வியப் பிரபந்தம் பாராயணம் செய்வதுண்டு. மௌனமாக ஆழ்ந்த கவனத்துடன் பத்திரிகைகளுக்கு வியாசங்கள் எழுதிக்கொண்டிருக்கும் சமயங்களில் என்னை மௌனமாகப் பாராயணம் செய்து கொள்ளும்படியாகச் சொல்லுவார்.

அதற்கு நான், "ஐயா, எழுதும் காரியம் தங்களுடையது, படிக்கும் காரியம் என்னுடையது. அவாளவாள் காரியத்தை

அவாளவாள் ஏககாலத்தில் கவனத்துடன் செய்துவந்தால் யாருக்கு நஷ்டம்?" என்று ஒருசமயம் சொன்னேன்.

அதற்கு அவர், "நீ சத்தம் போட்டுப் படித்தால் நான் எழுதும் காரியத்திற்குத் தடையாக இருக்கிறது" என்றார்.

அதற்கு நான், "ஐயா நீங்கள் மற்ற மனிதர்கள் மாதிரி சாதாரண மனிதராக என் புத்தியில் படவில்லை. ஆகையினால்தான் நீங்கள் எழுதும்போது நானும் கூசாமல் பாராயணம் செய்து வருகிறேன். ஏககாலத்தில் ஒரு காரியத்திற்குமேல் காரியங்கள் செய்யவல்ல சக்தி உங்களிடம் இருப்பதாக எண்ணி நான் படித்து வருகிறேன்" என்றேன்.

உடனே அவர், "நான் உன் வழிக்கு வருவதில்லை. எப்போது வேண்டுமானாலும் படிக்கலாம்" என்றார்.

~

ஒரு நாள் பாரதியார், "கிருஷ்ணா, இந்த நாலாயிரம் எத்தனை ஆழ்வார்கள் சேர்ந்து பாடியது?" என்று கேட்டார். அதற்கு நான், "பதினொரு ஆழ்வார்களும் ஆண்டாளும் திருவரங்கத்தமுதனாரும் சேர்ந்து பாடியது நாலாயிர திவ்வியப் பிரபந்தம்" என்றேன்.

"பன்னிரண்டு பேர் சேர்ந்து நாலாயிரம் பாடினார்களா? நான் ஒருவனே ஆறாயிரம் பாடுகிறேன் பார்!" என்றார்! உடனே நான், "உங்கள் ஒருத்தரால் ஆறாயிரம் பாட முடியாது. ஏனெனில், கலி முற்றமுற்ற மனிதனுக்கு ஆயுசு குறைவு. கலி முற்றகாலத்தில் சிறிய மனிதர்கள் நாம். ஆகையினால் முடியாது" என்றேன். "நான் இவ்வாறு சொல்வதனால் உங்களுக்குப் புத்தி குறைவென்று நான் எண்ணுவதாக நீங்கள் நினைக்கக்கூடாது" என்றும் சொன்னேன்.

"நல்லது பார்" என்று அவர், 'பாரதியார் ஆறாயிரம்' என்ற நூல் எழுத ஆரம்பித்தார். இதனிடையில் குடும்பக் கவலை, சச்சரவு, வறுமை, வியாதி, முடிவில் மரணம். இவற்றினிடையே அறுபத்தாறு பாடல்களே பூர்த்தியாயின. அவர் பாட விரும்பிய ஆறாயிரம் பாடல்களின் சாரமும் அர்த்தமும் அறுபத்தாறு பாடல்களில் பொதிந்து கிடப்பதாக அடியேன் அபிப்பிராயம். அவர் காலத்திற்குப் பின் இதை அச்சிட்டவர்கள் இந்த நூலுக்குப் 'பாரதி அறுபத்தாறு' என்று பாடல்களைக் கணக்கிட்டுப் பெயரிட்டு அச்சிட்டார்கள் போலும்!

~

ஒருசமயம் நான் அவரை ஒரு கேள்வி கேட்டதற்குப் பாரதியார் இவ்வாறு கூறினார்: "நாம் இன்னும் நானூறு வருடங்

களுக்குப் பின்னாலே தோன்ற வேண்டியவர்கள். முன்னாலேயே தோன்றிவிட்டோம். என்ன செய்வது!"

"ஐயா, பாரதியாரே! உங்கள் கொள்கைகள் கருத்துக்கள் எல்லாம் எனக்குத் திருப்திகரமாக இருக்கின்றன. நீங்கள் சொல்வதை நான் ஒப்புக்கொள்வதும், நான் சொல்வதை நீங்கள் ஒப்புக்கொள்வதும் நமக்குள் இயல்பாக இருக்கிறது. நிற்க; ஜனங்களில் பலர் நாம் தப்பிதமான கொள்கைகளை வைத்திருப்பதாகச் சொல்லுகிறார்களே, அதற்கென்ன சொல்லுகிறீர்கள்?" என்று கேட்டேன்.

"நாம் இப்போது சொல்லுபவைகளை யெல்லாம் நானூறு வருடங்கள் கழித்து உலகம் ஒப்புக்கொள்ளும்" என்றார். அவர் இவ்வாறு சொல்லி (1938இல்) 25 வருஷ காலந்தான் ஆகிறது!

~~~

பாரதியார் பாடிய கோவிந்தசாமி

பாரதியார் இறந்துபோன தம் தந்தையின் உருவத்தையும் தாயின் உருவத்தையும் தரிசித்த அதிசயத்தை விவரிக்கும் இக்கட்டுரை *கலைமகள்* பத்திரிகையின் பிரமாதி வருஷ (1939) ஆடி மாத இதழில் வெளிவந்தது.

"**கி**ருஷ்ணா!" என்று அதட்டல் குரலிலே பாரதியார் என்னை அழைத்தார்.

"ஏன்?" என்றேன்.

"நீ என்ன மகா பொல்லாதவனாக இருக்கிறாயே! எவன் எவனோ என்னுடைய காலிலே வந்து விழுகிறான். எங்கே வந்தாயென்றால் குவளை கிருஷ்ணமாச்சாரியால் என் பெருமை தெரிந்ததாகச் சொல்கிறான். இந்த வேஷதாரிகளையெல்லாம் எதற்காக என்னிடம் அனுப்புகிறாய்? என்னைப் பற்றி அநாவசியமாக ஏன் விளம்பரம் செய்து கொண்டிருக்கிறாய்?" என்று அவர் என்னைக் கோபித்துக் கேட்டார்.

"யார் அப்படி உங்களிடம் வந்தார்கள்?"

"யாரோ? யாரோ ஒருத்தன் கோவிந்த ஸ்வாமியாம்; யானைக் காலோடு வந்து காலிலே விழுகிறான். எனக்கு உடம்பு நடுங்கிவிட்டது."

பாரதியார் கோபத்தோடு பேசுவதன் காரணம் எனக்கு விளங்கிவிட்டது. அவருக்கு நோயாளிகளைக் கண்டால்

அருவருப்பு அதிகம். நோயாளியைத் தொட்டுவிட்டால் உடனே முழுகுவார். யானைக் காலுடைய ஒருவர் அவர் பாதத்தில் விழுவதென்றால் அவருக்கு ஏன் கோபம் வராது?

"இல்லை; அவர் பெரியவர்; நல்லவர்" என்று நான் சொல்ல ஆரம்பித்தேன்.

"என்ன பெரியவர்! உடம்பை நன்றாக வைத்துக்கொள்ளத் தெரியவில்லை!" என்று அவர் நான் மேலே சொல்லாதவாறு தடுத்தார்.

இவ்வாறு பேசிய பாரதியாரே பிறகு அந்தத் துறவியைப் பற்றி,

அன்பினால் முக்தியென்றான் புத்தன் அந்நாள்.
அதனையிந்நாட் கோவிந்த ஸாமி செய்தான்.
துன்பமுறு முயிர்க்கெல்லாந் தாயைப் போலே
சுரக்குமரு ளுடையபிரான் துணிந்த யோகி;
அன்பினுக்குக் கடலையுந்தான் விழுங்க வல்லான்;
அன்பினையே தெய்வமென்பா னன்பே யாவான்;
மன்பதைகள் யாவுமிங்கே தெய்வ மென்ற
மதியுடையான், கவலையெனு மயக்கந் தீர்ந்தான்.

என்று பாராட்டிப் பாடினார். கோவிந்தஸ்வாமி பாரதியாருடைய காலில் முதலில் வீழ்ந்தாலும் பிறகு பாரதியாரைத் தம்முடைய காலில் விழச் செய்தார்!

கோவிந்தஸ்வாமி புதுச்சேரியில் பிறந்தவர். யாதவ குலத்தினர். அவருடைய சகோதரர் தளவாய் லக்ஷ்மண பிள்ளை யென்பவர் போலீஸில் உயர்ந்த உத்தியோகம் பார்த்து வந்தார். கோவிந்தஸ்வாமி வடநாட்டு யாத்திரை செய்து வந்தவர். ஸ்ரீராம கிருஷ்ண பரமஹம்ஸர் இருந்துவந்த தக்ஷிணேசுவரம் கோயிலில் பல காலம் இருந்தார். பிறகு அங்கிருந்து சந்தனநகர் *(Chandernagore)* முதலிய இடங்களுக்குச் சென்றுவிட்டுப் புதுச்சேரிக்கே வந்து சேர்ந்தார்.

புதுச்சேரியில் கரடிக்குப்பத்துக்குப் போகும் வழியில் ஓர் இடம் உண்டு. அங்கே தனிமை ஆட்சி புரியும். அவ்விடத்திலே ஒரு குளமும், அதன் கரையிலே பரதேசிகள் தங்குவதற்குரிய அன்னக்காவடி மடம் ஒன்றும் இருக்கின்றன. சித்தானந்தஸ்வாமி கோயில் என்ற ஆலயம் ஒன்றும் இருக்கிறது. அதைத்தான் பாரதியார் 'சித்தாந்த சாமி திருக்கோயில்' என்று பாடியிருக்கிறார்.

அன்னக்காவடி மடத்திலே ஒரு பரதேசி ஊருக்குள்ளே காவடி எடுத்துச் சென்று அன்னம் பிக்ஷை வாங்கிக் கொணர்ந்து

மடத்திலேயுள்ள பரதேசிகளுக்கு இட்டுவந்தார். அந்த மடத்திலே தான் கோவிந்தஸ்வாமி தங்கியிருந்தார்.

எனக்குப் பரதேசிகளென்றால் பைத்தியம் அதிகம். எவ்வளவோ துறவிகளை என்னுடைய இளமை தொடங்கிப் பார்த்து அவர்களோடு பழகியிருக்கிறேன். அவர்களுக்குள் கோவிந்தஸ்வாமியும் ஒருவர். நான் அவரோடு ஸம்பாஷிக்கும் காலங்களில் பாரதியாரைப் பற்றிப் பேசுவேன். அவர் சக்திவெறிப் பிடித்தவர் என்பதைச் சொல்வேன். "அப்படிப்பட்டவரைப் பார்க்க வேண்டும்" என்று அவர் ஒரு நாள் சொன்னார்.

"மாலை வேளைகளில் இந்த இடத்துக்கு அவர் வருவார்; அப்போது பார்க்கலாம்" என்று நான் சொல்லியிருந்தேன். பாரதியார் சிந்தானந்தஸ்வாமி கோயிலுக்கு அருகிலுள்ள தனியான இடத்தில் உலாவுவார்; ஓரிடத்தில் உட்கார்ந்து கொண்டு தம்முடைய மனோரதத்தை ஓட்டிக்கொண்டிருப்பார். இப்படி இருந்தபோதுதான் கோவிந்தஸ்வாமி அவரைக் கண்டு, அவரே பாரதியாரென்று கண்டுகொண்டு அவருடைய பாதத்தில் விழுந்தார். பாரதியாருடைய விழியிலுள்ள ஒளியிலே அந்தச் சாமியார் சக்திவெறியைக் கண்டிருக்க வேண்டும்; இல்லாவிட்டால் அப்படிப் பணிவதற்கு நியாயமில்லை.

கோவிந்தஸ்வாமி சாமான்யமானவரல்லர். அவர் பரம ஸாது. அவர் முகத்திலே எப்போதும் புன்னகை தவழும். அவர் கால் மாத்திரம் வீங்கியிருக்கும். மந்திர சக்திகூட இருந்ததென்று எனக்குத் தோன்றியது.

முதலில் பாரதியார் அந்தச் சாமியாரை வெறுத்தாலும் என்னுடைய வார்த்தைகளாலும், நாளடைவில் அவரோடு பழகியதாலும் அவர் பெருமை பாரதியாருக்குத் தெரியவந்தது. சாமியார் பாரதியார் வீட்டிற்குச் சிலமுறை வந்தார். ஒரு சமயம் பாரதியாரைப் பார்த்து, "உங்கள் தகப்பனாரின் முகம் ஞாபகம் இருக்கிறதா?" என்று கேட்டார் சாமியார். "ஏதோ ஒருவிதமாக இருக்கிறது; தெளிவாக இல்லை" என்றார் பாரதியார்.

"இப்போது கண்டால் அடையாளம் தெரிந்துகொள்ள முடியுமா?" என்று கேட்டார் சாமியார்.

பாரதியார் சிரித்தார். "இப்பொழுதாவது, காண்பதாவது!" என்றார்.

"உண்மையாகச் சொல்கிறேன்; இதோ பாருங்கள் உங்கள் தந்தையாரை!" என்று சாமியார் கூறினார்.

ஆச்சரியம்! பாரதியார் கண்களுக்கு அவர் தந்தையாரின் திருமுகம் தோன்றியது. 'மெஸ்மெரிஸமோ,' 'ஹிப்னாடிஸமோ' ஏதோ பழகிக் கைவந்தவர் அவரென்பதைப் பாரதியார் கண்டு கொண்டார். "என்னுடைய தந்தையைத் தரிசித்தேன். தாயைப் பார்க்க வேண்டுமே" என்றார் அவர்.

"அப்படியே பார்க்கலாமே; உங்கள் தாயை நினைத்துக் கொள்ளுங்கள்." அடுத்த கணம் பாரதியார் தம் தாயின் திருமுக மண்டலத்தைப் பார்த்தார். உடனே அது மறைந்துவிட்டது. அப்பால் கோவிந்தஸ்வாமியை அவர் புகழ்வதற்கு என்ன தடை? அவர் கூறுவதைக் கேளுங்கள்:

பொன்னடியா லென்மனையைப் புனித மாக்கப்
போந்தானிம் முனியொருநாள்; இறந்த எந்தை
தன்னுருவங் காட்டினான், பின்னே யென்னைத்
தரணிமிசைப் பெற்றவளின் வடிவ முற்றான்.
அன்னவன்மா யோகியென்றும் பரம ஞானத்
தனுபூதி யுடையனென்று மறிந்து கொண்டேன்.
மன்னவனைக் குருவெனநான் சரண டைந்தேன்,
மரணபயம் நீங்கினேன், வலிமை பெற்றேன்.

8

சுந்தரேச ஐயர்

பாரதியைப் பற்றிய நினைவுகள்

இக்கட்டுரையும் *கலைமகள்* பத்திரிகையில் வெளிவந்தது; வருஷம் 1937ஆக இருக்கலாம். பாரதியார் புதுவை போந்த முதலில், தம் மனைவியின் நகைகளை அடகு வைத்துப் பொருள் உதவி செய்த சுந்தரேச ஐயர், ஒரு மணிலாக்கொட்டை ஏற்றுமதிச் சாலையில் சாதாரண குமாஸ்தா வேலையில் இருந்தவர்.

அந்தக் காலத்தில் புதுச்சேரியில் துப்பறியும் ஆங்கில இரகசியப் போலீஸாருடைய கடுமை அதிகமாக இருந்தது. அவர்கள் பிரெஞ்சு ராஜ்யத்தில் அடைக்கலம் புகுந்திருக்கும் தேசபக்தர்களையும் அவர்களோடு தொடர்பு கொண்டவர்களையும் பயமுறுத்தி அவர்களுக்கு இடையூறு இயற்றி வந்தனர். பல தந்திரமான வழிகளைப் பின்பற்றித் தேசபக்தர்களை அடக்க முற்பட்டனர். என்னையும் இன்னும் சில நண்பர்களையும் பிரிட்டிஷ் இந்தியா வுக்குள் வந்தால் சிறைப்படுத்துவதாக அச்சுறுத்தி னார்கள். சிலர் அவர்களுக்கு அஞ்சினார்கள்.

பாரதியாருடைய பழக்கத்தினால் எனக்குச் சிறிது தைரியம் இருந்தது. இரகசியப் போலீஸாருடைய செய்கைகளை நான் நன்றாக அறிந்தேனாயினும் சிறிதும் அஞ்சவில்லை. என்னிடம் தங்களுடைய மிரட்டல் பயன்படாததை அறிந்து அப்போலீஸ் அதிகாரிகளுள் ஒருவர் நான் வேலை செய்துவந்த வியாபார நிலையத் தலைவராகிய குப்புசாமி

ஐயரிடம் என்னைப் பற்றிப் பல வகையில் குறைகள் கூறி அவர் மனத்தில் குழப்பம் உண்டாகும்படி செய்வித்தார். அவ்வதிகாரியினுடைய முயற்சியால், நான் என் இளமைக்காலம் முதல் இருபது வருஷங்கள் பார்த்துவந்த வேலையை இழக்க நேரிட்டது.

பாரதியாருடைய நண்பர்களில் ஆறுமுகம் செட்டியார் என்பவர் ஒருவர். பாரதியாருடைய தொடர்பினால் அவருக்கும் போலீஸாரால் சில தொல்லைகள் நேர்ந்தன. அவர் சில நாள் சிறைவைக்கப்பட்டுப் பிறகு விடுதலை பெற்றார். பிரெஞ்சு கவர்னருடைய முயற்சியால் அப்பால் புதுவையில் பிரிட்டிஷ் இரகசியப் போலீஸாருடைய தொந்தரவு அடங்கியது. ஆனாலும் 1914இல் மகாயுத்தம் ஆரம்பித்த காலத்தில் அவர்களுடைய போதனைகளைப் பிரெஞ்சு ஸர்க்கார் ஏற்றுக்கொள்ளலாயினர்.

~

பாரதியார் 'தமிழ் வளர்ப்பு முயற்சி சங்கம்' என்று ஒரு சங்கத்தை ஆரம்பித்தார். அதை ஆதரிப்போர் ஒவ்வொருவரும் தடவை ஒன்றுக்கு ஒரு ரூபாயாக இரண்டு மாத காலத்தில் மூன்றுமுறை செலுத்த வேண்டும். வேண்டிய அளவுக்கு மூலதனம் சேர்ந்ததும் விஞ்ஞான சாஸ்திர நூல்கள், பிற பாஷைகளிலுள்ள சிறந்த காவியங்கள், வசன நூல்கள் முதலியவற்றின் மொழி பெயர்ப்புகள், தேசாபிமானத்தையும் நல்லொழுக்கத்தையும் புதிய முறையில் போதிக்கும் வசன நூல்கள் முதலியவற்றை எளிய தமிழில் வெளியிடுவது; அவற்றை அச்சிட்ட பிறகு மூன்று ரூபாய் முன்பணம் அனுப்பிய அன்பர்களுக்கு ஐந்து ரூபாய் விலையுள்ள புஸ்தகங்கள் அனுப்புவது என்று திட்டமிட்டார். இவ்வாறு சில நிபந்தனைகளும் அந்தச் சங்கத்தின் நடைமுறைகளும் பாரதியாருடைய யோசனையின்படி அமைக்கப்பெற்றன. அவற்றை ஒரு விளம்பரமாக அச்சிடுவதற்கு முயற்சி நடைபெற்றது. அச்சமயம் மகாயுத்தம் நடந்துகொண்டிருந்த காலம். எந்தச் சிறிய விளம்பரமாயினும் பிரசுரமாயினும் முன்கூட்டியே அரசாங்கத்தாரிடம் சமர்ப்பித்து அவர்களுடைய அநுமதி பெறவேண்டுமென்ற விதி புதுவையில் இருந்தது. ஆகவே, நான் அவ்விளம்பரப் பிரசுரத்தின் நகலை வைத்து அரசாங்கத்தாருடைய அநுமதியை வேண்டி ஒரு விண்ணப்பம் அனுப்பியிருந்தேன்.

ஆங்கிலேயரும் பிரெஞ்சுக்காரரும் நேசக்கட்சியினராக இருந்தமையால் ஆங்கில இரகசியப் போலீஸாருக்குப் புதுவையில் செல்வாக்கு இருந்தது. அந்நகரிலே சரண் புகுந்த

தேசபக்தர்களெல்லாரும் புரட்சிக்காரர்களென்றும், வெள்ளை அரசாங்கத்தைக் கவிழ்க்கச் சதி செய்பவர்களென்றும் அவர்கள் பழிசுமத்தி வந்தனர். அவர்களுடைய மந்திரோபதேசத்தால் நான் அனுப்பிய விண்ணப்பம் புதுவை அரசாங்கத்தாரால் நிராகரிக்கப்பட்டது. நாங்கள் மிக்க ஆர்வத்தோடு தமிழ் வளர்ச்சி குறித்துச் செய்த முயற்சி இவ்வாறு முளையிலே நசுக்கப்பட்டது. பாரதியார் அதனால் மிகவும் மனம் நைந்தார்.

~

பாரதியார் முதல்தரமான சமரஸவாதி. ஜாதிமதப் பேதங்களுக்கு அவர் புறம்பானவர். அந்தக் காலத்தில் வைதிக வழக்கங்களை மீறிக் காரியங்களைச் செய்ய எவ்வளவோ துணிச்சல் வேண்டும். அத்தகைய தைரியம் பாரதியாரிடம் இருந்தது. அவருடைய சுற்றத்தார்களுக்கு அவருடைய 'அநாசாரம்' சிறிதேனும் பிடிக்கவில்லை.

புதுவையிலே பாரதியார் இருந்த காலத்தில் தூத்துக்குடி தேசபக்தர் ஸ்ரீ வ.உ. சிதம்பரம் பிள்ளை ஒருமுறை அவரைப் பார்க்க வந்தார். வேறு சில பிராமணரல்லாத நண்பர்களும் வருவதுண்டு. யார் வந்தாலும் பாரதியார் அவர்களோடு உட்கார்ந்து உண்பது வழக்கம். தம்முடைய விருந்தினர்களோடு சேர்ந்து உண்பதில் அவருக்கு உற்சாகம் அதிகம்.

பாரதியாருடைய அருமைப் புதல்வி ஸ்ரீமதி தங்கம்மாளது ருதுஸ்நான தினத்தில் பாரதியார் தம்முடைய நண்பர்கள் எல்லாருக்கும் ஒரு விருந்து நடத்தினார். அவ்விருந்துக்கு எல்லாச் சாதியினரும் வந்திருந்தனர். ஸ்ரீ அரவிந்தர், அவருடைய மாணாக்கர்கள், ஸ்ரீ வ.வே.சு. ஐயர் முதலிய பலர் அன்று ஒரே பந்தியில் உட்கார்ந்து ஆனந்தமாக விருந்துணவு உண்டனர். பாரதியாருடைய மனைவியாரும் அவருடைய தோழியரும் சமையல் செய்து பரிமாறினார்கள்.

இந்தச் சமபந்தி விருந்தைப் பற்றிக் கேட்ட பலர் திடுக்கிட்டனர். வைதிகப் பற்றுள்ள சில நண்பர்கள் தங்கள் அருவருப்பை வெளியிலே தெரிவிக்க முடியாமல் வருந்தினர். பாரதியாருக்குத் தம்முடைய செயல் பலருக்கு வெறுப்பை உண்டாக்குமென்பது தெரியும். ஆனால் அவருக்கு அதுபற்றிச் சிறிதேனும் கவலையே இல்லை.

காக்கை குருவி எங்கள் சாதி – நீள்
கடலு மலையு மெங்கள் கூட்டம்

என்று அகில லோகத்தையும் வளைத்துக் கட்டிச் சமரஸம் பேசும் அவருக்கு ஜாதிக் கட்டுப்பாடுகள் தடையாகவே இருக்கவில்லை.

~

பிரெஞ்சிந்தியாவிலே 'ரெனோசான்' என்ற ஒரு கூட்டத்தினர் உண்டு. அக்கூட்டத்தினரில் ஹிந்துக்களும் கிறிஸ்துவர்களும் முகம்மதியர்களும் இருந்தனர். அவர்கள் பிரெஞ்சுக்காரர்களுடைய சட்டதிட்டங்களை அனுசரிப்பவர்கள். வெள்ளைக்காரர்களுக்கு உரிய பல விசேஷ உரிமைகளை அவர்கள் அநுபவித்தார்கள். எந்தச் சமயத்தில் யுத்தம் நேர்ந்தாலும் அப்போது கட்டாயமாக அவர்கள் போர்ப்படையிலே சேர்ந்து போர்புரிய வேண்டு மென்பது விதி. அந்தக் கூட்டத்தினரில் பலர் பாரதியாருடைய நண்பர்கள்.

மகாயுத்தம் ஆரம்பித்த காலத்தில் மேலே கூறிய கூட்டத்தினர் ராணுவ ஸேவைக்கு அழைக்கப்பட்டனர். பாரதியாருடைய சிநேகிதர்களான சில ஹரிஜனங்கள், கிறிஸ்துவர்கள் முதலியோரும் படையிலே சேரவேண்டியதாயிற்று. அவர்கள் போர்முனைக்குப் புறப்படுவதற்கு முன் பாரதியார் ஓர் இரவு அவர்களுக்கு விருந்தளித்தார். அவ்விருந்து பாரதியாருடைய வீட்டிலேயே நடைபெற்றது. எல்லாரும் ஒருங்கே அமர்ந்து உணவுண்டனர். அந்த விருந்தின் முடிவில் பாரதியார் அவர்களுக்கு மிகவும் அரிய உபதேசம் ஒன்று புரிந்தார். அந்த உபதேசம் அந்த நண்பர்களுடைய நரம்பிலே முறுக்கேற்றிவிட்டது. அந்தப் பிரசங்கம் இருபத்து மூன்று வருஷங்களுக்கு முன் (1914இல்) செய்யப் பெற்றதாயினும் இன்னும் என் காதில் கணீரென்று ஒலித்துக்கொண்டிருக்கிறது. பிரசங்க முடிவில் "ஓம் சக்தி ஓம் சக்தி ஓம் சக்தி ஓம்" என்று கூறி நிறுத்தியபோது எல்லாரும் ஆவேசம் வந்தவர்கள் போல் ஆயினர். எல்லாருடைய முகத்திலும் வீரக்களை உண்டாயிற்று. "வார்த்தைகளுக்கு இத்தனை மின்சார சக்தியா?" என்று நான் ஆச்சரியப்பட்டேன்.

"இந்தியனுக்கு வீரம் ரத்தத்திலேயே ஊறுவது. அவனுடைய சரித்திரமெல்லாம் அவனுடைய வீர விளையாட்டை விவரிக் கின்றன. தமிழன் வீரத்தை உயிருக்கு ஆபரணமாக நினைப்பவன். உங்களுக்கு வீர உணர்ச்சி உள்ளே புகுந்திருப்பினும் அதை வெளிப்படுத்த இப்போதுதான் ஸந்தர்ப்பம் வாய்த்திருக்கிறது. கோழைகளுக்கும் பேடிகளுக்கும் ஹிந்துஸ்தானம் இடங்கொடாது. வீரக் கனலின் சோதியிலே உங்கள் வாழ்வு பிரகாசிக்க வேண்டும். உங்களை யுத்தம் செய்யவைத்தது பராசக்தியின் அருள், பாரத

தேவியின் கட்டளை. அதை நீங்கள் நிறைவேற்ற வேண்டும். உங்களுடைய வீரம் உலகத்தாருக்கு முன் உயர்ந்தோங்கி நிற்க வேண்டும். பராசக்தியின் திருநாமத்தை மறவாதீர்கள். ஓம் சக்தி, ஓம் சக்தி, ஓம் சக்தி, ஓம்!"

இதுதான் பாரதியாருடைய உபதேசத்தின் சாராம்சம். விருந்துண்ட நண்பர்கள் பாரதியாருடைய உபதேசத்தையும் ஆசீர்வாதத்தையும் கேட்டுப் பெருமகிழ்ச்சி அடைந்து போர் முனைக்குப் புறப்பட்டார்கள்.

9

அமுதன்

பாரதியாரைச் சந்தித்தது

பாரதியைப் புதுவை நாள் முதல் நெருங்கி அறிந்தவரும், ஸ்ரீ அரவிந்தரின் ஆதி சீடர்களில் ஒருவரும், ஸ்ரீ அரவிந்தாசிரமத்தில் பொறுப்பு மிக்க பதவி வகித்து, 1968இல் சித்தியடைந்தவருமான அமுதன் – டி. ஆராவமுதன் – பண்பும் பாகுபாடும் மிக்கவர். 1938இல் *ஹிந்துஸ்தான்* வாரப் பதிப்பில் வெளியானது இக்கட்டுரை.

ஏது ஆயினும், கீழ்க்குறிப்பிட்ட நிகழ்ச்சிகள் நடந்து போய் நாட்கள் அல்ல, வருஷங்கள் ஆகிவிட்டன. சில வேளைகளில் கனவோ நனவோ என்ற சந்தேகங்கூட உண்டாகிறது.

1906 அல்லது 1907 இருக்கும். எனக்கு வயது சுமார் பத்துப் பன்னிரண்டிற்குள்ளாக இருக்கும். எங்கள் கிராமத்திற்கு அந்தக் காலத்துப் பிரபல *இந்தியா* பத்திரிகை வாரம் தவறாது வந்துகொண்டிருந்தது. *இந்தியா* பத்திரிகைக்கு ஸ்ரீ சி. சுப்பிரமணிய பாரதியார் ஆசிரியர் என்பதும் காதில் பட்டபடி இருந்தது.

என் சிறிய தகப்பனார், ஊரில் ‘வந்தே மாதரம்’ பாட்டை வெகு சகஜமாகப் பாடிக்கொண்டிருப்பார். அவருக்கு ‘வந்தே மாதரம்’ கிருஷ்ணசாமி என்ற பெயர்கூட உண்டாகிவிட்டது. இவ்விதம் சொல்வதனால் அவர் பாடுவதில் ரொம்ப சமர்த்தர் என்று நினைத்துவிட வேண்டாம்; சங்கீதத்திற்கும் அவருக்கும் வெகுதூரம். இருந்தபோதிலும் உணர்ச்சியிலும் நாட்டின்மீது உள்ள பற்றிலும்

எனக்கு அவர் ஓர் ஆச்சரியமான ஆசாமியாகத் தோன்றினார். முதன்முதலில் அவர்தான் எனது உள்ளத்தில் தேசபக்தித் தீயை மூட்டியவர். அந்தச் சமயம் அந்த விஷயம் எனக்கு விளங்கினதே கிடையாது.

~

ஒருநாள் இரவு என் சிறிய தகப்பனார் கனவில் ஒரு துவஜ ஸ்தம்பத்தையும் அதன்மீது உச்சியில் வந்தே மாதரம் கொடியையும் கண்டார். மறுநாள் காலையில் அதை என்னிடம் விஸ்தரித்துக் கொண்டிருக்கும்பொழுது தபால்காரன் *இந்தியா* பத்திரிகையைக் கொண்டுவந்து கொடுத்தான். ஆச்சரியம்! அதில் என்ன கண்டோம் தெரியுமா? துவஜ ஸ்தம்பம், வந்தே மாதரக் கொடி! ஸ்ரீ சி. சுப்பிரமணிய பாரதியாரின் பாட்டு!

> தாயின் மணிக்கொடி பாரீர் – அதைத்
> தாழ்ந்து பணிந்து, புகழ்ந்திட வாரீர் . . .

உற்சாகம் மிதமிஞ்சிவிட்டது என் சிறிய தகப்பனாருக்கு. தாம் தீர்க்கத்தரிசிகளில் ஒருவராக இருக்க வேண்டும் என்ற எண்ணம் உதித்துவிட்டது.

இந்தச் சம்பவத்திற்குக் கொஞ்ச நாட்களுக்கு முன் ஸ்ரீ சி. சுப்பிரமணிய பாரதியார் புதுவை வந்து சேர்ந்துவிட்டார் என்று கேள்வியுற்றோம். எனக்கு அந்தச் சின்ன வயதில் தீவிர உணர்ச்சி எதனிலும் இல்லை. ஆயினும் பாரதியாரைப் பார்க்க வேணுமென்ற அவா மட்டிலும் எனக்குள் தெரிந்தும் தெரியாதது மாக இருந்தது. எனது பத்தொன்பதாம் வயதில் புதுவைக்கு அழைத்துச் செல்லும்படி சிறிய தந்தையை மிகவும் தொந்தரவு செய்தேன்.

அவர் அடிக்கடி புதுவைக்குப் போவார்; பாரதியார், அவரது நண்பர் மண்டயம் ஸ்ரீநிவாஸாச்சாரியார் முதலியவர்களைப் பார்த்துத் திரும்புவார். ஊரில் வந்து, இருந்தது இல்லாததை யெல்லாம் கதைகதையாகச் சொல்வார். ஊர்ப் பையன்களெல்லாம் கூடிக்கொண்டு அவர் சொல்வதைப் பிரமித்துக் கேட்போம். அவர் கதையை முடித்துவிட்டு எழுந்திருக்கும்போது தம்மை அறியாமலேயே பாரதியாரைக் கதாநாயகனாக்கிவிடுவார் – அவர் சொல்வதில் பாரதியாரைச் சுற்றியே அனைத்தும் நிகழும்.

பாரதியாரிடத்துக் காணப்பட்ட பல பழக்கவழக்கங்கள் என் சிறிய தகப்பனாருக்குப் பிடிக்காதவை. உதாரணமாக, எல்லார் வீட்டிலும் சாப்பிடுவது, வெற்றிலையும் புகையிலையும் நினைத்தபோதெல்லாம் போட்டுக்கொண்டு கண்ட இடமெல்லாம் துப்பிக்கொண்டிருப்பது, பூணூல் இல்லாதிருத்தல் முதலியன.

இத்தியாதி அற்புத ரகசியங்களை அவர் என்னிடம் சொன்னதே கிடையாது. இதே காரணத்தை முன்னிட்டு, பாரதியாரிடம் என்னை அழைத்துக்கொண்டு போக ரொம்ப நாள் தயங்கி வந்தார்.

~

சித்தப்பாவின் 'ஸோஷல் ரிஃபார்ம்' (சமூகச் சீர்திருத்த வேகம்) மிகப் புத்திசாலித்தனமாக வரையறுக்கப்பட்டிருந்தது. உதாரணமாக, 'கிருஷ்ணமாச்சாரி' என்ற தமது பெயரை 'கிருஷ்ண சர்மா' என்று மாற்றிக்கொண்டுவிட்டார். இத்துடன் 'சோஷல் ரிபார்'மில் பாதிக் காரியம் ஆகிவிட்டதாக அவர் நினைவு. ஐயர், ஐயங்கார் வீட்டில் சாப்பிடலாம், இஷ்டமிருந்தால். அது போலவே ஐயங்கார், ஐயர் வீட்டிலே சாப்பிடலாம். ஆனால், இரு திறத்தாருக்குள் கல்யாணம், பெண் கொடுக்கல் வாங்கல் மாத்திரம் கூடாதென்பது அவரது தீர்க்க ஆலோசனையில் முடிவு கட்டிய விஷயம். இதற்குமேலே எவ்விதம் போகிறது? போனாலோ – பிரளயந்தான்!

ஒருநாள் சாயந்தரம் நாலு மணி வேளைக்குக் கால்நடையாக அவரும் நானுமாகப் புதுவைக்குப் புறப்பட்டோம். கால்நடை என்று சொல்லவேண்டிய அவசியமே கிடையாது. ஏனெனில், 'வேறு நடை'க்கு அந்தக் காலத்தில் வழி இல்லை. எங்கள் ஊர் புதுவைக்குத் தென்கிழக்கே பத்துக் 'கல்' தூரம். நடுவழியில் ஒரு விசாலமான காட்டுமேடு. ஒரு செந்நிறக் கட்டாந்தரை. இம்மேட்டிலிருந்து பார்க்கும்போது வடமேற்கே புதுவையின் ஆலைகள் புகை கக்குவதும், கண்ணுக்கு மை இட்ட மாதிரி கீழ்த் திசையில் சமுத்திரம் தெரிவதும் என் மனத்திற்கு எப்பொழுதும் ரம்மியமாக இருக்கும்.

பாரதியாரைப் பார்க்கப்போகிறேனென்ற நிச்சயமான எண்ணமானது என் நெஞ்சில் ஒரு படபடப்பை உண்டுபண்ணிற்று.

~

சரியாக, அஸ்தமித்த பிறகு சுமார் ஏழு மணி வேளைக்கு, பிரிட்டிஷ் சுங்க எல்லையைக் கடந்தோம். எனக்கு உடம்பெல்லாம், நடந்ததனாலே, அலுத்துப்போன மாதிரி இருந்தது. கால் ரொம்ப வலித்தது. மெதுவாக மண்டயம் ஸ்ரீநிவாஸாச்சாரியார் வீட்டிற்குப் (கால்வாய்க்கு அருகில், துய்ப்ளெக்ஸ் தெருவில், தெற்குப் பார்த்த மாடி வீடு) போய்ச் சேர்ந்தோம்.

மணி எட்டு, எட்டரை இருக்கும். பாரதியாரை சி.ஐ.டி. போலீசார்களுக்குத் தெரியுமோ, தெரியாதோ நிச்சயமாக அவரைப் பார்க்கக்கூடிய வேளையும் இடமும் என் சிறிய தகப்பனாருக்கு

நன்றாகத் தெரியும். மாமூல் பிரகாரம் வந்து சேர்ந்தார். நான் வீட்டிற்குப் புதிது. குழாயில் கால் கை அலம்பிக்கொண்டோம். உடம்பில் ஊர்ப்பட்ட புழுதி. தண்ணீரில் முழுக்கிட்டால்தான் தொலையும். ஆனால் அப்போது அதற்கு அங்கு வழியில்லை. ஈரத் துணியினால் உடம்பைத் துடைத்துக்கொண்டோம். உயரச் சென்றோம்.

மண்டயம் ஸ்ரீநிவாஸாச்சாரியார் யார் என்பது உடனே தெளிவாயிற்று. உச்சிக் குடுமி, வியர்வையில் மறைந்த நெற்றி நாமம், பளிச்செனப் பிரகாசிக்கும் ஸ்ரீசூர்ணமும், உபவீதமும், பஞ்சகச்ச வேஷ்டியும் அவரைத் தெளிவுபடுத்திய சின்னங்கள்.

வழுக்கைத் தலையை மறைக்கும் தலைப்பாகை, விசால நெற்றி, ஜ்வலிக்கும் கண்கள், மிக மெலிந்த உடலைப் பெருக்கிக் காட்டும் கரிய அங்கி, தாடி மீசை—பாரதியாரின் சக்திப் பிறக்கும் தோற்றம் இது.

நாங்கள் வரவேற்கப் பெற்றோம். இரவு பத்துமணிவரை பாட்டுத்தான் – பாரதியாரின் உத்வேக ஆவேசப் பாட்டுக்கள்.

~

பாரதியாரின் பாட்டின் இனிமை என்னைப் பரவசமாக்கி விட்டது. மனத்தை அவரிடம் அன்று பறிகொடுத்துவிட்டேன். உலகத்தில் எத்தனையோ பொருள்களிடமும் உயிர்களிடமும் மனிதர்களிடமும் மனத்தைத் தந்துவிடுகிறோம்; அன்று நான் என் மனத்தைத் தந்த விதத்தை இன்று நினைக்கும்போது எனக்கே ஆச்சரியமாக இருக்கிறது. பிறகு, அதாவது என்னை அறியாமல் உள்ளத்தைப் பறிகொடுத்த பிறகு, எனக்கு அவர் இல்லாத இடத்தில் மனம் நிலைகொள்ள மறுத்துவிட்டது. அவரை எப்போதும் பார்க்க வேண்டுமென்ற அவா; அவர் அருகில் எப்போதும் இருந்து பேச, பாடக் கேட்க வேண்டுமென்ற தீரா அவா உள்ளத்தில் பனித்துவிட்டது.

ஊரும் சுற்றமும் உள்ளத்தைவிட்டு ஓடிவிட்டன. எவ்வளவு தூரம் என்பது அன்று எனக்குப் புலனாகவில்லை . . . பாரதியார் என்னை ஆகர்ஷித்துவிட்டார்!

~

என் பக்கத்தில் உள்ள சிறிய தகப்பனார் உள்ளத்தில் எனக்கு ஏற்பட்ட இந்தப் பிரளயமெல்லாம் உண்டாகவில்லை.

“பாட்டு திவ்வியமாகப் பாடுகிறார்! அடே, அப்பா! என்ன சாரீரம், என்ன சக்தி; ஆனா, அவர் எச்சில் துப்பறதும், பள்ளி பறையன் வீட்டிலெல்லாம் சாப்பிடுகிறதும் மாத்திரம் எனக்குக்

கொஞ்சங்கூடப் பிடிக்கிறதில்லை” என்று என்னிடம் திரும்பத் திரும்பச் சொல்லுவார். ஆனால், பாரதியார் எச்சில் துப்புகிற விதம் என் கண்ணுக்கு அழகாய்ப்பட்டதே தவிர அதில் எனக்குக் குற்றம் ஒன்றும் தோன்றவில்லை!

~

மறுநாள் இரவு – அதாவது இரண்டாம் நாள் இரவு– பாரதியாரைக் காண மண்டயம் ஸ்ரீநிவாஸாச்சாரியார் வீடு சென்றோம். இரவு எட்டரை மணி முதல் பத்தரை மணிவரை பாட்டுக்கள், கேலிகள், வம்பளப்புக்கள். பாரதியாரின் வாயினின்று எழுவதெல்லாம் நகைச்சுவையும் இசையும் இனிமையும் பொருட்சுவையும் மிகமிகப் பொருந்தி எனது நெஞ்சைக் கொள்ளைகொண்டு போயின. எனக்கு அவர் சொல்லிவந்த அனைத்தையும் அறியச் சக்தி இல்லாவிடினும் என் இளமை உள்ளத்திற்கு அனைத்தும் புரிந்துவிட்ட மாதிரி தோன்ற ஆரம்பித்துவிட்டது.

~

சில வருஷங்கள் கழித்துப் புதுவையில் குடித்தனம். ‘கொல்லேழ் கல்வே’யில் படிப்பு. பாரதியாரைச் சந்தித்து வெகு வெகு நாட்கள் ஆகிவிட்டன. மண்டயம் ஸ்ரீநிவாஸாச்சாரியாருடன் பழக்கம் ஒருவாறு ஏற்பட்டுவிட்டபோதிலும் பாரதியாருடன் எனக்கு இன்னமும் நெருங்கின சகவாசம் ஏற்படவில்லை. பாரதியாருடைய பாட்டை மண்டயம் ஸ்ரீநிவாஸாச்சாரியாருடைய வீட்டில் தூர இருந்தே இதுவரை கேட்டு வந்திருக்கிறேன்.

ஒருநாள் இரவு, சுமார் ஒன்பது மணிக்கு, பாட்டெல்லாம் முடிந்த பிறகு – இடம், மண்டயம் ஸ்ரீநிவாஸாச்சாரியாருடைய கிருகமே–பாரதியாரை நோக்கி, “நாளை இரவு உங்களை வீட்டில் காண உத்தரவு தரணும்” என்று தழதழத்த குரலில், உத்வேக மிகுதியினால் தெத்தித்தெத்திச் சொன்னேன்.

புதுவையில் மொத்தமாக, பாரதியார், வ.வே.சு. ஐயர், ஸ்ரீநிவாஸாச்சாரியார் இவர்களுக்கெல்லாம் ‘சுதேசிகள்’ என்ற ஒரு பொதுப்படையான பெயர் உண்டு. ‘சி.ஐ.டி.’களின் தொந்தரவு அதிகமாகையினால் என் சிறிய தகப்பனார் மேற்கண்டவர்களை யெல்லாம், அவசியமானபோது, இரவிலேயே பார்ப்பது வழக்கமாக இருந்தது. இந்த வழக்கத்தின் மேன்மையை நன்கு அறியாவிடினும் பெரியோரைப் பின்பற்றுகிற முறைமைப்படிக்கு நானும் இத்தகை நெஞ்சு தைரியமான காரியங்களுக்கெல்லாம் இரவையே கையாண்டு வந்தேன்.

நான் கேட்ட கேள்விக்குப் பாரதியார் ஒன்றும் பதில் சொல்லாது, எல்லார் முன்னிலையிலுமாக – ஸ்ரீநிவாஸாச்சாரியார், கண்ணுப் பிள்ளை, திருமலாச்சாரியார் (சுத்த வைதிகம்), வ.வே.சு. ஐயர், குவளை கிருஷ்ணமாச்சாரியார் – 'கல்' என இரண்டு நிமிஷ நேரம் சிரித்தார். எனக்கு உடம்பெல்லாம் வியர்க்க ஆரம்பித்து விட்டது. பிறகு பாரதியார் என்னைப் பார்த்துச் சொல்கிறார்:

"நான் என்ன தேவடியாளா? என் வீட்டிற்கு இராத்திரியில் எதற்காக வருவது?"

இந்தத் தடவை சுற்றியிருந்த எல்லாரும் 'கலகல'வென்று சிரித்தார்கள்.

மறுநாள் பகல் பன்னிரண்டு மணிக்கப்புறம், 'சி.ஐ.டி.'கள் கலைந்த பிறகு, ஈசுவரன் தர்மராஜா கோவில் தெருவில் பாரதியார் வீட்டிற்குச் சென்றேன்.

பொடி பற்றிக்கொள்கிற மாதிரி வெயில். தெருவெல்லாம் நிசப்தம். வீட்டில் நுழைந்து கதவைத் தட்டினேன்.

உரத்த குரலில் பாரதியார் உறுமுகிறார்: "யார்?"

"நான்தான்" என்று நான் கதறினேன்.

"பேர், ஊர் இல்லை?" என்று மறுபடி இரைந்தார்.

எனக்கு மேலே ஒன்றும் சொல்லத் தெரியாது திகைத்தேன்.

"பாப்பா, போய்க் கதவைத் திறந்துவிட்டு வா" என்றார்.

சொர்ண விக்கிரகம் போன்ற சின்னக் குழந்தை வந்து கதவைத் திறந்தது.

அப்பாவிடத்தில் போய், "யாரோ ஒரு புது ஆசாமி, அப்பா" என்று குழந்தை மழன்றது. என்னைக் கண்டவுடன் பாரதியார் என்னைத் தழுவி உச்சி மோந்தார்.

என் உள்ளம் குளிர்ந்தது.

"ஒரு பாட்டுப் பாடும்" என்றேன்.

'பொழுது புலர்ந்தது யாம் செய்த தவத்தால்' என்ற பாடலை வெகு இனிமையாகப் பாடினார்.

உண்மையிலேயே என் 'உள்ள வானில்' கதிரவன் குணதிசைச் சிகரத்தை எட்டினாற்போல் மகிழ்வு நிரம்பியது.

10

மண்டயம் ஸ்ரீநிவாஸாச்சாரியார்

பாரதியாரும் ஐயரும்

பாரதியாரை ஆசிரியராகக் கொண்ட *இந்தியா* பத்திரிகையைச் சென்னையில் ஆரம்பித்து நடத்திவந்த எஸ்.என். திருமலாச்சாரியாரின் ஒன்றுவிட்ட சகோதரரான மண்டயம் ஸ்ரீநிவாஸாச்சாரியார், *இந்தியா* புதுவை போனபின் தாமும் புதுவை சென்று, பிறகு அதைத் தாமே மேற்கொள்ளவும் செய்தார். புதுவையில் பாரதியார், ஐயர், அரவிந்தர் முதலியோருக்கு உறுதுணையாக விளங்கிய ஸ்ரீமான் இவர். முதுவயது வாழ்ந்து, 1968இல் காலமானார் இவர். பாரதியாரையும் ஐயரையும் ஒப்பிடும் இக்கட்டுரை கலைமகள் பத்திரிகையில் 1942 மார்ச் மாதம் வெளியாயிற்று.

தமிழ்நாட்டுத் தேசபக்தர்களில் பாரதியார், ஐயர் என்னும் பெயர்கள் எந்தப் பெரியார்களைக் குறிப்பிடுகின்றன என்பது யாவருக்கும் எளிதில் விளங்கும்.

சி. சுப்பிரமணிய பாரதியார் ஸ்மார்த்தப் பிராமணர்களில் பிருஹச்சரண வகுப்பைச் சேர்ந்தவர். குடும்பத்தில் அவரைச் 'சுப்பையா' என்று அழைப்பது வழக்கம். சிறுவயதிலேயே அவர் தமிழில் கவிபாடும் திறமை பெற்றிருந்தாராகையால் அவரைப் பண்டிதர்கள் பலர் பாரதி என்று அழைக்கலாயினர். கடைசிவரை அப்பெயர் அவருக்குச் சிறப்புப் பெயராக வழங்கலாயிற்று. அவரும் 'சி.சு. பாரதி' என்றே தம் பெயரை எழுதி வந்தார். அவர் தகப்பனார் சின்னச்சாமி ஐயர் எட்டயபுரம் ஸமஸ்தானத்தைச் சேர்ந்தவர்.

வ.வே. சுப்ரமண்ய ஐயர் திருச்சிராப்பள்ளி ஜில்லாவைச் சேர்ந்தவர். வடதேசத்து வடமர் என்னும் வகுப்பைச் சேர்ந்தவர் அவர். பாரதியாரைப் போலக் கவிதா தேவியின் அருள் படைத்தவ ராக இல்லாவிட்டாலும் சிறு வயதிலிருந்தே தமிழ் இலக்கியங்களில் வெகு விருப்பங்கொண்டவர். கம்பராமாயணத்தில் அவருக்கு அதிகச் சுவை.

இவ்விருவரும் தென்னாட்டில் நெருங்கிய இடங்களில் பிறந்தவர்களேயானாலும் மூலைக்கு ஒருவராய்ச் சென்று வளர்ந் தார்கள். பாரதியார் தம் தந்தையிடம் ஆரம்பத்தில் கல்வி பயின்று திருநெல்வேலி உயர்தரப் பள்ளிக்கூடத்தில் ஆங்கிலம் கற்றுப் பிறகு வடக்கே காசிக்குச் சென்று அலஹாபாத் ஸர்வகலாசாலைப் பரீக்ஷைகள் சிலவற்றில் தேறினார். மறுபடி தமிழ்நாடு திரும்பி, எட்டயபுரம், மதுரை, சென்னை, புதுச்சேரி முதலிய இடங்களில் வசித்தார். ஐயர் திருச்சிராப்பள்ளிக் கல்லூரியில் பி.ஏ. பரீக்ஷையில் தேறிச் சென்னையில் சட்டப் பரீக்ஷையானதும் ரங்கூன் சென்று அங்கே சில வருஷம் வக்கீலாக இருந்து, லண்டனுக்குப் போய்ப் பாரிஸ்டர் பரீக்ஷை தேறியும் அப்பட்டம் தமக்கு வேண்டா மென்று மறுத்துவிட்டுப் புதுச்சேரியில் பத்து வருஷம் தங்கினார். பிறகு வடஇந்தியாவைப் பார்த்துவிட்டுச் சென்னையிலும் சேரன்மாதேவியிலும் காலங்கழித்தார்.

பல்வேறு நாடுகளில் வாழ்ந்த இவ்விருவரையும் ஒன்றுபடுத் தியது முதல்முதலில் *இந்தியா* பத்திரிகையாகும். சென்னையில் இப்பத்திரிகை வெளிவர ஆரம்பித்தபோதே அதற்குத் தலையங்கங் களைப் பாரதியார் எழுதி வந்தார். அப்பொழுது லண்டனில் இருந்த ஐயர் அதைத் தாமும் வருவித்து, ராஜீய விஷயமாக அதற்கு விஷய தானம் செய்யத் தொடங்கினார். இப்படி ஒருவரோடொருவர் எழுத்து மூலம் பழக்கமானார்கள். அப்பத்திரிகை புதுச்சேரியில் வெளியாகத் தொடங்கின. பிறகு அவர்கள் நட்பு பின்னால் நெருங்கியது. அப்போது ஐயர் வாரந் தவறாமல் அதற்கு 'லண்டன் கடிதங்கள்' எழுதி வந்தார். தம் நண்பரொருவரும் தாமுமாக ராணி லக்ஷ்மீபாய், கரிபால்டி என்பவர்களின் சரித்திரங்களையும் வாரந்தோறும் எழுதி வந்தார்கள். லண்டனில் 'இந்தியா ஹௌஸ்' என்னும் ஸ்தாபனம் கலைக்கப்படும்வரை *இந்தியா* பத்திரிகைக்கு எழுதிக்கொண்டே வந்தார்.

பாரதியார் பிரெஞ்சுக் குடியரசின் விருதுகளாகிய *(Liberty, Equality, Fraternity)* சுதந்திரம், சமத்துவம், சகோதரத்துவம் என்னும் முச்சுகர விருதுகளை *இந்தியா* பத்திரிகையின் தலைப்பில் அமைத்தார். பிரெஞ்சுக் குடியரசு முச்சுகர விருதுகள் 'சமத்துவ'த் துடன் தொடங்கி, 'சுதந்திர'த்தில் முடிகின்றன. *இந்தியா*வுக்குப்

பாரதியார் அரசியல் முறையில் அதிகாரக் கொடுமையற்ற சுதந்திர எண்ணத்தையும், நீதி முறையில் ஏற்றத்தாழ்வு இல்லாத சமத்துவ நோக்கையும், சமூக முறையில் அன்பு அடியாகப் பிறக்கும் சகோதரத்துவ உணர்ச்சியையும் பொது ஜனங்களுக்குள் பரப்புவதே இப்பத்திரிகையின் பெருந்தொண்டு என அவர் கொண்டார். இதற்கேற்றவாறு சித்திரப் படங்களையும் நெஞ்சை உருக்கும் பாட்டுக்களையும் வெளியிட்டு வந்தார்.

இவ்விரு பெரியார்களின் உழைப்பினால் இப்பத்திரிகை தமிழ்நாட்டில் எங்கும் பரவி ஜனங்களைத் தட்டி எழுப்பியதோடு இவ்விருவருக்கும் பரஸ்பரமுள்ள மதிப்பைப் பின்னும் வளர்த்தது. லண்டன் சென்று இந்தியச் சுதந்திரகோஷம் செய்யும் ஐயரின் தைரியத்தைக் கண்டு பாரதியார் பெரிதும் வியப்பார். பலருடன் அவரைப் போற்றிப் பெருமை கொள்வார். அதுபோலவே ஐயரும் பாரதியார் பாட்டுக்களைப் பாராட்டுவதில் தாமே ஒரு கவியாகிவிடுவார். "கடற்கரையில் சாந்திமயமான சாயங்கால வேளையில், உலகனைத்தையும் மோஹவயப்படுத்தி நீலக்கடலையும் பாற்கடலாக்கும் நிலவொளியில், புதிதாகப் புனைந்த கீர்த்தனங்களைக் கற்பனா கர்வத்தோடும் சிருஷ்டி உற்சாகத்தோடும் ஆசிரியர் தம்முடைய கம்பீரமான குரலில் பாடினதைக் கேட்ட ஒவ்வொருவரும் இந்நூலிலுள்ள பாட்டுக்களை மாணிக்கங்களாக மதிப்பர்" என்று 'கண்ணன் பாட்டு' முகவுரையில் ஐயர் கூறியிருக்கிறார். பாரதியார் பாக்களில் பல அக்ஷரலக்ஷம் பெறக் கூடியவை என்று சொல்லியிருக்கிறார்.

இவ்விருவரும் நேரில் முதல்முதல் சந்தித்தது இந்தியா பத்திரிகை நிறுத்தப்பட்ட ஏழெட்டு மாதங்களுக்குப் பிறகு தான். இதற்கிடையில் நமது சுதந்திரக் கிளர்ச்சி சம்பந்தமாக இந்தியாவிலும் இங்கிலாந்திலும் மாறுதல்கள் ஏற்பட்டிருந்தன. அவைகளில் முக்கியமானவை அலிப்பூர் வழக்கும், லண்டனில் ஸ்ரீ ஸாவர்க்கரைக் கைது செய்ததுமேயாகும். இவை காரணமாக ஸ்ரீ அரவிந்த கோஷும் ஐயரும் புதுவை வந்து சேர்ந்தார்கள்.

பாரதியார் அரவிந்தரைப் புதுவையில் வரவேற்று அவருடன் நெருங்கிப் பழகி வெகு சீக்கிரத்தில் அவருக்கு உற்ற நண்பரானார். அவருடைய பழக்கத்தினால் பாரதியாரின் ராஜீயக் கொள்கையில் சிற்சில மாற்றங்கள் ஏற்படலாயின. தீவிரமான ராஜீயவாதமே அதற்கு முன் பாரதியாரது முக்கிய நோக்கமாக இருந்தது. பின் அது போய் ராஜீய முயற்சிக்கு இன்றியமையாத அடிப்படையான ஆத்ம சக்தியையும் கூடவே வளர்த்துவர வேண்டும் என்பதன் உண்மையை உணரலானார். அதற்காக அரவிந்தர் கூறிய யோக முறையைச் சிறிது காலம் அநுஷ்டித்துப் பார்த்தார். அவர்

முந்தியே தெய்வ பக்தி உடையவர். ராஜீயச் சுதந்திரக் கிளர்ச்சியில் அவர் சேர்ந்தபோது தீவிர ராஜீயவாதியாகவே காணப்பட்டார். இப்பொழுது அவை இரண்டும் நெருங்கிய சம்பந்தம் உடையவை எனக் கண்டார். தம் ராஜீயக் கொள்கையில் இம்மிகூடப் பின் அடையாமல் தமது கவிதா வெள்ளத்தை அத்யாத்ம விஷயங்களில் ஏராளமாகப் பெருகவிட்டார். அவைகளில் அவருடைய உயர்ந்த ராஜீய நோக்கம் ததும்புவதை இன்றைக்கும் காணலாம்.

ஐரோப்பிய நாடுகள் சுதந்திரப் போராட்டங்களில் மேற்கொண்ட முறைகளைப் பெரிதாக எண்ணிய ஐயருக்கு முதன் முதலில் பாரதியாரின் இம்மனமாற்றம் அவ்வளவு பிடிக்கவில்லை. ராஜீய முயற்சிகளில் ஈடுபட்டு உழைத்தே ஆத்ம சக்தியை வளர்க்கவேண்டுமேயன்றி அதற்கென்று தனி முறைகள் பழக வேண்டியதில்லை என்பது அவர் கருத்துப் போலும்.

எக்காரணத்தாலோ முதலில் இரண்டு வருஷங்கள் வரை இருவரும் ஒருமனமாய் இருந்து தமிழ்நாட்டுக்குச் செய்யவேண்டிய தொண்டைச் செய்யவில்லை. நாளடைவில் அபிப்பிராய பேதத்தினால் இருவருக்குள் பிளவு ஏற்பட்டும் இருக்கும். இது நேராததற்குக் காரணம் பிரிட்டிஷ் இந்திய ஸர்க்காரேயாகும். புதுவையில் இருந்த ஒரு டஜன் சுதேசிகளைப் பயமுறுத்த ஒரு பெரும் போலீஸ் படையை அந்த ஸர்க்கார் அனுப்பினார்கள். சென்னை, உள்ளூர், வெளியூர்ப் போலீஸ் ஆட்கள் அத்தனை பேரும், போலீஸ் கற்றுக்குட்டிகளும் அணிஅணியாக இடையறாது ஐந்து வருஷ காலம் புதுவைக்கு அனுப்பப்பட்டார்கள். இவர்கள் ஒவ்வொருவரும் அச்சுதேசிகளைத் தனித்தனிக் குறிப்பறிந்துகொண்டு அவர்கள் வெளியே வந்தால் கைது செய்ய வேண்டும் என்பது அந்த ஸர்க்கார் கருத்தாக இருந்தது. இதற்காக ஏழைக் குடிகளின் பணம் லக்ஷக்கணக்கில் செலவழிந்தது. ஆனால் அது பயனற்றுப் போகவில்லை. புதுவையில் இருந்த சுதேசிகளின் மனவொற்றுமைக்கு அது முக்கியக் காரணமாயிற்று.

இருந்தாலும் இப்படிப் பெருந்தொகை வருஷந்தோறும் வீணாகச் செலவழிவது புதுவைச் சுதேசிகளுக்கு மனவருத்தத்தைத் தருவதாகவே இருந்தது. தாம் தொழிலின்றிச் சும்மா இருந்தால் ராஜ துரோகச் சூழ்ச்சி செய்து வருகிறார்கள் என்று போலீசார் சாக்குச் சொல்ல அது இடம் தருகிறது; அதைத் தவிர்க்க ஒவ்வொருவரும் தமக்கு ஏற்ற தொழிலை வெளிப்படையாகச் செய்வதென்று நிச்சயித்தார்கள்.

பெரும்பாலோர் புஸ்தகங்கள் எழுதி அச்சிட்டு வெளியிடத் தொடங்கினார்கள். ஓரிருவர் துணிமணி வியாபாரம் செய்வதில் இறங்கினர். ஸ்ரீ அரவிந்தர் ரிக் வேதத்தைப் படித்து அது

சில யோகமுறைகளைக் குறிப்பதைக் கண்டு இங்கிலீஷில் அதனை மொழிபெயர்த்து வந்தார். பாரதியாரும் அவரோடு சேர்ந்து ரிக் வேதம் படித்துச் சில ஸ்தோத்திரங்களைத் தமிழில் பாட்டுக்களாகவும் இங்கிலீஷில் வசனமாகவும் இயற்றி வந்தார். *ஆர்யா* என்னும் மாதப் பத்திரிகையை ஸ்ரீ அரவிந்தர் ஆரம்பித்தபோது அவரும் அதற்கு விஷயதானம் செய்து வந்தார். வேத ஸ்தோத்திரங்களிலிருந்தும், திருப்பாவை முதலிய தமிழ்ப் பிரபந்தங்களிலிருந்தும் சிலவற்றை இங்கிலீஷில் மொழிபெயர்த்து அதற்கு உதவினார். இம்மொழிபெயர்ப்போடு நில்லாமல் அவர் தாமாகக் கண்ணன் பாட்டு, குயில் பாட்டு, பாஞ்சாலி சபதம் போன்ற உயர்ந்த இலக்கியங்களையும் இயற்றி வந்தார். இக்காலங்களில் தம்மைப் பெரும் போலீஸ் படை சூழ்ந்திருந்ததைக்கூட அவர் பொருட்படுத்தவில்லை. பெரிய நூல்களை இயற்றும்போது அவருக்கு வெளியுலகமே மறந்துவிடும்.

ஐயரும் சும்மா இருக்கவில்லை. பிரெஞ்சுப் பாஷை பயின்று அதிலுள்ள சரித்திர சம்பந்தமான நூல்களைப் படித்துவந்தார். சென்ற நூற்றாண்டின் மகாபுருஷனான நெப்போலியனின் கடிதப் போக்குவரத்துக்களைப் படிப்பதில் அவருக்கு மிகவும் பிரியம். இதோடு திருக்குறளை இங்கிலீஷில் வெகு அழகாக மொழிபெயர்த்தார். கம்பராமாயணத்தின் விமர்சனம் ஒன்று எழுதத் தொடங்கினார். வீர ரஸம் ததும்பும் கதைகள், நீதி நூல்கள், சந்திரகுப்த சரித்திரம், புக்கர் வாஷிங்டன் முதலியவர்களின் ஜீவிய சரித்திரங்கள் ஆகியவற்றைத் தமிழில் இயற்றி வந்தார்.

இச்சமயத்தில் உலக மகாயுத்தம் மூண்டது. புதுவையில் இருந்த எல்லாச் சுதேசிகளையும் பிரெஞ்சு ஆப்பிரிக்காவுக்கு அனுப்பிவிட வேண்டும் என்று ஆங்கில ஸர்க்கார் முயன்று பார்த்தார்கள். அது நடக்கவில்லை. அதன்பேரில் ஐயரை எப்படியாவது பிரிட்டிஷ் எல்லைக்குள் கொண்டுபோய்க் கைது செய்வதென்று ஒரு பெருஞ் சூழ்ச்சி நடைபெற்றது. அதுவும் பலிக்காமற்போகவே பின்னும் ஒரு பெரு முயற்சி செய்யப் பட்டது. காளிதேவிக்கு எல்லா வெள்ளையரையும் பலியிட ஒரு சதியாலோசனை செய்து அதற்கு ஆட்களைப் புதுவைச் சுதேசிகள் திரட்டுவதாக அங்குள்ள பிரிட்டிஷ் போலீஸார் ஒரு பொய் வழக்கு ஜோடித்தார்கள். பிரெஞ்சு மாஜிஸ்திரேட்டுக்கு அவ்வூர்வாசியின் மூலம் ஒரு மனு அனுப்பச் செய்தார்கள். விசாரணையில் அம்மனுதாரனே பெருங் குற்றவாளி என ஏற்பட்டபோது அவன் ஊரைவிட்டே ஓடிவிட்டான். இப்பெருங் கஷ்டங்களுக்கிடையில் பாரதியாரும் ஐயரும் தம் பெருந் தொழிலை நடத்தி வந்தார்கள் என்பதை நினைக்கும்போது அவர்களுடைய மனத்திட்பம் நன்கு விளங்குகிறது.

பாரதியாரின் பெருமையை உணரப் புதிதாக வந்த ஒருவன் அவரோடு இரண்டுமூன்று நாட்களாவது பழக வேண்டியிருக்கும். அவருடைய தேக மெலிவினாலோ அல்லது அவருக்கு இயற்கையான எளிய சகோதரத் தன்மையாலோ அவரிடத்தில் கம்பீரமான தோற்றம் வெளிப்பார்வைக்கு அதிகம் தெரியாது. ஆனால், ஐயரிடத்திலோ, இரண்டு மூன்று மணி நேரத்திற்குள் அது புலப்பட்டுவிடும். அவரது திடகாத்திரமும் முகச் சாயலும் ஊடுருவும் பார்வையும் அயலாரை எளிதில் வசப்படுத்தும்.

பாரதியாரின் நடையே ஒரு மாதிரி. பூமிமேல் அதிகமாகக் கால் ஊன்றமாட்டார். அவரது மெலிந்த தேகம் காற்றினால் தள்ளப்பட்டு முன்செல்வது போல் இருக்கும். சிறு வயதிலிருந்தே உள்ளங்காலில் கல்லொத்து என்னும் உபாதை இருந்து வந்ததனால் தரைமேல் காலை அதிகமாக ஊன்றமாட்டார். அவர் எண்ணங்கள் எப்பொழுதும் மேல் நோக்கிச் செல்வதற்கேற்ப அவர் நடையும் அமைந்தது போலும்! சிறகுகளை அசைத்து நடக்கும் பக்ஷிகள் போல் பாரதியார் நடந்தார் என்றால், ஐயர் நடையை யானை நடைக்கு ஒப்பிடலாம். அவர் பூமிமேல் நன்றாகக் காலூன்றி நடப்பார். அவருடைய திடசித்தமும் அவர் நடையிலிருந்தே விளங்கும். சாதாரணமாய் உலாவச் செல்லும் போதுகூட ஓர் உத்தேசத்தை ஈடேற்றச் செய்பவர்போல நடப்பார்.

ஐரோப்பாவில் ஹாட்டும் பூட்ஸும் கோட்டும் நிஜாருமாக இருந்த ஐயர் புதுவைக்கு வந்ததும் அவற்றைப் புறக்கணித்து விட்டார். உச்சந்தலையிலிருந்து கழுத்துவரை தொங்கும் மயிர்; பிரகாசமான விரிந்த முகம்; அதன் மத்தியில் கோபி சந்தனம்; ஒவ்வொன்றையும் கூர்ந்து கவனிக்கும் பார்வை; அடர்ந்த தாடி மீசை; உடலை நன்றாக மூடும் உத்தரீயம்; இடுப்பில் பஞ்சகச்ச வேஷ்டி – இவைகளுடன்தான் அவர் எங்கும் காணப்படுவார். சில சமயங்களில் அருமையாக அவர் ஷர்ட்டு தரித்துக்கொள்வதும் உண்டு.

பாரதியார் உடை இதற்கு முற்றும் வேறுபட்டிருக்கும். சாதாரணமாக, அவர் தலைமயிரைக் கத்தரித்துக்கொள்வார். முழு மயிரை எடுத்துவிடுவதும் சில சமயம் உண்டு. கனத்த மீசை எப்பொழுதும் அவருக்கு இருந்ததோடு, புதுவையில் கடைசிக் காலங்களில் தாடியையும் வளர்க்கலானார். சக்திப் பாட்டுக்களைப் பாட ஆரம்பித்ததிலிருந்து நெற்றியில் சிவப்புக் குங்குமப் பொட்டு அல்லது நீண்ட திருச்சூரணக்கோடு அணிவார். சாதாரணமாய் வீட்டில் இருக்கும்போதுகூட ஷர்ட்டும் கோட்டும், கழுத்தில் மப்ளரும், தலையில் முண்டாசுமாகத்தான் இருப்பார். சாப்பிடும்போதுகூட இதைக் களையமாட்டார். காரணம்

கேட்டால் தமது தேகம் மெலிந்தது, அதை வெளியில் காட்டத் தாம் விரும்பவில்லை என்பார். ஐரோப்பாவிலிருந்து வந்த ஐயர் வைதிக உடையில் இருப்பதும், ஐரோப்பாவையே காணாத பாரதியார் ஷர்ட்டும் கோட்டுமாக எப்போதும் இருப்பதும் விநோதமாக இருந்தன.

பாரதியார் சாப்பிடும்போது மணை போட்டிருந்தாலும் சப்பளங்கால் போட்டு உட்காரமாட்டார். இரு கால்கள் மேல் குந்திக்கொண்டுதான் சாப்பிடுவார். சுவை பார்ப்பவர்போல விரல்களால் உணவைச் சிறிது கலந்து கொஞ்சம் கொஞ்ச மாகச் சாப்பிடுவார். எழுந்திருக்கும்போது இலையில் கால் பாகம் சாப்பாடு ஒதுக்கப்பட்டிருக்கும். எதையும் முறைப்படிச் செய்யமாட்டார். அவருக்குச் சாப்பிடுவதிலும் குளிப்பதிலுங்கூடக் காலக் கிரமம் இல்லை. தம் மனம்போன நேரங்களில்தான் அவர் சாப்பிடுவதும் குளிப்பதும். “இதற்குக்கூடவா ஒரு சட்டம்? பசித்தபோது சாப்பிடுவேன். வேண்டியபோது குளிப்பேன்” என்பார்.

ஐயர் இதற்கு நேர் விரோதம். எல்லாவற்றிலும் அவர் ஓர் ஒழுங்கு ஏற்படுத்திக்கொள்வார். அவர் மட்டில் எல்லாம் தினசரி அதன்படியேதான் நடக்கும். ஸ்நானம், ஸந்தியாவந்தனம், சாப்பாடு முதலியன அந்தஅந்த வேளைகளில் நடந்துவிடும். படிப்பதற்கும் எழுதுவதற்கும் உலாவுவதற்குங்கூட நேரங்களை முன்னதாகக் குறிப்பிட்டு, அதன்படியே செய்வார்.

தாம்பூலம் போடும் வழக்கம் ஐயருக்கு அதிகமில்லை. ஆனால் பாரதியாருக்கு அது வெகு முக்கியமானது. அது இல்லாதபோது அவர் சோர்ந்துவிடுவார். உற்சாகமூட்ட அது அவருக்கு ஓர் இன்றியமையாத பொருளாகும். புகையிலை போடும் வழக்கமும் அவரிடம் உண்டு. அதனால் அடிக்கடி துப்பவேண்டியிருக்கும். எழுந்துஎழுந்து தூரப்போய்த் துப்புவது அவருக்குக் கஷ்டமாயிருந்தாலும் புகையிலை போடும் வழக்கத்தை அவர் விடவில்லை. பல எண்ணங்களை உலகக் கட்டுப்பாட்டுக்குப் பயந்து நாம் மறைக்கிறோம். அதை மீற வேண்டுமென்பது பாரதியாரின் விருப்பம். அதற்காக அவர் வெகுபாடுபட்டிருக்கிறார். கவி பாரதி வேறு, மனுஷ்யன் பாரதி வேறு என்பதைத் தம்முள் நிச்சயித்துக்கொண்டார். ஊருக்குப் பயந்து உண்மையை ஒளிக்கலாகாதென்பார். அப்படிச் செய்வது அவரது தன்மைக்கு விரோதம். அவருடைய அகால மரணம் அவருடைய விபரீத முயற்சியால் ஏற்பட்டது. இப்படி உண்மைக் காகத் தம்மைப் பலி கொடுத்த பெரியார்களில் அவர் ஒருவர்.

தமக்கு இன்னஇன்ன கஷ்டங்கள் நேரக்கூடும் என்பதை முன்னதாகவே யோசித்து ஐயர் அவற்றை விலக்கப் பார்ப்பார். அது இயலாவிட்டாலுங்கூடத் தமக்குள் எழும் கவலையை வெளியில் காட்டமாட்டார். பாரதியாரோ அப்படியல்ல; அவருக்கு மனப் பதற்றம் அதிகம். ஏதாவது கஷ்டம் வருவதுபோல அவருக்குத் தோன்றினால் போதும்; அவர் மனம் குழம்பிவிடும். துடிதுடித்துப் போவார். தம் அந்தரங்க நண்பர்களிடம் உடனே சென்று யோசனை கேட்பார். அவருக்கு என்ன ஆறுதல் சொன்னாலும் மன அமைதி ஏற்படாது. கவலைக் கடலாய்க் கிடப்பார். ஆனால் இதெல்லாம் சிறிது நேரத்திற்குத்தான். பிறகு அவர் மனம் தானாகவே உறுதி கொள்ளும். உடனே அக்கஷ்டத்தைத் துரும்பென மதித்து மிதித்துத் தள்ளுவார். கவலை அவ்வளவும் பஞ்சாய்ப் பறந்துவிடும். பிறகு மீசையை முறுக்கிக்கொண்டு உற்சாகத்தோடு கிளம்புவார்.

இவ்விருவர் மனப்பான்மையிலும் உள்ள இவ்வித்தியாசங்கள் அவரவர் சுபாவங்களுக்கு ஏற்றவையே ஆகும். எடுத்த காரியத்தை முடிக்கும் தன்மை உடையவர் ஐயர். அவருக்குத் தமது உள்ளுணர்ச்சிகளை வெளிக்காட்ட வேண்டிய அவசியம் இருக்கவில்லை. காரியத்தை முடிப்பது ஒன்றே அவர் பொறுப்பு. பாரதியாரோ கவி. தம்முன் தோன்றும் ஒவ்வோர் உணர்ச்சியையும் முழுவதும் எழுப்பி, அதன் வேர் வரையில் சென்று ஆராய்ந்து, அதன் தன்மையை அறிந்து, அதற்கு உருக்கொடுத்து, ஏற்ற சொற்களால் அதை உலகுக்கு எடுத்துரைப்பதே தமது கடமையாகக் கொண்டவர். அதனால் ஒவ்வொரு கஷ்டத்தையும் ஆய்ந்துணர்வது அவர் பொறுப்பாயிற்று. அவர் அவ்வப்போது கொள்ளும் உற்சாகங்களும் கவலைகளும் கண்ணாடி போல நண்பர்களுக்கு எளிதில் புலப்படும்.

இவ்விருவரும் ராஜீய விஷயங்களில் மாத்திரமன்று, சமூகச் சீர்த்திருத்தங்களிலும் ஈடுபட்டார்கள். இங்கும் சிறிது வித்தியாசம் இருவருக்கும் இல்லாமற்போகவில்லை. பொது ஜனங்களின் பழக்கவழக்கங்களில் ராஜீய முன்னேற்றத்தில் குறுக்கிடாதவைகளை நம் ஜனங்கள் வெருளாதபடிச் சிறிது சிறிதாக மாற்றவேண்டுமென்பது ஐயர் வழி. 'ஜாதி மத பேதம், பதவியில் ஏற்றத்தாழ்வு, செல்வத்தின் அகந்தை, வறுமையின் கொடுமை – இவையனைத்தும் ஒழிய வேண்டியவைகளே. ஆனால் நம் நாடு சுதந்திரம் பெறுவதற்குள்ள வழியில் தடையாக நில்லாதவைகளில் இப்பொழுது கவனம் செலுத்தி, அவற்றின் காரணமாக விவாதத்தை நாட்டில் வளரவிட்டு ஒற்றுமையைக் குலைக்கலாகாது' என்பது அவர் நோக்கம்.

பாரதியார் வெறும் சுதந்திரத்தோடு நிற்கவில்லை. 'மனித சமூகத்தின் முன்னணியில் தமிழ் மக்கள் செல்ல வேண்டும். அதற்கு மூடப் பழக்கவழக்கங்கள் யாவுமே விரோதிகள். ஆகையால் அவற்றையெல்லாம் இடித்துக் கூறி ஒருங்கே தொலைக்க வேண்டும்' என்பது அவர் கண்ட வழி. அதனால்தான் சற்றும் தயங்காமல், "ஜாதி மதங்களைப் பாரோம்", "ஏழை என்றும் அடிமை என்றும் எவருமில்லை", "மனிதர் உணவை மனிதர் பறிக்கும் வழக்கம் இனியுண்டோ?", "மாதர் தம்மை இழிவு செய்யும் மடமையைக் கொளுத்துவோம்", "நெஞ்சு பொறுக்கு தில்லையே இந்த நிலை கெட்ட மனிதரை நினைந்துவிட்டால்" என்று எல்லா மனிதக் குறைகளையும் பற்றிச் சுடச்சுடப் பாடியிருக்கிறார். தமக்குத் தெய்வ அருள் கிடைத்தால்,

தானம் வேள்வி தவம் கல்வி யாவும்
　　தரணி மீது நிலைபெறச் செய்வேன்
வான மூன்று மழைதரச் செய்வேன்,
　　மாறிலாத வளங்கள் கொடுப்பேன்.
மான வீரிய மாண்மைநன் னேர்மை
　　வண்மை யாவும் வழங்குறச் செய்வேன்.
ஞான மோங்கி வளர்ந்திடச் செய்வேன்.
　　நான் விரும்பிய காளி தருவாள்

என்கிறார்.

பெண்கள் விடுதலை பற்றியும், குழந்தைகளை அதிகக் கட்டுக்கு உட்படுத்தலாகாது என்பதைப் பற்றியும், அவர்களது கல்விமுறையைப் பற்றியும் இருவரும் ஒருமனமாய் உழைத்து வந்தார்கள். பாரதியாரின் 'மனைத் தலைவிக்கு வாழ்த்து', 'பெண்கள் விடுதலைக் கும்மி', 'புதுமைப் பெண்', 'பெண்மை' போன்ற பல பாட்டுக்களிலும் பல வியாசங்களிலும் அவரது நோக்கம் விளங்குகிறது. அவர் உகந்த தெய்வங்கூடப் பெண் தெய்வமேயாகும். சக்தி தேவியே அத்தெய்வங்களுள் தலைமை வகிக்கிறாள். ஐயர் தம் 'மங்கையர்க்கரசியின் காதல்', 'ராஜ கோபாலன் கடிதங்கள்', 'லைலா மஜ்னூன்' போன்ற பல சிறுகதை களில் பெண்களின் கடமைகளை விளக்கியிருக்கிறார்.

குழந்தைகள் என்றால் இருவருக்கும் மிகப் பிரியம். அதுவும் பெண் குழந்தைகளிடத்தில் இவர்கள் காட்டிய அன்பு அதிகம். இதற்குக் காரணம் தாய்மார் ஆண் குழந்தைகளைப் போலப் பெண் குழந்தைகளிடம் ஆதரவு காட்டுவதில்லை என்ற எண்ணம் இருக்கக்கூடும். ஒருவர் தம் பெண் குழந்தையைக் காப்பாற்ற முயன்று நீரில் முழுகி உயிரைத் துறந்தார். மற்றவர் என்றும் அழியாத 'பாப்பாப் பாட்டு'க்களைப் பெண் குழந்தைக்கே பாடி வைத்தார். 'கண்ணம்மா என் குழந்தை' என்பதில் ஸ்ரீ கிருஷ்ணனைக்கூடப்

பெண் குழந்தையாக்கிவிட்டார். சிறுவர்களும் சிறுமிகளும் இவ்விருவரையும் வெகு ஆவலோடு சூழ்ந்துகொள்வார்கள். இவர்கள் பேச்சைக் கேட்டுக்கொண்டிருப்பதிலேயே அவர்களுக்கு விருப்பம். குழந்தைகளின் கேள்விகளுக்கு வெகு பொறுமையோடு இனிமையாகவும் நயமாகவும் பதில் சொல்வார்கள். எவ்வளவு அசட்டுக் கேள்விகளானாலும் சலிக்கமாட்டார்கள். ரஸமான கதைகள் மூலம் அவர்களுக்குப் பல நீதிகளைப் போதிப்பர். மற்றும் பொருத்தமான அழகிய உபமானங்களை எடுத்துச் சொல்லிப் பேரெண்ணங்களைத் தம் எளிய மொழியால் விளக்குவர்.

பாரதியாருக்குத் தனிப்பட்ட ஒரு மனக்குறை உண்டு. மற்றவர்களைப் போலத் தமக்கு அதிக உடல் வலிமை இல்லை என்பது அவர் எண்ணம். இந்தப் பலவீனத்தைப் போக்கி அமரத்தன்மை பெற வேண்டும் என்பது அவரது அவா. பராசக்தியை அவர் வரம் கேட்கும்போதெல்லாம் 'குன்றையொத்த தோளும்', 'யாளியொத்த வலியும்', 'மானம் வீரியம் ஆண்மை', 'தோளை வலிவுடைய தாக்கி உடற்சோர்வும் பிணிபலவும் போக்கி – அரிவாளைக் கொண்டு பிளந்தாலும் கட்டு மாறா வுடலுறுதி' தமக்குத் தரும்படிப் பிரார்த்திக்கின்றார். சிற்சில வேளை அவர் வீட்டில் தேகப்பயிற்சி முறைகளைப் பழகுவதும் உண்டு.

மற்றவர்கள் தம்மைப் பலவீனர் என்று எண்ணலாகாது என்ற கருத்தினால் பாரதியார் நண்பர்களோடு உலாவி வருகையில் தாம் முன்வரிசையில் இருக்க முயல்வார். தமக்கு அது சிறிது சிரமமாக இருந்தாலுங்கூடப் பின்னடைய மாட்டார். கடலில் எல்லாரும் அடிக்கடி குளிக்கப்போவதுண்டு. ஐயர் வெகுதூரம் ஆழ்ந்த நீரில் செல்வார். பாரதியாருக்கு அதிகம் நீந்தத் தெரியாது. ஆனாலும் கூடியவரை ஐயரைப் பின்தொடர்வார். தம்மை மீறி ஆழம் அதிகமானபோது திரும்பி வந்து, தம்மைப் போல் அரைகுறையாக நீந்தத் தெரிந்த மற்றவர்களின் முன்னணியில் இருப்பார். சதுரங்கம் ஆடும்போது பாரதியார் எப்பொழுதும் ஐயருக்கு எதிர்க்கட்சியில் இருப்பார். இருவரும் நேருக்கு நேர் ஆடும்போது ஐயர் வெகு முன்யோசனை செய்து ஆடுவார். பாரதியார் அப்படிச் செய்வதில்லை. எதிரியின் ஆட்களை எடுப்பதிலேயே அவருக்கு நோக்கம். தமது பெரு நஷ்டத்தையுங்கூடக் கவனியாமல் எதிரியின் மந்திரியை எடுக்க முயல்வார். அநேகமாய் ஐயர்தாம் ஜயிப்பார். பாரதியாருக்கு ரோஷம் பிறந்துவிடும். மறுபடி மறுபடி அவரை ஆடச்சொல்லி ஓரிருமுறை தாம் ஜயித்த பிறகுதான் ஆட்டத்திலிருந்து எழுந்திருப்பார்.

தமிழ்நாட்டுக்கு இவ்விருவரும் மிகப் பெருந்தொண்டு ஆற்றியுள்ளார்கள். ஒருவர் தமிழ்நாட்டின் பெருமையைப் பாடித் தமிழ் மக்களைத் தட்டி எழுப்பினார். பங்கிம்சந்திர சட்டோபாத்தியாயர் வங்காளத்தில் 'வந்தே மாதர' கீதம் பாடி அந்நாட்டினரை எப்படித் தட்டி எழுப்பினாரோ அதுபோல் பாரதியார் 'செந்தமிழ் நாடெனும் போதினிலே' என்றும், 'பாரத தேச மென்பார்' என்றும் வெகு ஆர்வத்தோடு பாடித் தமிழ் மக்களைத் தலைநிமிர்ந்து நடக்கச் செய்தார். மற்றவர் தம் எழுத்தாலும் சொல்லாலும் நடத்தையாலும் பலரை ஒன்று கூட்டி ஒரு குருகுலம் நடத்தினார். அதில் ஜாதிமதப் பேதங்களைச் சிறிது சிறிதாகப் போக்க எண்ணினார். அது அவர் காலத்தில் கைகூடா விட்டாலும் அவருடைய பரத்வாஜ ஆசிரமம் தாழ்த்தப்பட்ட ஜாதியாருக்குக் கல்விப் பயிற்சி அளித்து உயர்த்தப் பயன்பட்டு வருகிறது. நாமெல்லோரும் தாழ்த்தப்பட்ட நிலையில் இருப்பதால் தமிழ்நாட்டில் இப்படிப்பட்ட ஆசிரமங்கள் பல இருக்க வேண்டும் என்பது அவர் கருத்து. இவ்வாசிரமத்தைத் தொடங்குமுன் வடதேசத்தில் புதுமுறைகளைத் தழுவி நடத்தப்படும் மடஸ்தாபனக் கல்விச்சாலைகளையும் அவற்றின் நிர்வாக முறைகளையும் நேரில் சென்று கண்டார்.

இவ்விருவரும் மற்றத் துறைகளில் சேர்ந்து உழைத்தது போலவே அகால மரணத்திலும் ஒன்று சேர்ந்தனர். பாரதியார் இறக்கும்போது வயது நாற்பதுகூட ஆகவில்லை. ஐயருக்கு அதற்குமேல் சில வருஷங்களே ஆகியிருந்தன (நாற்பத்து நாலு).

11

ஸ்ரீவத்ஸ வெ. ஸோமதேவ சர்மா

நான் அறிந்த பாரதியார்

லோகமானிய திலகரின் நண்பரும் பழுத்த தேசபக்தரும் தியாகியுமான வெங்கத்தூர் கணபதி சாஸ்திரிகளின் குமாரர் ஸ்ரீ ஸோமதேவ சர்மா. வடமொழியில் மிகுந்த பாண்டித்தியம் உள்ளவர்; பதினெண் புராணங்களையும் தமிழில் அளித்தவர்; *வைதிக தர்ம ஸம்வர்த்தனி* என்ற மாத இதழை நடத்தியவர். பாரதியார் 1908இல் புதுவைக்குப் போகு முன்பே அவரை அறிந்திருந்த சிலரில் ஒருவர். பத்தாண்டுகளுக்குப் பின் புதுவையிலிருந்து திரும்பி வந்த பின்னரும் பாரதியாருடன் பழகியவர். பாரதியாரை அங்கத்தினராகக் கொண்ட 'அமர கலா விலாசினி சபா' என்ற சங்கத்தை நடத்தியவர். தாம் அறிந்த பாரதியாரைப் பற்றி, 1967இல் ஸ்ரீமதி கு.ப.சேது அம்மாளுக்கு அளித்த இந்தப் பேட்டியில் கூறுகிறார் ஸ்ரீ சர்மா.

சுயராஜ்யக் கிளர்ச்சி தொடங்கிய காலத்தில் திலகர், மாளவியா போன்ற அரும்பெரும் தேசீயத் தலைவர்களின் சுதந்திர வேட்கையைத் தூண்டும் வீர வாசகங்களால் நாடு துடிப்புற்று எழுந்த தருணத்தில் பாரதியாரது *இந்தியா* வாரப் பத்திரிகையை நான் முதன்முதலில் கண்ணுற்றேன்.

பத்திரிகையின் தாளோ கனத்த பழுப்பான சுதேசித் தாள். புரட்சியைக் காட்டும் வெளிர் சிவப்புத் தாள். அதிலிருந்த விஷயங்களோ, தமிழர் களைத் தட்டி எழுப்பும் சக்திமிக்கத் தீச்சுடர்கள்! பத்திரிகையைப் பார்த்த அக்கணமே பத்திரிகையின் ஆசிரியரைக் காண வேண்டும் என்ற தாகம் ஏற்பட்டது. பாரதியாரின் இருப்பிடத்தை விசாரித்துக் கொண்டு சென்றேன். அது பிராட்வேயில் இருந்தது. ஆனால் அங்கே சென்றபோது அங்கு இருந்த

பாரதியின் அன்பர்கள் என்னைச் சந்தேகக் கண்ணோடுதான் கண்டார்கள்!

ஏனெனில், *இந்தியா* பத்திரிகை மீது அரசாங்கத்துக்கு ஒரு கண் இருந்தது. அதைத் தடை செய்து, பாரதியாரையும் கைது செய்ய உத்தேசித்திருந்தனர் அரசாங்கத்தார். ஆதலால், பாரதியின் நண்பர்கள் என்னையும் ரகசியப் போலீஸ் (சி.ஐ.டி.) ஆட்களில் ஒருவனாக நினைத்துச் சாக்குப்போக்குச் சொல்லி அனுப்பிவிட்டார்கள்.

எனினும் நான் விடவில்லை. தொடர்ந்து முயற்சி செய்து ஒருநாள் *இந்தியா* அலுவலக மாடிப்படி வழியாக இறங்கி வரும் பாரதியாரையே கண்டுவிட்டேன். பார்த்ததுமே அவர்தாம் பாரதியாராக இருக்கவேண்டும் என்று தீர்மானித்துக்கொண்டு விரைந்து சென்று எதிர்கொண்டேன். "யார் நீ?" என்று பாரதியாரின் கம்பீரக் குரல் கேள்வியை உதிர்த்தது.

"நான் முத்தியால்பேட்டை ஹைஸ்கூலில் வடமொழி ஆசிரியன். என் பெயர் ஸோமதேவ சர்மா என்பது. தங்கள் பத்திரிகையான *இந்தியா*வைப் பார்த்தேன். அதுமுதல் தங்களைக் காண விரும்பிப் பல தடவை வந்தும், இன்றுதான் தங்கள் தரிசனம் கிடைத்தது. எனக்கு அரசியலில் நிரம்ப ஈடுபாடு உண்டு..." என்று கூறி முடிக்கு முன்பே பாரதியார் கடகடவென்று சிரித்து, "ஆஹா! அப்படியானால் நீர் நம் நண்பர்தாம். வாருங்கள்!" என்று கையைப் பற்றிக்கொண்டே நடந்து வெளியேறினார்.

வழி நடந்துகொண்டே என் பூர்வோத்தரங்கள், திலகர் தமிழ்நாட்டுக்கு விஜயம் செய்தபோது என் தந்தையார் ஸ்ரீ வெங்கத்தூர் கணபதி சாஸ்திரிகள் திலகர் பெருமானுக்கு அளித்த வரவேற்பு, என் தந்தையாரின் அரசியல் ஈடுபாடு முதலியவைகளைச் சொன்னேன். இதை உற்சாகமாகக் கேட்டுக் கொண்டே கடற்கரை சென்றார் பாரதி. இருவரும் உலவிவிட்டு வீடு திரும்பினோம்.

~

இது நடந்ததற்கு அப்புறம் *இந்தியா* இதழ்கள் சிலவே வெளியாயின. அரசாங்கத்தின் நோக்கம் தெரிந்து பாரதியார், திடீரென்று புதுச்சேரிக்குச் சென்றுவிட்டதாகத் தகவல் எட்டியது.

பிறகு அவ்வப்போது கடிதங்கள் சில, பத்திரிகை சில. பிறகு அதுவும் நின்றுவிட்டது. நண்பர் மூலமாக அபூர்வமாகச் செய்தி எட்டும்.

ஸ்ரீவத்ஸ வெ. ஸோமதேவ சர்மா

இந்த நிலையில் பத்து ஆண்டுகளுக்குமேல் ஓடிவிட்டன. ஒருநாள் *சுதேசமித்திர*னில் வேலை பார்த்து வந்த என் நண்பர் எம்.எஸ்.சுப்பிரமணிய ஐயர் என்னைச் சந்தித்தபோது "பாரதியார் வந்திருக்கிறாரே, தெரியுமா?" என்றார்.

"எப்போது? எங்கே இருக்கிறார்?" என்று ஆவலுடன் வினவினேன். பாரதியார் புதுவையை விட்டுச் சென்னை திரும்பி *சுதேசமித்திரன்* பத்திரிகையில் மீண்டும் துணையாசிரியராக இருப்பதை அவர் சொன்னார். அன்று மாலையே பாரதியாரைச் சந்தித்துப் பேசிக்கொண்டிருந்தேன். அப்போது பாரதியார், "ஓய்! நமக்கு வீடு ஒன்று பாரும்" என்று உத்தரவிட்டார்.

பாரதியாரின் குடும்பம் விரைவிலேயே சென்னை வர இருந்ததால் 18 ரூபாயில் சுமாரான வாடகையில் ஒண்டிக் குடித்தனமாக ஐந்தாறு குடித்தனங்கள் இருந்த ஓர் இடத்தைப் பார்த்து, பாரதியாரை அழைத்துச்சென்று காண்பித்தேன்.

வெளிச்சம், காற்று அவ்வளவாக வராத இடம் அது. சுற்றிப் பார்த்த பாரதியார், "என்ன ஓய்! நம்மை இந்தப் பந்தேகானா (சிறைச்சாலைக்)குள் அடைத்து அமுக்கிவிடப் பார்த்தீரா? ஏங் காணும்!" என்றார்.

வேடிக்கையாக அதட்டினாலும் பாரதியாரின் குரலில் கூர்மை இருந்தது.

"இல்லை, நம் இப்போதைய சௌகரியத்திற்கு இது இருக்கட்டும் என்றுதான் பார்த்து..." என்று இழுத்தேன்.

குறுக்கிட்டார் பாரதியார். "ஓய், மனிதனுக்குச் சோறில்லா விட்டாலும் புழங்கும் இடம் விஸ்தாரமாக இருக்க வேண்டும். அப்போதுதான் மனமும் விஸ்தாரமாக விரிந்து, பரந்த மனப்பான்மை ஏற்படும். திருமலை நாய்க்கன் மதுரையில் மகால் கட்டி இருக்கிறானே பிரம்மாண்டமாக; எதற்காக என்று நினைக்கிறீர்? வசிக்கும் இடம் விசாலமாக, காற்றும் ஒளியும், தூய்மையும் அழகும் பொலிய இருந்தால்தான் மனிதன் மனம் பரந்து, அகண்டமான இடைவெளிவிட்டுக் கற்பனைகளின் விளைநிலமாக அமையுமையா!" என்றார்.

கவியின் கற்பனா சாதுர்யம் மெச்சத்தக்கதாயினும் நான் சளைக்கவில்லை. உடனே வடமொழிச் சுலோகம் ஒன்றைச் சொல்லிப் பொருள் விளக்கினேன்:

"புவியாளும் அரசன் மாளிகையில் வாழ்ந்தாலும் அவன் படுப்பது அரைக்கட்டில். உணவு வகைகள் பல இருந்தாலும்

அவன் உண்பது ஆழாக்கு அரிசி அன்னம். பானைபானையாகப் பால் நிரம்பியிருப்பினும் அவன் அருந்துவது ஒரு லோட்டாதான். ஆகவே, மனிதனது தேவைகள் கொஞ்சம்; அவனது சேமிப்புகள், ஆசைகள் அளவிட இயலாதவை." இவ்வாறு பாடிக் காட்டினேன்.

பாரதியார் உடனே, "நன்று, நன்று! உண்மை! நல்ல உயர்ந்த நீதி பொதிந்த சுலோகம்!" என்று பாராட்டினார்.

என் முதுகில் தட்டிக் கொடுத்தார். ஆனாலும் அந்த வீட்டை அவர் ஏற்கவில்லை.

~

அந்த நாட்களில் தேசபக்தர்களான 'சுதேசி'களுக்கு இடம் தர எல்லாரும் பயப்படுவார்கள், அரசாங்கத் தொல்லைக்குப் பயந்து. ஆகையால் நான் யாருக்கென்று சொல்லாமல், ஒரு நண்பருக்கு என்று பொதுப்படையாகச் சொல்லி, தம்புச் செட்டித் தெருவில் ஒரு வக்கீல் நண்பர் வீட்டில் ஒண்டிக்குடித்தனமாக ஓர் இடம் பார்த்தேன். வீட்டுக்காரரிடம் குடிவரப் போவது பாரதியார் என்பதை நிதானமாகப் பிறகு தெரிவித்து, அவர் நல்ல மனிதர், அரிய கவி என்றெல்லாம் அவரது மேம்பாட்டினை எடுத்துக்கூறி, அவருக்கு இருக்க இடம் தருவது மிக்க புண்ணியம் என்று சொல்லி, வீட்டுக்காரரும் மனமுவந்து கொடுக்கச் செய்தேன்.

வீட்டு எண் 207 அல்லது 208 என்று ஞாபகம். பாரதியார் இருந்த பகுதிக்கு வாடகை 18 ரூபாய். பாரதியாரின் குடும்பம் வந்ததும் தயிர், பால், மளிகைக்கு ஏற்பாடு செய்து கொடுத்து, என் பள்ளிக்கூட மாணவர்களை அனுப்பி அடிக்கடி விசாரித்து வரவும் செய்து வந்தேன்.

~

வருவாய் போதாத நிலை. மேல் வருவாய்க்கு வழிதேடலானார் பாரதி. "ஒய்.எம்.ஐ.ஏ. சங்க ஆதரவில் கோகலே ஹாலில் பாரதியாரின் 'சுதேச கீத'ங்களை அவரே பாடுவார்" என்று விளம்பரம் செய்து நாலணா டிக்கெட் வைத்து நடத்தலாம் என்று யோசித்தார் பாரதியார். நான் அதை அங்கீகரிக்கவில்லை. விளம்பரச் செலவு அச்சுக்கூலி மிஞ்சுமே தவிர வசூல் ஆவது சிரமம் என்று வாதித்தேன்.

பாரதியார் கேட்கவில்லை. ஒரு குறிப்பிட்ட தேதியில், தீர்மானித்தபடி விளம்பரம் செய்து கூட்டம் ஏற்பாடு ஆகிவிட்டது. ஹாலில் ஐந்தாறு பேர்கள், நாங்கள் சிலர்; கூட்டம் வராதது கண்டு 'டிக்கெட்' என்ற பதத்தை அடித்துவிட்டு, "இலவசம்! அனைவரும் வருக!" என்று போட்ட பிறகு கூட்டம் சேர்ந்தது.

பாரதியார் கூட்டத்தைக் கண்டதும் உற்சாகம் மேலிட்டு, தம் பாடல்களைப் பாடி மக்களை மகிழ்வித்தார். இதன்பிறகு தம் பாடல்களை மூன்று, நான்கு பாடல்கள் மட்டும் அடங்கிய சிறு சிறு நூலாக அச்சிட்டு, சொற்ப விலையில் விற்கவும் முயன்றார். அதுவும் சரிப்பட்டு வரவில்லை.

பாரதியின் குடும்பம் வறுமையில் வாடியது.

நான் என்னால் இயன்ற சொற்ப உதவியை, பாரதியார் அறிந்தால் தடுப்பாரோ என்று, காய்கறி, சாமான்களாகச் செல்லம்மாளிடம் நேரே கொண்டுபோய்க் கொடுத்து வந்தேன்.

அப்படியும் பாரதியார் விஷயத்தைத் தம் மனைவி மூலமாகத் தெரிந்துகொண்டு, "ஓய், சர்மா! நமக்காக யாரிடமும் போய் எதுவும் யாசிக்காதீர்!" என்று எச்சரித்தார்.

"இல்லை, யாரிடமும் யாசித்ததல்ல. இந்தச் சிறு உதவிக்காகச் சில்லறை பெற மறுத்தேனே தவிர, பொருள் என்னுடையதுதான்!" என்று கூறிய பிறகுதான் பாரதி சமாதானம் அடைந்தார்! இரந்துண்டு வாழ்வதைவிடப் பட்டினியே மேல் என்று மனப்பூர்வமாகக் கருதிய மேதை அவர்! உபசாரத்திற்காக வேண்டாம் என்று மறுக்கும் பேச்சல்ல. சொல்லில் வெட்டு ஒன்று, துண்டு இரண்டுதான்.

~

புதுச்சேரியிலிருந்து வந்த பிறகும் அரசாங்கத்தின் கண்காணிப்பு இருக்கத்தான் இருந்தது! பாரதியாருக்கு நண்பர்கள் குழாம் அதிகம். பகல் இரவு எல்லாம் பாட்டு, பேச்சு, வாதப் பிரதிவாதங்கள், அரசியலைப் பற்றி உஷ்ணமான பேச்சு.

இவற்றால் வீட்டில் சதாகாலமும் கலகலப்பு!

வீட்டுக்கார வக்கீல் யோசிக்க ஆரம்பித்தார். வீண் தகராறுகளில் மாட்டிக்கொள்ள விரும்பாதவர் அவர்.

அவரது குறிப்பறிந்து பாரதியார் வீட்டைக் காலி செய்துகொண்டு, திருவல்லிக்கேணி தெளிசிங்கப் பெருமாள் கோயில் தெருவுக்குக் குடிபோய்விட்டார்.

பிற்பாடு தினசரிச் சந்திப்பு இல்லாமல் போய்விட்டது. கடிதப் போக்குவரத்து, எப்போதாவது சந்திப்பு என்று இருந்தது.

~

பாரதியார் தம்புச் செட்டித் தெருவில் இருந்தபோது எங்கள் வீட்டில் பாரத மாதாவின் உருவம் சமைத்து, மலர் மாலைச் சூட்டி,

வெள்ளிக்கிழமைதோறும் தவறாமல் பாரத மாதா வணக்கமும் கொடி வணக்கமும் செய்துவந்தோம். இதற்கு, பாரதியார் வருவார். தேசீயப் பாடல்களைப் பாரதியார் வீராவேசத்தோடு தமது கட்டையான கம்பீரக் குரலில் உணர்ச்சிவசப்பட்டுப் பாடுவார். "அச்சமில்லை, அச்சமில்லை, அச்சமென்பதில்லையே!" என்றும், "ஜயபேரிகை கொட்டடா! கொட்டடா!" என்றும் அவர் அபிநயப் பரவசத்தோடு பாடும்போது பார்த்த கண்களே கண்கள்! இதை நினைத்தாலும் எனக்கு இன்றும் கண்ணீர் மல்குகிறது.

பாரதியார் பாடி முடித்து, பச்சைக் கர்ப்பூரம், குங்குமப் பூ, ஏலம், கற்கண்டு சேர்த்துக் காய்ச்சிய பசும்பாலைப் பாரத மாதாவுக்கு அர்ப்பணம் செய்து, பெரும் பகுதியை அப்படியே தரையில் சாய்ப்பார். பாரத மாதாவுக்குப் பிரீதியாக!

கேட்பார் யார்? இருந்தபோதிலும், "என்னடா! பூமிக்கு, பாரதத் தாய்க்குக் கொடுத்தேன். என்னவோ முழிக்கிறீர்களே!" என்று கூறிவிட்டு, மிகுதியாக உள்ளதையே அவர் அருந்துவார். சிம்மக் குரலில் கர்ஜித்துப் பாடியதில் தொண்டை வறண்டிருக்குமே, அதற்கு இதமாகப் பாலை அருந்தட்டும் என்று நாங்கள் பாரதியாரிடம் பாலை வைத்தால், தமது சரீர போஷணையைச் சற்றும் கருதாமல் பாரத மாதாவுக்கு என்று சந்தோஷமாகப் பரமானந்த பக்தியுடன் அவர் பாலைக் கீழே கொட்டிவிடுவார். இந்தப் பக்திக்கு எதை ஈடு சொல்ல முடியும்?

~

அக்காலத்தில் தினசரி காலை மாலைகளில் நாங்கள் சந்திப்பது தவறாது. பாரதியைப் பார்க்கப் பிற நண்பர்களும் வருவார்கள். "நாலைந்து பேராக ஆபீசில் கூட்டம் போடாதீர்கள்" என்று எச்சரித்துக் கலைத்துவிடுவார் எம்.எஸ். சுப்பிரமணிய ஐயர். அதனால் நானும் கிருஷ்ணஸ்வாமி என்ற ஒரு நண்பரும் மாலையில் *மித்திரன்* ஆபீஸ் வேலை முடியும் சமயம் அவரைச் சந்தித்து, இரவு எட்டு மணிவரையில் அவருடன் பேசிக் கொண்டிருந்துவிட்டு வீடு திரும்புவோம்.

இந்தக் காலத்தில் நான் அதிக ஆடம்பரமின்றி நடத்திய பொதுக்கூட்டங்களுக்குப் பாரதியார் தலைமை வகித்துப் பாடிப் பேசியிருக்கிறார்.

இதற்கு முன்னதாகவே 'அமர கலா விலாசினி சபா' என்ற பெயரில் வடமொழி வித்தியாலயம் ஒன்றை நான் ஸ்தாபித்து நடத்திவந்தேன். வடமொழிப் பயிற்சியில் மேம்பாடு அடையச் செய்யும் நோக்கத்துடன், இந்த வித்தியாலய மாணவர்களுக்குச் சாரணர் (ஸ்கௌட்) பயிற்சி முதல் மேடைப் பிரசங்கம்,

நண்பர்களுள் பேச்சு வரை யாவும் வடமொழியிலேயே நடந்தன. இந்தச் சபையில் பாரதியார் ஓர் அங்கத்தினராக விளங்கினார். இதன் கூட்டங்களில் பாரதியார் தவிர மகாகனம் ஸ்ரீநிவாஸ சாஸ்திரி, எஸ். சத்தியமூர்த்தி, பி.வி. நரசிம்ம ஐயர் (ஸ்ரீநரசிம்ம ஸ்வாமி), சுப்பிரமணிய சிவா முதலிய பல தலைவர்கள் தலைமை வகித்திருக்கிறார்கள்.

பாரதியார் தலைமை வகித்த ஒரு சமயம், அவரை வரவேற்றுச் சாரணர் வரவேற்பு அணி நடந்தது. யாவும் வடமொழியில். பாரதி இதைக் கண்டு வியந்து பூரித்துப் போனார்.

~

பாரதியாரின் கடைசிக் காலத்தின்போது அவரைக் காணும் பாக்கியம் எனக்குக் கிட்டாதது எனக்கு ஒரு பெருங்குறை. யானையிடம் தாக்குண்டபோதும், பிறகு வயிற்றுக்கடுப்பால் அவதிப்பட்டபோதும், மறைந்தபோதும் நான் உபன்னியாசத்துக்காக வெளியூர் சென்றிருந்தேன்.

பாரதியார் காலமானதும் என் வைணவ நண்பர் ஒருவர், "உமது ஆப்த பாட்டுக்கார நண்பர் மறைந்தார்" என்று பெயர் சொல்லாமல் குறிப்பாகத் தெரிவித்துத் தந்தி அனுப்பினார். பயம் காரணம்!

நான் மறுதினமே கிளம்பிச் சென்னை திரும்பினேன். பாரதியார் அமரத்துவம் 11ஆம் தேதி நள்ளிரவுக்குப் பின் 1.30 மணிக்கு. 12ஆம் தேதியன்று நான் சென்னை திரும்பினேன். உடனே எங்கள் அமர கலா விலாசினி சபா ஆதரவில் ஓர் அநுதாபக் கூட்டத்துக்கு நான் தலைமை வகித்தேன். "1. இச்சபையின் கௌரவ அங்கத்தினரும் தமிழ்க் கவிராயருமான ஸ்ரீ சுப்பிரமணிய பாரதியாரின் அகால மரணத்திற்கு ஆறாத் துயரமடைவதுடன் அவரது குடும்பத்தார்க்கு அநுதாபத்தை அறிவிக்கிறது. 2. அடியிற்கண்ட நபர்களை, கவிராயரின் சின்னத்துக்காக அவரது கவிகளை அச்சிட்டும் பிரசுரித்தும் அதன் லாபத்தைக் கொண்டு அவரது குடும்பத்தைச் சம்ரட்சிக்க ஒரு தக்க கமிட்டி ஏற்படுத்தும்படி வேண்டுகிறது: தி.வெ. ஸோம தேவ சர்மா, ஏ. கிருஷ்ணசாமி அய்யர், கல்யாணசாமி அய்யங்கார், நாராணய ராவ், மணிபாகவதர், சாம்பய்யர்." இவ்வாறு இரண்டு தீர்மானங்கள் நிறைவேற்றினோம். பாரதியாரை அங்கத்தினராகப் பெற்ற பெருமையுடன், அவருக்கு முதல் நினைவுக்கூட்டம் நடத்திய பெருமையும் எங்கள் அமர கலா விலாசினி சபையைச் சேரும்.

பாரதியாரின் வீட்டிற்குச் சென்று கவியின் மனைவியாருக்கும் மக்களுக்கும் எங்கள் சபையின் அநுதாபத்தைத் தெரிவித்து ஆறுதல் கூறிவிட்டு, நூல்கள் விஷயமாகப் பேச்செடுத்தபோது, கவியின் மனைவியார் செல்லம்மா பாரதி, தமது உடன் பிறந்தவரும் உற்ற நண்பர்களும் அதற்கான ஏற்பாடுகளைச் செய்து கொண்டிருப்பதாகச் சொன்னார். மனம் சற்று ஆறுதலுற்றது. ஆயினும், உற்ற நண்பரை, சக்தியின் அருள் பெற்று அமுதத் தமிழ் மொழியில் சாகாவரம் பெற்ற பாடல்களைப் பாடிக் குவித்த கவிச் செல்வரை இழந்த சோகத்தோடு வீடு திரும்பினேன்.

~

பாரதியார் காலமாகி நாற்பத்தாறு ஆண்டுகள் ஆகிவிட்டன. ஆனால் நிறைவாக மனத்தில் நிற்பது எது? மெலிந்த தமது உடலில் இரண்டு மூன்று ஷர்ட்கள் அணிந்து, அதற்குமேல் 'ஓப்பன் கோட்' அணிந்து வரும் அவரது நிமிர்ந்த நடையும், உள்ளத்து உணர்ச்சிகளைப் பிரதிபலிக்கும் ஒளிமிக்க அந்தச் சுடர்க் கண்களும், வெடுக்வெடுக்கென்ற பேச்சுமே இன்றும் கண்முன் நிற்கின்றன. "தேச விடுதலையே சிந்தனை, வந்தே மாதரம்" என்று வாய் ஓயாத தாரக மந்திரம்! கட்டையாக இருந்தாலும், கம்பீரமான தொனியில் அவர் பாடும் வீராவேசமூட்டும் சுதந்திரப் பாடல்கள், நாட்டுப் பாடல்கள்! கபடமின்றி, கடகடவென்று சிரித்து, நண்பர்களுடன் ஏக வசனத்தில் அளவளாவுவதில் உற்சாகம்! இவையே பாரதியார். இன்று நாடு சுதந்திரம் பெற்று, கொடி வணக்கம் நிகழும் நேரத்தில், கம்பத்தின்கீழ் நிற்கும் பல்வேறு ஜாதியினரையும் அன்றே கற்பனைக் கண்ணால் கண்டு பரவசமுற்றுப் பாடிய தெய்விகப் புலவனை நினைத்து மனம் நெகிழ்வதே பெரும் ஆறுதல்.

12

டி. விஜயராகவாச்சாரியார்

நான் கண்ட பாரதி

டி. விஜயராகவாச்சாரியார் புதுவைக்கு அருகிலுள்ள ஒரு கிராமத்தைச் சேர்ந்தவர். தமது இள வயதில் பாரதியாரைப் புதுவையில் நேரில் அறிந்து, குடும்பத்தில் ஒருவராகப் பழகியவர். வேறு யாருக்கும் கிடைத்திராத ஒரு பாக்கியம் இவருக்கும் இவரது நண்பர் ராமு என்பவருக்கும் கிடைத்தது; இவ்விருவரே பாரதியாருடனும் குடும்பத்துடனும் போட்டோ எடுத்துக்கொள்ளும் வாய்ப்பைப் பெற்றனர். வருஷம்: 1917.

தபால் இலாகாவில் பணிபுரிந்து ஓய்வு பெற்று, சென்னை, குரோம்பேட்டையில் ராதா நகரில் வசித்துவந்த டி. விஜயராகவாச்சாரியார் பாரதியாரைப் பற்றியும், அவரது நெற்றியில் துலங்கிய 'நாம'த்தைப் பற்றியும் இங்கே நினைவுகூர்கிறார்.

புதுவையில் கவி சுப்பிரமணிய பாரதியுடன் நெருங்கிப் பழகிய பாக்கியசாலிகளில் நானும் ஒருவன். அந்தத் தெய்விகக் கவியுடன் நான் பழகிய காலத்தில் நிகழ்ந்த சில விஷயங்களை இங்கு எழுதுகிறேன்.

புதுவை மாநகரம் தர்மத்தில் சிறந்த ஒரு புண்ணிய பூமி. அக்காலத்தில் பக்கத்துக் கிராமங்களி லிருந்து அநேக அந்தணர் குடும்பங்கள் பிழைப்பு நாடியும், குழந்தைகளின் கல்வியை முன்னிட்டும் புதுவையில் குடியேறியிருந்தன. பல தர்மப் பிரபுக்கள், அக்காலத்தில் அநேக சத்திரங்களையும் வீடுகளையும் அந்தணர்களுக்கு வாடகையின்றிக் குடியிருக்க விட்டிருந்தார்கள். 1908ஆம் ஆண்டு, புதுவைக்கு எட்டுக் கல் தொலைவிலிருக்கும் ஒழிந்தியாம்பட்டு

என்னும் கிராமத்திலிருந்து எங்கள் குடும்பம் புதுவை வந்து சேர்ந்தது. காலம் சென்ற என் தமையனாரும் நானுமே என் பெற்றோர்க்குக் குழந்தைகள். நாங்கள் இருவரும் ‘கல்வே காலேஜ்’ என்றழைக்கப்பட்ட பள்ளியில் சேர்க்கப்பட்டோம்.

எங்கள் பள்ளிக்குப் பக்கத்தில், ஈசுவரன் தர்மராஜா கோவில் தெருவில், முதலில் ஒரு தெற்குப் பார்த்த வீட்டில் பாரதியார் வசித்து வந்தார். பிறகு, நேரே எதிரே இருந்த வடக்குப் பார்த்த பெரிய வீட்டுக்குக் குடிபோனார். அதே காலத்தில் அரவிந்த கோஷ், வ.வே.சு. ஐயர், மண்டயம் ஸ்ரீநிவாஸாச்சாரியார், நாகஸாமி அய்யர் ஆகிய தேசபக்தர்கள் புதுவையில் குடியேறி வசித்து வந்தார்கள். பாரதியார் வீட்டின் மேற்புறத்தில் ஒரு வீட்டில் வ.வே.சு. ஐயர் குடியிருந்தார். இவர்களைத் தவிர, பொன்னு முருகேசம் பிள்ளை, புரொபஸர் சுப்பிரமணிய ஐயர், ஆறுமுகம் செட்டியார் போன்ற உள்ளூர்ப் பிரமுகர்களும் அதே தெருவில் வசித்து வந்தார்கள். பாரதியாருக்குப் பொன்னு முருகேசம் பிள்ளை பல விதத்தில் உதவிபுரிந்து வந்தார். பாரதி, அரவிந்தர், ஐயர் முதலியோரும் அவர்களுடன் சேர்ந்தோரும் ‘சுதேசிகள்’ என்றழைக்கப்பட்டனர். சுதேசிகளுக்கு சி.ஐ.டி. கண்காணிப்பு எப்போதும் உண்டு. அவர்களில் யார் எங்குப் போனாலும் சி.ஐ.டி.கள் கூடவே போவார்கள்.

சில ஞாயிற்றுக்கிழமைகளில் பாரதியார் நம் நாட்டின் பழங்காலப் பெருமைகளையும், அன்னிய ஆட்சியினால் நாடு அடைந்திருந்த சிறுமை நிலையையும் எடுத்துக் காட்டி ஆவேசத்துடன் சொற்பொழிவாற்றுவார். அம்மாதிரி அவர் நிகழ்த்தும் சொற்பொழிவுகளுக்கு என் நண்பர்களும் நானும் போவோம். அப்போதெல்லாம் பாரதியார் இளைஞர்கள்தாம் தாமாகவே முன்வந்து பாடுபட்டு இந்தியாவுக்கு விடுதலை பெற்றுத் தரவேண்டுமென்று வற்புறுத்திச் சொல்வார். அவருடைய சொற்பொழிவுகளைக் கேட்டுக்கேட்டு எங்களுக்கு அவரிடம் ஒருவிதமான பக்தியும், அவருடன் பழகவேண்டுமென்ற அவாவும் உண்டாயின. அவரது ஒளிமிகுந்த கண்களும், ஆவேசமான உணர்ச்சிப் பொங்கும் வார்த்தைகளும், தலைநிமிர்ந்த தோளுயர்ந்த சரீரமும் பார்த்தோருக்கு ஒருவித அச்சத்தை யூட்டும். ஆனால் நெருங்கிப் பழகிய பின்தான் அவருடைய அச்சம் தரும் தோற்றத்தினுள் பச்சிளங் குழந்தையினும் மென்மையான குழந்தை யுள்ளத்தின் பண்பு புலப்படும். முதல் பயம் நீங்கி, நாங்கள் அவருடைய இல்லத்திற்கு அடிக்கடி போய்வர ஆரம்பித்தோம். என் அதிர்ஷ்டத்தின் பயனாக அவருக்கு என்னிடம் பரிவு ஏற்பட்டது. அவர் எனக்கு ஸம்ஸ்கிருதம் போதிக்க ஆரம்பித்தார். தினமும் காலை பதினொரு மணிக்குப் பள்ளிக்கூடம் விட்டதும்

நேரே அவர் இல்லத்திற்குச் சென்று ஒரு மணி நேரம் ஸம்ஸ்கிருதம் படித்து, வீட்டிற்குப் போவேன்.

பாரதியார் பகல் பன்னிரண்டு மணிக்குத்தான் குளிப்பார். குளிப்பதற்குமுன் மேல் மாடியில் ஏறிச் சூரியனைப் பார்த்துக்கொண்டே குதித்து ஆடிக்கொண்டு பாடுவார். மாடியே அதிரும்படிக் குதிப்பார். குளிக்கும்போதும் தலையில் தண்ணீரைக் கொட்டிக்கொண்டே 'ஓம் சக்தி' என்ற பாடலையும், இன்னும் 'காளீ வலிய சாமுண்டி' என்னும் பாடலையும் உரக்கப் பாடிக்கொண்டே தம்மை மறந்து குதிப்பார். சாப்பிடும்போதும் சாப்பாட்டின் நினைவில்லாமலே சாப்பிடுவார். அநேக நாட்கள் என்னை வற்புறுத்தித் தம்முடன் சாப்பிடச் சொல்லுவார். தாம்பூலம் தரிக்கும்போது பாதிக்குமேல் கிள்ளி எறிந்துவிடுவார். எக்காரியம் செய்யும்போதும் அவரது நினைவெல்லாம் தாய் நாட்டின்பேரிலும், சொல்லெல்லாம் தாய் நாட்டைப் பற்றியும் காளியைப் பற்றியுமே இருக்கும். உணர்ச்சிக்குத் தக்கவாறு உடல் அசைந்தாடிக்கொண்டிருக்கும்.

பாரதியாரின் வீட்டு மாடி அறையில் ஒரு காளிதேவி படமிருக்கும். அப்படத்தைத் தவிர வேறொரு படமும் அங்கு இருக்காது. அப்படத்தின் எதிரில் ஓர் ஊஞ்சல் இருக்கும். அதில் பாரதியார் உட்கார்ந்துகொண்டு, என்னையும் உட்காரச் சொல்லி வேகமாக ஆட்டி, மிகுந்த ஆவேசத்துடன் பாடுவார். பாட்டில் மனம் ஈடுபடஈடுபட ஊஞ்சலின் ஆட்ட வேகம் அதிகரிக்கும். ஊஞ்சலிலிருந்து விழுந்துவிடுவேனோ என்ற பயம் எனக்கு இருந்தாலும் இறங்குவது இயலாத காரியம்.

புதுவைவாசிகளுக்கு அக்காலத்தில் 'தேர்தல்' பயம் அதிகம். ஏனெனில், அச்சமயங்களில் அடிதடிக் கலாட்டாக்கள் நிகழாமலிருப்பது அதிசயம். ஊரின் அநேகப் பகுதிகளில் 'கொட்டடி' என்றழைக்கப்பட்ட உடற்பயிற்சி நிலையங்கள் உண்டு. அங்கே குத்துச்சண்டை, கத்தி சுழற்றல், கழி விளையாட்டு முதலியவைகளில் பயிற்சி அளிக்கப்படும். தேர்தல் சமயங்களில் வேட்பாளர்களுக்கு இக்கொட்டடிகளைச் சேர்ந்தோர் ஆதரவளிப்பார்கள். தேர்தல் பிரசாரம் செய்வது, வாக்காளர்களை ஓட்டுச்சாவடிக்கு அழைத்துச் செல்வது முதலியன இவர்கள் பொறுப்பாகும். அதுபோன்ற கொட்டடிகளில் ஒன்று சங்கராங்குளம் கொட்டடி. இது வெள்ளாளர் தெருவிற்கு எதிரில் உள்ள தென்னந்தோப்பில் இருந்தது. இதற்கு வாத்தியார் தெய்வசிகாமணி கிராமணியார், சட்டாம்பிள்ளை சண்முகப் பக்தர். சண்முகப் பக்தருக்குப் பாரதியாரிடம் பழக்கமுண்டு. ஒரு நாள் பாரதியார் அவரிடம் எங்களுக்குப் பயிற்சியளிக்கும்படிச்

சொன்னார். நாங்கள் கொஞ்சம் கற்றுக்கொண்டபின், பாரதியார் தம் வீட்டு மாடியில் எங்களைக் கத்திச் சுழற்றச் சொல்லி, அதைப் பார்த்து மிகவும் ஆனந்தப்பட்டார். சில சமயங்களில் அவரும் எங்களைப் போல் ஆடுவார்.

புதுவைக்கருகில் இருக்கும் வில்லியனூரில் புரொபஸர் சுப்பிரமணிய ஐயரின் தம்பி சுவாமிநாத ஐயர் வசித்து வந்தார். அவர் நன்றாகப் பாடுவார்; மிருதங்கம் வாசிப்பதிலும் பயிற்சியுண்டு. சில ஞாயிற்றுக்கிழமைகளில் நாங்கள் பாரதியாருடன் வில்லியனூர் போவோம். சுவாமிநாத அய்யர் வீட்டில் உணவருந்திவிட்டு, மத்தியான வேளையில் ஆற்றங்கரையோரமிருக்கும் மாந்தோப்பிற்குப் போவோம். அங்கே பாட்டுக் கச்சேரி நடக்கும். பாரதியார் தம்மை மறந்த நிலையில் ஆனந்தமாகப் பாடுவார். மாலையில் புதுவை திரும்புவோம்.

ஆகஸ்ட் 15ஆம் தேதி அரவிந்தர் பிறந்த தினமாகும். அன்னாரின் ஒரு பிறந்த தினத்தில் பாரதியார் தமிழில் ஒரு வாழ்த்துப் பாடல் எழுதிப் பாடினார். பின்னர் அதை அரவிந்தருக்கு ஆங்கிலத்தில் மொழிபெயர்த்துக் கூறினார். அதைக் கேட்டு அரவிந்தர் மிகுந்த மகிழ்ச்சியடைந்தார்.

பாரதியாரின் நண்பர் குவளைக் கண்ணன் என்பார் முத்துரங்கச் செட்டி அக்கிரகாரத்தில் வசித்து வந்தார். அவர் வீட்டிற்குப் பாரதியார் சில சமயம் செல்வார். அந்த அக்கிரகாரத்தில் பெரிய தோட்டமும் தென்னந்தோப்பும் உண்டு. அத்தோட்டத்தைக் கவனித்துக்கொள்ள அங்கேயே வீராசாமி நாயக்கர் என்பவர் ஒரு சிறு வீட்டில் வாழ்ந்து வந்தார். நாயக்கரின் வீட்டைத் தாண்டித்தான் குவளைக் கண்ணன் வீட்டிற்குச் செல்ல வேண்டும். பாரதியார் அக்கிரகாரத்தில் நுழைந்ததும், நாயக்கர் தம் வீட்டை விட்டு வெளிவந்து பாரதியாரை நமஸ்கரித்து, ஒரு பெரிய வெண்கலப் பாத்திரத்தில் கேழ்வரகுக் கூழை அளிப்பார். எவ்விதமான பேதமுமில்லாமல் மிகுந்த மகிழ்ச்சியுடன் அக்கூழைப் பாரதியார் அருந்துவார். அக்காலத்தில் அது ஒரு புரட்சிகரமான செய்கையாகும். அன்புடன் யார் அளித்தாலும் அதை உட்கொண்டால் தவறென்ன என்று கேட்பார் பாரதியார். மனித நிலைக்கு மேற்பட்ட ஒரு நிலையை அடைந்த மஹா புருஷர் அவர் என்பதற்கு இது எடுத்துக்காட்டு. புலையனிடம் பாலருந்திய புத்தரின் கருணை நிறைந்த எளிமையையும், புரட்சிகரமான கருத்துக்கள் நிறைந்த ஒரு திடவுள்ளத்தையும் இச்செய்கை விளக்குகிறது. கூழைப் பருகிய பிறகு பாரதியார், குவளைக் கண்ணனை அழைத்துக்கொண்டு சித்தாண்டிப் பரதேசி மடத்திற்குச் செல்வார். (இம்மடத்தை சிந்தாந்தசாமி மடம் என்று

சொல்வார்கள்.) மடத்தில் பாரதியார் இயற்கையைக் குறித்துப் பாட ஆரம்பித்துவிடுவார்.

புதுவையில் அக்காலத்தில் குள்ளச்சாமி என்ற நாலரையடி உயரமுள்ள ஒரு ஜீவன் உண்டு. அதற்கு வீடு, உறவினர் உண்டா என்பதை யாருமறியார். அதற்குப் பேச்சு வராது. எதைக் கேட்டாலும் கீ, கீ, தா, தா என்று ஒலி பரப்பும். யாராவது அதற்கு மொட்டையடித்து விடுவர். வெறும் கோவணதாரியாகத்தான் குளிர், மழை, வெயில் என எக்காலத்திலும் காட்சியளிக்கும். கழுத்தில் ஒரே ஓர் உருத்திராக்ஷக் கொட்டை அணிந்திருக்கும். பாரதியாருக்கு அந்தக் குள்ளச்சாமியிடம் மிகுந்த பிரேமை உண்டு. அந்தக் குள்ளச்சாமியைக் கூப்பிட்டு உபசரிப்பார். அந்தத் திருநீற்றை அதற்குப் பூசுவார். குள்ளச்சாமியார் கீ, கீ, தா, தா என்று கத்திச் சிரித்துக் கைகளைப் பின்னால் கட்டிக் கொண்டே ஓடிவிடும். உடனே பாரதியார், "டேய், என்ன பேசறாண்டா, என்ன தத்துவம் சொல்றாண்டா!" என்பார். எங்களுக்கு ஒன்றும் புரியாமல் நிற்போம். பாரதியார் அந்தக் குள்ளச்சாமியிடம் தெய்வீக சக்தி இருக்கிறது; அவர் ஒரு மஹான் என்றும் கூறுவார். உலகத்தார் எல்லாருக்கும் பித்துப் பிடித்த ஜடம் என்று தோன்றிய உயிரிடம் கடவுள் உறைகிறான், அது ஞானத்தின் நிறைவு என்று போற்றியவர் பாரதியார்.

என் நண்பர் கணபதி ஐயர் என்பவரின் உறவினரான ராமு என்பவர் திருச்சியில் ஒரு கல்லூரியில் படித்து வந்தார். ஒருமுறை புதுவை வந்திருந்தபொழுது பாரதியாருடன் ஒரு புகைப்படம் எடுத்துக்கொள்ள ஆசைப்பட்டார். கணபதி ஐயர் இதை என்னிடம் தெரிவித்து, பாரதியாரின் சம்மதத்தைப் பெறும்படி கேட்டுக்கொண்டார். நானும் பாரதியாரிடம் கேட்டேன். பாரதியார் உடனே ஒப்புக்கொண்டார். திருநீற்றை நெற்றி முழுவதும் பரவலாகத் தரித்துக்கொண்டு நடுவில் குங்குமத்தை உயரவாக்கில் இட்டுக்கொண்டார். தலைப்பாகை, கறுப்புக் கோட்டு இவைகளை அணிந்தார். என்னையும் போட்டோவில் நிற்கும்படி வற்புறுத்தினார். அதேபோல் நாங்கள் புகைப்படம் எடுத்துக்கொண்டோம். பாரதியார், மனைவி செல்லம்மாள், மூத்த பெண் தங்கம்மாள், இளைய பெண் சகுந்தலா, நண்பர் ராமு, நான் ஆகிய ஆறு பேரும் இப்படத்தில் இருக்கிறோம். இதே தினம் பாரதியாரும் செல்லம்மாவும் தனியே நிற்க வேறு ஒரு படமும் எடுத்துக்கொண்டனர்.

1921ஆம் ஆண்டில் சென்னை திருவல்லிக்கேணி மேல மாட வீதியில் பார்த்தசாரதிப் பெருமாள் அன்ன வாகனத்தில்

ஊர்வலம் வந்துகொண்டிருந்தார். இரவு சுமார் 9 மணி இருக்கும். நான் தெருவில் நின்று கண்களை மூடியவண்ணம் கைகூப்பி நின்றிருந்தேன். அப்போது எங்கிருந்தோ வந்து பாரதியார் என் கைகளைப் பிடித்தார். கண் திறந்து பார்த்தேன். என் எதிரில் பாரதியார் தாடியின்றி நின்றுகொண்டிருந்தார். உடனே என் இரு கைகளையும் பிடித்துப் பரபரவென்று எதிரில் இருந்த வீட்டிற்கு இழுத்துக்கொண்டுபோய், "செல்லம்மா, விஜயன் வந்திருக்கிறான் பார்த்தாயா!" என்று சந்தோஷ மிகுதியுடன் கேட்டார். அந்த அம்மாளும் என்னை மனமார விசாரித்தார்கள். பாரதியார் என்னை, "உட்கார். இரண்டு பாட்டுக் கேள்" எனச் சொல்லிப் பாடினார். சிறிது நேரம் கழித்து நான் விடைபெற்றுக் கொண்டேன். அதுதான் நான் அம்மகானைக் கடைசியாகத் தரிசித்தது.

13

என். நாகசாமி

பாரதியாரும் சிதம்பரம் பிள்ளையும்

1908இல் பாரதியார் புதுவைக்குச் சென்று அங்கே முதலில் *இந்தியா* பத்திரிகைக்கும், பிறகு *விஜயா, சூரியோதயம்* என்ற பத்திரிகைகளுக்கும் ஆசிரியராக இருந்தார். அக்காலத்தில் அவருடன் *இந்தியா*வில் உழைத்தவரான என். நாகசாமி இக்கட்டுரையில் பாரதியாரின் புதுவைப் பத்திரிகை அநுபவங்களைப் பற்றி இதுவரை நாம் அறிந்திராத சில புதுத் தகவல்களைத் தருகிறார். பாரதி, வ.வே.சு. அய்யர், அரவிந்தர் ஆகிய மூவரையும் நெருங்கித் தெரிந்துகொண்ட நாகசாமி, சென்னை பாரதியார் சங்கத்தால் பாரதி விழாவில் கேடயம் அளித்துக் கௌரவிக்கப்பட்டார். 'புதுவையில் தேசபக்தர்கள்' என்ற இவரது நூல் 1966இல் வெளிவந்தது. 1969இல் இவர் காலமானார்.

பழைய ஞாபகங்களிலே மனிதன் ஊறும்போது அவனுக்கு இயல்பாகவே உற்சாகம் உண்டாகின்றது. பழைய மனிதர்களைப் போன்றவர்களை இப்போது எங்கே காணப்போகிறோம் என்ற ஏக்கமும் அவனுக்கு உண்டாகின்றது. வயது ஆக ஆகப் பழைய காட்சிகளும் பழைய காலத்து மனிதர்களின் தொடர்பும் காலத்தால் முதிர்ச்சி அடைந்து பழுத்த பழத்தைப் போல அவனுடைய நினைவிலே இனிமையை உண்டாக்குகின்றன. இது யாவருக்கும் பொதுவான நிலை. நம்மை மறந்துவிட்டு உலகவாழ்வையே நீத்த பழைய நண்பர்கள் உலகத்தாருடைய மதிப்புக்கு உரியவர்களாக இருந்தால் அப்போதும் அவர்களைப் பற்றிய ஞாபகம் ஒரு சிறந்த உணர்ச்சியை ஊட்டுகின்றது.

அந்த இன்பத்தையும் ஊக்கத்தையும் அநுபவித்தவர்களே அதை அறிவார்கள். பசித்தவன் பழங்கணக்குப் பார்க்கிறது, பொழுதுபோக்குக்காக மட்டும் அல்ல, அவன் தன் பசியையே மறந்துவிடுகிறான். பழைய காலத்து விருந்துணவுகளை நினைத்து ஒருவகையான புத்துணர்ச்சியைக்கூட அடைகிறான்.

கடவுள் சித்தம் வைத்திருந்தால் பாரதியார் இன்னும் நம்மிடையில் வாழ்ந்துகொண்டிருக்கலாம். அவருடைய திருமேனி பௌதிகப் பொருள்களோடு கலந்துவிட்டது. அவர் பழையவராகி விட்டார். ஆனால் அவர் தமிழ்நாட்டிலே உண்டாக்கிய எழுச்சி, ஆவேசக் கனல், இப்போது சுடர்விட்டு எரிகின்றது. நாட்டின் மறுமலர்ச்சியிலே அவருடைய கவிதையின் மணம் தென்றற் காற்றிலே தவழ்ந்து தமிழுலகை நிரப்பி நிற்கின்றது.

~

பாரதியார் சென்னையைவிட்டு, சென்னை அரசாங்கத்தின் தொந்தரவு இல்லாமல் நிம்மதியாய் நாட்டுக்குச் சேவை செய்து கொண்டு வாசஞ் செய்யப் புதுச்சேரி வந்ததும் முதலில் கலவை பங்களாவில், குளத்துக்கு அருகிலுள்ள தளம் போட்ட ஒரு சிறு கட்டடத்தில் வசித்தார். அதன்மேல், காற்றோட்டமாய்த் தங்கி யிருக்க, கீற்றுக் கொட்டகையும் இருந்தது. பகல் முழுவதும் *இந்தியா* ஆபீஸில் நாட்டுக்குத் தொண்டு புரிந்துவிட்டு இரவில் மெத்தைமேல் படுத்துத் தூங்கி இளைப்பாறி வந்தார் பாரதியார். அந்தப் பங்களாவில் சாமிநாதையர் என்ற ஒரு பிராமணர், உத்தியோகத்திலிருந்தோர்க்கு, மாதக் கணக்கில் பணம் வாங்கிக் கொண்டு சவுகர்யமாகச் சாப்பாடு போட்டுக்கொண்டிருந்தார். பாரதியாரும் அவரிடமே சாப்பிட்டு வந்தார். முதலில் ஹரிஹர சர்மா அவருக்கு உதவியாக வந்து சேர்ந்தார். பிறகு நானும் பி.பி. சுப்பையா என்பவரும் வந்து சேர்ந்தோம். நாங்கள் மூவரும் நாட்டுக்கு, தேசிய பத்திரிகை *இந்தியா* மூலம் தொண்டு செய்து வந்தோம். ஆனாலும் மேலும் தொண்டர்கள் பத்திரிகைக்கு ஊழியம் செய்யத் தேவையாயிருந்தது.

நாங்கள் சென்னை ராஜ்யத்திலுள்ள நண்பர்களுக்கு *இந்தியா* பத்திரிகையில் சேவை செய்யத் தொண்டர்கள் தேவையென்று வேண்டுகோள் விடுத்தோம். எங்கள் விஞ்ஞாபனத்தைச் சிரமேற் கொண்டு வெளியே இருந்து சிலர் உடனே வந்தார்கள். அவர்கள் வசதியாய்த் தங்கவும் சாப்பிடவும் கலவை பங்களா தோதில்லாமலிருந்தது. ஆனதால் நாங்கள் வசதியாக வசித்துக் கொண்டும், வந்தவர்களுக்கு வேண்டிய சவுகரியம் கொடுத்து *இந்தியா* பத்திரிகைக்குத் தொண்டு புரியச் செய்யவும் ஓர் இடம் பார்த்து வந்தோம்.

ஈசுவரன் தர்மராஜா கோவில் தெருவில் எங்கள் பிரியம் போல் வாடகை குறைவாகவும் சவுகரியமாகவும் 'விளக்கெண்ணெய்ச் செட்டியார்' வீடு எங்களுக்குக் கிடைத்தது. அதற்கு வாடகைக்குச் சீட்டு எழுதிக்கொண்டு, பழுது பார்த்து வெள்ளையடித்துக் கொடுக்கச் சொல்லி அதில் வசிக்க எல்லாரும் சென்றோம்.

~

அப்பொழுது பாரதியாரைச் சேர்த்து நாங்கள் ஏழு பேர் அந்த வீட்டில் வசிக்க ஆரம்பித்தோம். நாங்கள் எல்லாரும் அதிகாலையில் சுமார் ஐந்து மணிக்கே எழுந்து உடற்பயிற்சி செய்வோம். பிறகு கிணற்றிலிருந்து தண்ணீர் இறைத்துக் குளித்துவிட்டு, உடைகளைத் துவைத்து உலர்த்திவிட்டு, காய்ந்த துணிகளைக் கட்டிக்கொண்டு சிற்றுண்டி செய்வோம். பின்பு மூன்று பேர் இந்தியா பத்திரிகைக்குக் காலையில் தொண்டு புரிந்துவிட்டு, மாலையில் வீட்டில் எல்லாருக்கும் சமையல் செய்து வந்தார்கள். மூவர் காலையில் ஜாகையில் சமையல் செய்பவர்கள். மாலையில் தேசீய பத்திரிகைக்குச் சேவை செய்து வந்தார்கள். இவ்வாறாக நாங்களே எல்லாம் செய்துகொண்டு வந்தோம். நாங்கள் எல்லாரும் ஒருமித்து எவ்வித வேற்றுமையுமில்லாமல் அந்நியோந்நியமாய் தேச பக்தியோடு சேவை புரிந்தோம். ஆரோக்கியமான எளிய உணவையே மண் சட்டிகளில் தயாரித்து, ருசியாயும் சந்தோஷமாயும் சாப்பிட்டு வந்தோம். பத்திரிகைகளை விரித்து, பத்திரிகைகளையே கட்டித் தலையணையாக வைத்து அவற்றின்மேல் படுத்துத் தூங்கினோம். பாரதியாரும் எங்களுடன் சுலபமான உடற்பயிற்சி செய்து வந்தார். பகல் முழுவதும் இந்தியாவுக்குத் தொண்டு செய்துவிட்டு உணவும் எங்கள் கூடவே அருந்தி வந்தார். எங்களைத் தாய் நாட்டுக்கு அர்ப்பணம் செய்துவிட்டுத் தியாக பக்தியுடன் நாங்கள் எளிய வாழ்க்கையே நடத்தி வந்தோம்.

~

இவ்வாறாக நாங்கள் நாட்டுக்குத் தொண்டு புரிந்து வந்தபொழுது, இந்தியாவை ஆண்டு வந்த ஆங்கில அரசாங்கத்தார் அளித்த ஆறு வருஷக் கடுங்காவல் சிறைவாசத்தை அநுபவித்து விட்டு வெளியே வந்த தேசபக்தர் வ.உ. சிதம்பரனார் பாரதியாரைப் பார்க்கப் புதுவைக்கு வந்தார்.

சிதம்பரனார் ரயிலைவிட்டுக் கீழே இறங்கி, ரெயில் நிலையத்துக்கு வெளியே வந்து ஒரு வண்டிக்காரனை அழைத்து, 'நான் பாரதியார் வீட்டுக்குப் போக வேண்டும்; உனக்கு அவர் வீடு சரிவரத் தெரியுமா?' என்று கேட்டார். வண்டிக்காரன் உடனே,

'ஐயா, அவர் வீடு எனக்குத் தெரியும்; அவரும் எனக்கு நன்றாகத் தெரியும். வண்டியில் ஏறிக்கொள்ளுங்கள். நான் உங்களை அவரிடம் பத்திரமாய்க் கொண்டுபோய்ச் சேர்த்துவிடுகிறேன்' என்று வணக்கமாய்ச் சொன்னான். பிள்ளையும் அந்த வண்டியில் ஏறிக்கொண்டார். வண்டிக்காரன் அவரை ஏற்றி வந்து பாரதியார் வீட்டுக்கு முன்னால் வண்டியை நிறுத்திவிட்டு, வீட்டுக்குள்ளே வந்து, "சாமி, உங்களைத் தேடி ஒரு ஐயா வெளியே வந்திருக்கிறார்; அவர் உங்களைக் கூப்பிடுகிறார்" என்று சொன்னான். குளிக்கப் போன பாரதியார் தெருவில் யார் வந்திருக்கிறது என்று பார்த்தார். பாரதியாரைக் கண்ட பிள்ளை வண்டியைவிட்டுக் கீழே இறங்கி அதிவேகமாய் வந்து பாரதியாரைக் கட்டி ஆலிங்கனம் செய்தார். பாரதியாருக்குக் கண்களில் ஆனந்தக் கண்ணீர் ததும்பிற்று. பிள்ளையைப் பாரதியார் மகிழ்ச்சியுடன் இரு கரங்களையும் பிடித்துக்கொண்டு மெத்தைக்கு அழைத்துச் சென்றார்.

அப்பொழுது நான் மெத்தைமேல் இருந்தேன். சிதம்பரனாரைப் பார்த்ததும் மிகுந்த சந்தோஷத்துடன் நான் அவரை, 'வாருங்கோ பிள்ளைவாள்' என்று புன்முறுவலுடன் வரவேற்றேன். "நீ யார்? உன் பெயர் என்ன? என்னை எப்படி உனக்குத் தெரியும்?" என்று என்னைக் கேட்டார் பிள்ளை. "உங்களைத் தெரியாதவர்கள் இந்தத் தமிழ் உலகில் உண்டா! திருநெல்வேலி கடைத் தெருவில் கருப்பஞ் செட்டியார் வீட்டில் 'சுதேசி ஸ்டீம் நாவிகேஷன் கம்பெனி' பங்குகள் விற்க நீங்கள் வந்திருந்தபொழுது உங்களை நேரில் நான் பார்த்தேன்; ஆனால் உங்களுடன் நான் பேசினது கிடையாது; என் பெயர் நாகஸாமி" என்று பிள்ளையிடம் நான் பழைய ஞாபகத்தோடு சொன்னேன். "அப்படியா, நான் அவ்வளவு புகழ் பெற்றவனா? என் கடமையைத்தான் நான் நம் தாய்நாட்டுக்குச் செய்தேன்" என்றார் பிள்ளை.

~

பாரதியாரும் பிள்ளையும் சிறிது நேரம் அளவளாவிக் கொண்டிருந்தார்கள். அந்தச் சமயத்தில் நான் கீழே போய்ப் பிள்ளைக்குச் சிற்றுண்டி தயார் செய்துகொண்டு வந்தேன். அவரும் பல் தேய்த்துக் கைகால்கள் கழுவிக்கொண்டு திருநீறு நெற்றியில் பூசிக்கொண்டு சூரிய நமஸ்காரம் செய்தார். பிறகு அவர் சிற்றுண்டி புசித்தார். பாரதியாருக்கு *இந்தியா* ஆபீஸ் போக நேரமாகிவிட்டது. ஆனதால் உடனே பிள்ளையை இளைப்பாறச் சொல்லிவிட்டுப் பாரதியார் சென்றார். பிரயாணத்தில் தூக்கமில்லாததால், பத்திரிகைகளைப் பாய்போல் விரித்து, பத்திரிகைகளையே கட்டாகக் கட்டித் தலையணையாக வைத்துக் கொண்டு அயர்ந்து தூங்கினார் பிள்ளை.

பன்னிரண்டு மணிக்கு மதியச் சாப்பாட்டுக்காகக் களைப்புடன் பாரதியார் வந்தார். அவர் வந்ததும் பிள்ளையிடம் சிறிதுநேரம் பேசிக்கொண்டிருந்தார். கீழே ஓர் அறையில் எல்லாரும் ஒரே பந்தியாகச் சாப்பிட யாவும் தயார் செய்துவிட்டு, நான் மெத்தைக்குச் சென்று பிள்ளையையும் பாரதியாரையும் சாப்பிட அழைத்தேன். பாரதியாரைப் பார்த்துப் பிள்ளை, 'நீங்களெல்லாரும் மாமிச பக்ஷிணிகளா அல்லது சாகபக்ஷிணிகளா?' என்று வினவினார். பாரதியார் உடனே, 'வீட்டில் நாங்கள் சாகபக்ஷிணிகளே' என்று சொன்னார். 'இன்று என்ன சமையல்?' என்று பிள்ளை என்னைக் கேட்டார். சமையலைச் சொன்னேன்.

நான் அவர்களிருவரையும் அழைத்துக்கொண்டு கீழே சாப்பாட்டு அறைக்கு வந்தேன். ஒரு வரிசையில் பாரதியாரும், அவருடன் ஆபீசில் தொண்டுபுரிந்த மூவரும்; மற்றொரு வரிசையில் அதிதியாகிய பிள்ளையும், ஜாகையில் அன்று சமையல் செய்த மூவரும் சாப்பிட உட்கார்ந்தோம். நான் எல்லாருக்கும் சாப்பாடு பங்கிட்டுவிட்டு மீதியை மத்தியில் வைத்தேன். தேவையானதை எடுத்துப் போட்டுக்கொண்டு சாப்பிட வைத்துவிட்டு நானும் அவர்கள்கூடச் சாப்பிட உட்கார்ந்தேன். எல்லாரும் உரையாடிக் கொண்டு சாப்பிட்டோம். 'சிறைவாசத்திலிருந்து வந்தபின் இன்றே நான் சுவையுடன் வயிறு சந்தோஷமாய்ச் சாப்பிட்ட நாளாகும்' என்று சொன்னார் பிள்ளை. பிறகு கைகளைக் கழுவிக்கொண்டு அவரவர் வேலைக்கு எல்லாரும் போய்விட்டோம். பிள்ளை மட்டும் பத்திரிகைகளைப் பார்த்துக்கொண்டு நேரத்தைச் செலவழித்தார்.

~

சாயங்காலம் ஆறு மணிக்குப் பாரதியார் இந்தியா ஆபிஸிலிருந்து வேலையை முடித்துக்கொண்டு திரும்பி வந்து, பிள்ளையைக் கடலோரம் அழைத்துச் சென்றார். சிறிது நேரம் கடலோரம் உலாவிச் சுத்தமான குளிர்ந்த காற்றை உட்கொண்டு விட்டு இருவரும் திரும்பி வந்தார்கள். சற்று நேரம் கழித்து எல்லாரும் மத்தியானம் போல் உட்கார்ந்து இராச் சாப்பாட்டைச் சாப்பிட்டோம்.

அதன்பின், அன்று நல்ல நிலவாயிருந்ததனால் மெத்தை தளத்தில் எல்லாரும் உட்கார்ந்தோம். 'நமது தாய்நாட்டுக்காக நான் சிறையில் பாடுபட்டதைச் சுருக்கமாய்ச் சொல்லுகிறேன்: கேளுங்கள்' என்று பிள்ளை சொல்ல ஆரம்பித்தார். "என் தேச சேவையை அடக்க வேண்டுமென்றே ராஜ நிந்தனை வழக்குக்கொண்டு வந்து ஆறு வருஷக் கடுங்காவல் தண்டனை

எனக்கு ஆங்கில அரசாங்கம் கொடுத்தது. நான் சிறைவாசம் செய்தபொழுது கேழ்வரகு அரைத்தல், கருங்கல் உடைத்தல், எண்ணெய்ச் செக்கு இழுத்தல் போன்ற கடின வேலைகளையே செய்தேன். கடவுளை வேண்டிக்கொண்டு, நம் நாட்டுக்காகவே இவ்வித கஷ்டமான வேலைகளையெல்லாம் செய்கிறேனென்ற எண்ணம் என் மனத்தில் அப்படியே ஊறிவிட்டது. கஷ்டமான வேலையை நான் செய்தபொழுது எனக்கு அது சிரமமாகவே தோன்றவில்லை. அவ்வித ஆழ்ந்த எண்ணத்துடன் நான் மனப்பூர்வ மாக என்னை அர்ப்பணம் செய்திருந்த நம் நாட்டின் பொருட்டே பாடுபட்டேன். நீங்களும் அவ்வித எண்ணத்துடன் உங்களை நாட்டுக்கு அர்ப்பணம் செய்துவிட்டுப் பாடுபட வேண்டும்" என்று சொல்லி முடித்தார் பிள்ளை. அவர் சிறையில் பட்ட கஷ்டங்களை நாங்கள் மனம் உருகக் கேட்டு வருந்தினோம். பிறகு நாங்கள் எழுந்துபோய்ப் பேப்பர் படுக்கைகளை விரித்து, இறைவனை வணங்கிவிட்டுத் தூங்கினோம்.

பிள்ளை மூன்று தினங்கள் எங்கள் ஜாகையில் தங்கினார். அதிகாலையில் பாரதியாருடன் உடற்பயிற்சி செய்தார் பிள்ளை. மூன்று தினங்களும் வெவ்வேறு சாப்பாட்டுப் பண்டங்களை மிகவும் சுவைத்து அவர் சாப்பிட்டார். எல்லாவற்றையும் நாங்களே செய்துகொண்டு, எங்கள் சுயபலத்திலேயே நின்றுகொண்டு, நாட்டுக்குப் பத்திரிகை மூலம் தொண்டு செய்துவந்ததைக் கண்ட பிள்ளை எங்களை மனமார மெச்சினார்.

மூன்றாம் நாள் இரவு பிள்ளை ஊருக்குப் புறப்பட்டார். எல்லாரும் ரெயில் ஸ்டேஷனுக்குச் சென்றோம். பிள்ளை பாரதியாரை ஆலிங்கனம் செய்த பிறகு எங்களைப் பார்த்து, "எவ்விதக் கஷ்டத்தையும் பொருட்படுத்தாது நாட்டுக்கு உங்களை அர்ப்பணம் செய்துவிட்டு, சோர்வடையாது நாட்டுக்கே பாடுபடுங்கள்" என்று சொல்லி எல்லாரையும் வாழ்த்தினார். நாங்கள் அவரை நமஸ்கரித்து மகிழ்ச்சியுடன் வழியனுப்பினோம்.

~~~

பாரதியார்: ஒரு சொற்சித்திரம்

பாரதியாரின் பாடல்களைப் பற்றியும், வசன நூல்களைப் பற்றியும் பலர் விமர்சனம் செய்து பேசியிருப்பதை நீங்கள் கேட்டிருக்கிறீர்கள். ஆனால் அவர் பாடினபொழுதும் பேசின பொழுதும் நேரில் கேட்டவர்கள் வெகு சிலரே ஆவர்.
~~~

பாரதியார் புதுவைக்கு வந்தது முதல் அவர் புதுவையைவிட்டு வெளியே சென்றவரையில் அவர் கூடவே நெருங்கி எப்பொழுதும் இருந்தவர்களில் நானும் ஒருவன் என்று சொல்லிக்கொள்வது மிகையாகாது. இதுவுமல்லாமல் அவரும் நானும் ஒரே ஊரைச் சேர்ந்தவர்கள். அவர் நாட்டுப்பற்றில் மூழ்கிச் சென்னையிலிருந்து தம் சுற்றத்தாரைப் பார்க்க எட்டயபுரம் வந்தபோதெல்லாம் அவர் வீரத்தோடு பேசினதை நான் கேட்டிருக்கிறேன்.

பாரதியார் கால்களை மண்டிபோட்டுக் குதிகால்களின் மேல் உட்கார்ந்து, ஒரு கையால் தாளம் போட்டு அபிநயத்துடன் பாடும்பொழுது கேட்பவர்கள் மெய்ம்மறந்து மனம் பக்திப் பரவசமாகி அதிலேயே லயித்துப் போய்விடுவார்கள்.

தமக்கு எதிரில் அவர் பராசக்தியின் உருவத்தைப் பாவனை செய்துகொண்டு 'ஓம் சக்தி ஓம் சக்தி' என்று பஜித்து நடனம் செய்வது ஒரு கண்கொள்ளாக் காட்சியாகும். சிறிதேனும் கடவுள் நம்பிக்கை இல்லாதவன்கூட இந்தக் காட்சியைப் பார்த்த மாத்திரத்தில் தன்னை மறந்து பக்தி மேலிட்டு ஆனந்தத்துடன் மனம் பூரித்துவிடுவான்.

தான் நினைத்ததை அந்தக் கணமே முடித்தாக வேண்டும் பாரதியாருக்கு. அப்பொழுதுதான் அவருக்கு மன அமைதி உண்டாகும். இல்லையேல் சதா அதையே பலரிடமும் பிரஸ்தாபித்துக்கொண்டிருந்து, காரியத்தை இனிது முடித்து விடுவார்.

ஆங்கிலத்தில் இருக்கும் கட்டுரையைத் தமிழ்ப்படுத்த முற்படும்பொழுது முதலில் கட்டுரையைப் படித்துவிடுவார் பாரதியார். பிறகு அந்த ஆங்கிலப் பிரதியை அப்பால் வைத்து விடுவார். கிராமபோன் ரிகார்டு போல் இக்கட்டுரை அவர் மனத்தில் பதிந்துவிடும். உடனே தமிழ் மொழியில் அதைத் திருப்பி எழுதிவிடுவார். சிறிதும் விட்டுப்போகாது; எல்லாம் அப்படியே இருக்கும். எளிதில் யாவரும் அறிந்துகொள்ளக்கூடியதாகவும், ஜீவனோடும் இனிமையாயும் இருக்கும். பிறமொழியிலிருந்து தமிழ்ப்படுத்தினது என்று சொல்லவே இயலாது. பாரதியாருக்கு மொழிபெயர்க்க எந்த அகராதியும் தேவையில்லை. அதேபோல் அவர் நூல்களைப் படிப்போருக்கும் எந்த அகராதியும் தேவைப் படாது. எளிய தமிழில் இனிய கவிதை பாடியவர் அவர்.

பாரதியார் குளிக்கத் தண்ணீர் தயாராய் இருக்கும். துண்டைக் கட்டிக்கொண்டு அவர் செல்வார். தண்ணீர்ப் பாத்திரத்தருகில் உட்கார்ந்துகொண்டு செம்பால் தண்ணீரை மொண்டுமொண்டு மேலும் கீழும் ஊற்றிக்கொண்டிருப்பார்.

உடம்பு சரிவர நனையாது. அவருடைய கவனம் குளிப்பதில் இராது. சிந்தனையிலும் பாட்டிலுமேதான் அவர் ஆழ்ந்திருப்பார். சோப்பைக் கையில் எடுத்துக் கரைத்துக்கொண்டே இருப்பார். கைகள் சோப்புடன் உடம்பின்மேல் செல்லவே செல்லா. இதற்குள் தண்ணீர் பூராவும் செலவாகிவிடும். அவர் எழுந்து கட்டியிருந்த துண்டை அவிழ்த்துக் கீழே போட்டுவிட்டு இடுப்பில் வேட்டியை எடுத்துக் கட்டிக்கொள்வார். உடம்பின்மேல் முதலில் பனியன், அதன்மேல் ஷர்ட், பிறகு குட்டைக் கோட்டு, அதற்குமேல் நீண்ட கோட்டு ஆகியவற்றை அவர் அணிந்துகொள்வார். இவ்வாறு அவர் ஒன்றன்மேல் ஒன்றாகத்தான் அணிவார். தாடியிலிருந்து தண்ணீர் வழிந்துகொண்டே இருக்கும். சீப்பால் தலையைச் சீவிக் கொள்வார். தாடியிலிருந்து வழிந்துகொண்டிருக்கும் தண்ணீரை இடுப்பில் கட்டியிருக்கும் வேட்டியால் துடைத்துக்கொள்வார். உடம்பைக் காய்ந்த துண்டால் துடைத்துக்கொள்வது என்பது அவருக்குக் கிடையாது. அவர் எண்ணம் முழுவதும் குளிப்பதில் இருக்கவே இருக்காது.

அவர் சாப்பிட உட்கார்ந்தாலோ சொல்லவே வேண்டிய தில்லை. மேலும் கீழுமாகக் குழந்தையைப் போல் சோற்றைச் சிதறிக்கொண்டே சாப்பிடுவார். இதற்குள் அவர் மீசையும் தாடியுங்கூட வேண்டிய அளவு புசித்துவிடும். சாப்பிடும் பொழுது கூட அவர் கவனம் அதில் இராது.

சாப்பிட்ட உடனே பாரதியார் தாம்பூலம் போட ஆரம்பிப் பார். பாக்கை வாயில் போட்டுவிட்டுக் கழுவின வெற்றிலையை கையில் எடுத்து, காம்பைக் கிள்ளி எறிந்துவிட்டு, நுனியைச் சிறிது சிறிதாகக் கிள்ளிப் பாதிக்குமேல் எறிந்துவிடுவார். சுண்ணாம்பை விரலால் எடுத்து வெற்றிலையின்மேல் பட்டும் படாமல் தடவிச் சுருட்டி வாயில் போட்டுக்கொண்டு, ஏதேனும் ஒரு துணியை எடுத்துத் தலையில் பாகைபோல் சுற்றிக்கொண்டு வெளியே கிளம்பிவிடுவார்.

அவர் தெருவில் போகும்போதும் பாடிக்கொண்டும் தாளம் போட்டுக்கொண்டும், சில சமயங்களில் குதித்துக்கொண்டும் செல்வார். அவர் செய்கைகள் பார்ப்போர் அவரைப் 'பைத்தியக் காரன்' என்று நினைக்கும்படி இருக்கும். அவர் செய்கிற வேலையில் சில சமயங்களில் அவருக்குக் கவனமே இராது. பாட்டிலும் தாளத்திலும் அபிநயத்திலுந்தான் அவர் சதா ஆழ்ந்திருப்பார்.

அந்த நாளில் புதுவையிலிருந்த தேசபக்தர்கள் தினந்தோறும் பெரும்பாலும் மாலை வேளையில் ஸ்ரீ அரவிந்தர் வாசஸ்தலத்திற்குச் சென்று அவருடன் பல விஷயங்களைப் பற்றியும் உரையாடுவது வழக்கம்.

அவ்வாறு நடந்து வந்தபொழுது ஒருநாள் ஒரு வங்காளி வாலிபன், தன் அறியாமையால், யோசனையின்றி, துடுக்காய், 'தமிழர்கள் வங்காளிக்குத் தாழ்ந்தவர்களே' என்று சொல்விட்டான்.

அவ்வளவுதான்! வந்துவிட்டது ஆவேசம் பாரதியாருக்கு. உதடுகள் துடித்தன. கண்களில் நெருப்புப் பொறிகள் பறந்தன; மனம் கொதித்தது; வாய் பேசக் குழறிற்று. இருந்தாலும், அந்தக் கணமே பாரதியார் குழறிக்கொண்டே அந்தத் துடுக்கான வங்காளியைப் பார்த்து, "உமக்கு முதலில் தமிழ் பாஷை தெரியாது. தமிழனோடு நீர் நெருங்கிப் பழகினவருமில்லை. தமிழ்நாட்டிலுள்ள ஆலயங்களையோ கோபுரங்களையோ சிறந்த கட்டடங்களையோ நீர் பார்த்தவருமில்லை. தமிழர்கள் எங்கெல்லாம் உயர்ந்த உத்தியோகங்களில் இருக்கிறார்கள் என்பதும் உமக்குத் தெரியாது. ஆங்கில பாஷையிலும், தேசாபிமானத்திலும், வழக்கறிஞர் துறையிலும், பௌதிகம் ரசாயன சாஸ்திரங்களிலும், கணிதத்திலும் மற்றும் எல்லாத் துறைகளிலுமே தமிழர்கள் எவ்வித மேதாவிகளாய் இருக்கிறார்கள் என்பதும் உமக்குத் தெரியாது. தமிழ்நாட்டுச் சரித்திரம் எவ்வளவு சிறப்புற்றது என்பதும் உமக்குத் தெரியாது.

"தலைசிறந்த தேச பக்தர்களைச் சிறைப்படுத்தி வைத்த திருநெல்வேலி மாவட்டக் கலெக்டர் ஆஷ் துரையைச் சமீபத்தில் சுட்டுக்கொன்று பழி தீர்த்தவன் தமிழன் என்பது உமக்குத் தெரியாது. நம்முடன் அமர்ந்திருக்கும் அரவிந்தருக்குப் புகலிடம் கொடுத்து அவரது பொருளாதாரச் சிரமத்தைப் போக்கினது தமிழ்நாடல்லவா? இவ்வித மேம்பாட்டுடன் இருக்கும் தமிழர்கள் உங்களுக்கு மேல் என்றே சொல்லலாம்; அல்லது சமம் என்றே உறுதியாய்ச் சொல்கிறேன் நான்" என்று மேசையின்மேல் கையால் ஓங்கிஅடித்து மழைபோல் பொழிந்து நிறுத்தினார். அதன் பிறகுதான் அவருக்குக் கொஞ்சம் கோபம் தணிந்து, நிதானம் ஏற்பட்டது.

பாரதியார் கூறிய யாவற்றையும் உன்னிப்பாய்க் கேட்டிருந்த அரவிந்தர் புன்சிரிப்புடன், இனிய குரலில், உடனே "பாரதி சொன்னவை யாவும் உண்மைதான். நான் அவற்றை மனப்பூர்வ மாய் ஒப்புக்கொள்கிறேன்" என்று மெதுவாய், அழுத்தத்துடன் சொன்னார். கொஞ்சமும் யோசியாது பேசியதற்கு அந்த வாலிபனையும் எச்சரித்தார் அரவிந்தர்.

"தமிழர்கள் தாழ்ந்தவர்கள்" என்று துடுக்காய்ச் சொன்ன வங்காளி வாலிபன் முகம் கறுத்துப்போயிற்று. கண்களில் நீர் ததும்பியது. எதுவும் பேசாது அப்படியே உட்கார்ந்துவிட்டான். தான் சொன்னது தவறு என்று உணர்ந்தமை அவன் முகத்தில் நன்றாய்த் தெரிந்தது.

தமிழன் தாழ்ந்தவன் என்றால் அதைப் பேசாமல் கேட்டுக் கொண்டிருக்க மனம் சகியாது பாரதியாருக்கு.

பாரதியாருக்குக் கொஞ்சம் முன் கோபம் உண்டு. யாராவது அவருக்குப் பிடித்தமில்லாததைச் சொல்லிவிட்டால் அவரை அவர் தாறுமாறாகத் திட்டிவிடுவார். பிறகு யாரிடமாவது அதைச் சொல்லித் தாம் திட்டினதற்காக அவர் வருந்துவார்.

பத்திரிகைகளை வாசித்துக்கொண்டிருக்கும்பொழுது ஆங்கில அரசாங்கம் இந்திய மக்களுக்கு அநீதி செய்கிற சமாசாரத்தைப் பார்த்துவிட்டால் கண்களில் நீர் ததும்பும்; சில சமயங்களில் அது கொட்டவும் செய்யும்.

அவர்தாம் தாய்நாட்டினிடம் எவ்வளவு தேசப்பற்று உடையவராய் இருந்தார்!

~~~

புதுவையில் பாரதியார்

புதுவையில் பாரதியாரை ஆசிரியராகக் கொண்டு நடந்த *இந்தியா* பத்திரிகையில் உழைத்தவர் என். நாகசாமி. இவரும் எட்டயபுரத்தவர். புதுவையிலேயே வாழ்ந்து சமீபத்தில் காலமான இப்பெரியவர் பாரதி பற்றியும், அவரைச் சந்திக்க வ.உ. சிதம்பரம் பிள்ளையவர்கள் வந்தது பற்றியும் இங்கு எழுதுகிறார்.

இந்திய நாடு விடுதலை அடையவேண்டும் என்ற நோக்கத் துடன் 1908இல் சென்னையில் *இந்தியா* என்றதோர் தேசிய தமிழ் வாரப் பத்திரிகை நடந்து வந்தது. மிகுந்த புகழுடன் விளங்கி வந்த அந்தப் பத்திரிகையின் செயல்முறை ஆசிரியர் பாரதியார்; அதை அச்சிட்டு நடத்தியவர் எஸ்.என். திருமலாச்சாரியார் என்ற தேசபக்தர். தமிழ் மக்களைத் தட்டி எழுப்பும் சித்திரங்களும் பாடல்களும் அரசியல் குறிப்புகளும் அப்பத்திரிகையில் வெளிவந்தன.

இந்தத் தேசீய உணர்ச்சி தமிழ்நாட்டில் வேரூன்றாமல் தடுக்க அந்நாளிலிருந்த ஆங்கில சர்க்கார் உறுதிகொண்டது. ஆதலால் *இந்தியா* பத்திரிகையை எவ்வாறேனும் நசுக்கிவிட எண்ணம் கொண்டது. இந்த நோக்கத்துடன் *இந்தியா*வில் வெளியான சில படங்கள், செய்திகளைச் சாக்குக் காட்டி அப்பத்திரிகையின் ஆசிரியர்மீது ராஜ நிந்தனை வழக்குத் தொடர்ந்தது. *இந்தியா*வின் சட்டபூர்வமான ஆசிரியர் முரப்பாக்கம் ஸ்ரீநிவாஸன் என்பவர்
~~~

கைது செய்யப்பட்டார். தமக்கும் இதேபோலக் கைது உத்தரவு வரலாமென்று உள்தகவல் அறிந்த பாரதியார் ரகசியமாகப் புதுவை வந்து சேர்ந்தார்.

புதுவையில் புத்துயிர்

பாரதியார் சென்னையை விட்டுப் போய்விட்டதால் *இந்தியா* அதிபர் எஸ்.என். திருமலாச்சாரியார், பத்திரிகையின் அச்சுக்கூடத்தைத் தமது உறவினரான எம்.பி. திருமலாச்சாரியார் என்பவரிடம் ஒப்படைத்து, அதைப் புதுவைக்குக் கொண்டு செல்லச் செய்தார். சென்னையில் பிரசுரமாகி வந்த *இந்தியா* யாதொரு மாறுதலுமின்றிப் புதுவையில் புத்துயிர் பெற்றுத் திரும்பவும் பிரகாசிக்கலாயிற்று. அதன் செயல்முறைப் பத்திராதிபர் பாரதியாரே.

சிறிது காலத்தில் எம்.பி. திருமலாச்சாரியார் *இந்தியா* அச்சுக்கூடத்தை எஸ். ஸ்ரீநிவாஸாச்சாரியார் (மண்டயம் ஸ்ரீநிவாஸாச்சாரியார் எனப்படுபவர்) என்ற மற்றொரு உறவினரிடம் ஒப்படைத்துவிட்டு லண்டன் சென்றுவிட்டார். எஸ்.என். திருமலாச்சாரியாரின் ஒன்றுவிட்ட சகோதரர் ஸ்ரீநிவாஸாச்சாரியார்.

ஸ்ரீநிவாஸாச்சாரியார் பத்திரிகையை மிகவும் திறம்பட நடத்தலானார். அச்சுக்கூடம், பத்திரிகை, அதன் வருவாய் யாவும் நாட்டுக்கே சொந்தம் என்ற உணர்ச்சியுடன் நடந்தேறி வந்தன. பத்திரிகையில் உழைப்போர் அதன் வருவாயிலிருந்து தமது தேவைக்கு வேண்டிய அளவு மட்டும் சம்பளம் எடுத்துக்கொள்வது என்ற ஏற்பாட்டில் எல்லாரும் உழைத்தார்கள்.

தியாகத் தொண்டு

தியாக உணர்ச்சியுடன் நாட்டுக்குத் தொண்டு புரிய வாலிபர்கள் தேவைப்பட்டனர். இதைப் பாரதியார் எட்டயபுரத்திலிருந்த ஒரு நண்பருக்குக் கடிதமூலம் தெரிவித்தார். அவர் அந்தச் செய்தியைத் தேசத்தொண்டிலே ஊக்கம் காட்டிய சில வாலிபர்களிடம் சொன்னார். இதன்பேரில் எட்டயபுரம் ஹைஸ்கூலில் வாசித்துக்கொண்டிருந்த ராஜாங்கம் என்ற ஹரிஹர சர்மா, புதுவை *இந்தியா* ஆபீசுக்கு வந்து சேர்ந்தார். அவரே முதலில் வந்து பாரதியாருக்குத் தக்கத் துணையானார். பிறகு பி.பி. சுப்பய்யா என்பவரும் நானும் வந்து சேர்ந்தோம்.

பத்திரிகை சரிவர வெளிவருவதற்கு ஆரம்பத்தில் எல்லாரும் பாடுபட்டது எவ்வளவுதான் என்று சொல்ல முடியாது. தினம்

பதினாறு மணி நேரங்கூட வேலை செய்ய நேரிடும். ஆனால் சோர்வு அடையாமல் தேவையான சமயம் ஏதேனும் வாங்கி உண்போம். அதற்கான வசதிகள் அப்போது இருந்தன. ஸ்ரீ ஸ்ரீநிவாஸாச்சாரியார் மலர்ச்சியுடன் எல்லாவற்றையும் கவனித்து, தளரா மனத்துடன் தேசத் தொண்டு என்ற ஒரே நோக்கம் கொண்டு நடந்தார். அதாவது *இந்தியா* பத்திரிகை தமிழ்நாட்டுக்குச் செவ்வனே தொண்டு செய்யவேண்டும் என்ற ஒரே கருத்தில் யாவரும் ஒருமித்து இருந்தோம். எல்லாருடைய எண்ணம் போலவே பத்திரிகையும் தமிழ்நாட்டிலும் தமிழர்கள் குடியேறிய நாடுகளிலும் நன்றாய்ப் பரவிற்று. முன்னைப் பார்க்கிலும் அதன் செல்வாக்கு அதிகமாயிற்று. பிரிட்டிஷ் சர்க்காரின் பார்வையும் அதன்மேல் மீண்டும் விழத் தொடங்கியது.

ராஜாஜியை எதிர்பார்த்து . . .

இந்த நாளில் சேலம் வக்கீல் சக்கரவர்த்தி ராஜகோபாலாச் சாரியார் புதுவை வந்து பாரதியாரைப் பார்ப்பதாக அவருக்குக் கடிதம் எழுதியிருந்தார். *இந்தியா* அச்சுக்கூடத் தொழிலாளி முருகேசனும் நானும் புதுவை ரயில் ஸ்டேஷனுக்கு இரவிலேயே சென்று ராஜகோபாலாச்சாரியாரை அழைத்துச் செல்லக் காத்திருந்தோம். அதிகாலையில் ரயில் வந்துவிட்டது. அவர் வரவில்லை. பாரதியார் பெரிய எண்ணம் வைத்திருந்தார்; ஏமாந்தார். இருவரும் ஆசார சீர்த்திருத்தக்காரர்கள் ஆனதால் அவர்கள் அத்துறையில் நண்பர்களாய் இருந்தார்கள். பாரதியார் ராஜகோபாலாச்சாரியாரைக் கண்டு பேச மிக்க ஆவலோடு இருந்தார். இம்முறை சந்திக்காத அவர்கள் சில ஆண்டுகளுக்குப் பிறகு புதுவையில் சந்தித்தார்கள்.

நற்பெயருடனும் மிகுந்த புகழுடனும் *இந்தியா* தமிழ் மக்களிடையே தேசீய உணர்ச்சி ஊற்றைப் பெருக்கிக்கொண்டிருந்த சமயம் ஸ்ரீநிவாஸாச்சாரியார் ஏதோ அவசர நிமித்தமாகச் சென்னை போக வேண்டியிருந்தது. அவருடைய இடத்திற்கு அவருடைய தங்கை புருஷர் பி.டி. ரங்காச்சாரியார் வந்தார்.

கட்டுத் தளர்ந்தது

அவர் வந்ததுதான் தாமதம். உடனே அவர் நிர்வாகச் செலவை விரிவாக்கிக் கொண்டார். அதுவுமின்றி மற்றவர்கள் செலவைச் சுருக்கச் செய்தார். தொழிலாளர்களிடமும் வேலையில் அநாவசியமான கண்டிப்புக் காட்டினார். இது பிடிக்காமல் பி.பி. சுப்பய்யா எட்டயபுரம் திரும்பிவிட்டார். ஹரிஹர சர்மா வட இந்தியா சென்று, அங்கு ஒன்றும் செய்ய இயலாது, ரங்கூனில்

இருந்த பி.ஜே. மேத்தா என்ற தேசபக்தரிடம் போய்ச் சேர்ந்தார். மேத்தா, சர்மாவின் மனோபாவத்தை நன்றாக அறிந்துகொண்டு, அவரைத் தம்மிடமே வைத்துக்கொள்ளாமல் ஆமதாபாதிலுள்ள மகாத்மா காந்தியின் சாபர்மதி ஆசிரமத்துக்கு அனுப்பி வைத்தார். அங்கே அவர் நன்றாக ஹிந்தி கற்றுக்கொண்டார். பிறகு தென்னாட்டில் ஹிந்தியைப் பரப்ப அவரை மகாத்மா காந்தி சென்னைக்கு அனுப்பிவிட்டார்.

இந்தியா ஆபீசில் பாரதியாரும் நானுமே மிஞ்சினோம்.

சண்டை முற்றியது

ரங்காச்சாரியார் பாரதியாரையும் ஆபீசுக்கு ஒழுங்காய் இத்தனை மணிக்கு வந்து இத்தனை மணிக்குப் போக வேண்டுமென்று கட்டாயப்படுத்தலானார். அவ்வாறாயின் ஆபீசிலிருந்து செலவுக்கு ரூபாய் எடுத்துக்கொள்ளும் விஷயத்தில் தாம் கண்டிப்புடன் இருக்க நேருமென்றும், முழுச்சம்பளம் எடுத்துக் கொள்ளும் உரிமை தமக்கும் இருக்க வேண்டும் என்றும் பாரதியார் வற்புறுத்தினார். ரங்காச்சாரியார் அதற்கு இணங்கவில்லை. இந்த வாக்குவாதம் இருவருக்குள்ளும் சில தினங்கள் நடந்து வந்தது. ஒருநாள் காலையில் அது முற்றிப்போய்விட்டது. ரங்காச்சாரியார் கையை ஓங்கிக்கொண்டு பாரதியாரை அடிக்க எழுந்தார். நான் குறுக்கிட்டு அவரைத் தடுத்துவிட்டுப் பாரதியாரைக் கையைப் பிடித்து அழைத்துக்கொண்டு வெளியே சென்றேன்.

பாரதியாருக்கு மனம் பதைபதைத்தது; நடை தடுமாறியது. இனி அங்குப் போகக்கூடாது. ஆனால் என்ன செய்யலாம் என்றுதான் சிந்திக்கலானார். மதிய உணவு நேரம் வந்துவிட்டது. இருவரும் சாப்பாட்டு விடுதிக்குச் சென்று கொஞ்சம் புசித்தோம். பிறகு ஜாகைக்குச் சென்று சற்றே இளைப்பாறினோம். ஆனாலும் பாரதியாருக்கு அங்கு இருக்கப் பிடிக்கவில்லை; மன நிம்மதி இல்லை.

'சூரியோதயம்'

அக்காலத்தில் புதுவையில் சைகோன் பழனி சின்னய்யா நாயுடு என்று ஒரு பிரபலஸ்தர் இருந்தார். அவர் புதுவை அரசியலில் ஈடுபட்டவர். ஒரு முதல்தரமான அச்சுக்கூடத்தை அவர் நடத்தி வந்தார். அதில் *சூரியோதயம்* என்ற ஒரு தமிழ் வாரப் பத்திரிகை அச்சடித்து முக்கியமாய் உள்ளூரிலேயே விற்பனை செய்து வந்தார். அவரை எனக்கு நன்றாய்த் தெரியும். மேலும், பாரதியாரின் திறமையையும் புகழையும் அவர் நன்கு

அறிவார். பலமுறை நேரில் பார்த்துமிருக்கிறார். ஆனால் இருவரும் சம்பாஷித்தது கிடையாது.

அன்று மாலையே பாரதியாரை நான் சின்னய்யா நாயுடுவிடம் அழைத்துப் போனேன். அவர் எங்களை மரியாதையுடன் வரவேற்றார். அவரைத் தனியே அழைத்துப்போய் அன்று காலையில் *இந்தியா* ஆபீசில் நடந்த சம்பவத்தைச் சொன்னோம். அதைக் கேட்ட நாயுடுகாரு மிகவும் வருத்தப்பட்டார். மறுக்ஷணமே, தயக்கமின்றி, "உங்களுக்குப் பிரியமிருந்தால் *சூரியோதயம்* பத்திரிகையை நீங்களே நடத்துங்கள். நான் அதற்கு வேண்டிய எல்லா ஒத்தாசையும் தடையின்றிச் செய்கிறேன்" என்று சந்தோஷமாய்ச் சொன்னார். பழம் நழுவிப் பாலில் விழுந்ததென்று எண்ணி நாங்களும் அந்த வேண்டுகோளை மனப்பூர்வமாக ஏற்றோம். அதே சமயத்தில் எங்கள் மூவருக்கும் சிற்றுண்டி வந்தது. பாரதியார் முகத்தில் கொஞ்சம் சந்தோஷம் தென்பட்டது; மனம் குளிர்ந்தது. மூவரும் சிற்றுண்டி அருந்தினோம். பிறகு பத்திரிகையை நடத்துவது பற்றி மனம்விட்டுப் பேசினோம். பேச்சில் எல்லாம் தெளிவாக்கிக் கொண்டோம். மறுதினம் வேலையில் இறங்குவோமென்று சொல்லிவிட்டு நாங்கள் இருவரும் விடைபெற்றுக்கொண்டோம்.

புதிய வேலையில் ஜரூர்

மறுநாள் காலை 8 மணிக்குப் பாரதியாரும் நானும் சின்னய்யா அச்சுக்கூடம் சென்றோம். அன்றே நாயுடுகாரு *சூரியோதயம்* விசேஷ மலர் ஒன்று வெளிப்படுத்திவிட்டார். அதில், 'இவ்வாரம் முதல் பாரதியார் நமது *சூரியோதயம்* பத்திரிகைக்குப் பத்திராதிபர் ஆகிவிட்டார்' என்றும், பத்திரிகை இனி வெகு விமரிசையாய், சித்திரங்களுடன் வெளிவரும் என்றும் அறிவித்தார்.

பத்திரிகைத் தலையங்கம், குறிப்புகள், செய்திகள், வெளியூர்க் கடிதங்களிலிருந்து விஷயம் பொறுக்கியெடுத்தல் போன்ற வேலைகள் யாவும் பாரதியாரும் நாயுடுகாருவும் கவனித்து வந்தார்கள். வெளியூர் விலாசங்களுக்கு மாதிரிப் பத்திரிகைகள் அனுப்புதல், தினந்தோறும் வரும் கடிதங்களைப் பெற்று, பதிந்து, அவைகளுக்குத் தக்க பதில் எழுதுதல், வி.பி. அனுப்புதல், வி.பி. மணியாடர்களைப் பெற்று அவைகளைப் பதிந்து சந்தாதாரர் நம்பர் கொடுத்தல், சந்தாதார்களுக்குப் பத்திரிகை அனுப்புதல், விளம்பர விகிதம் கேட்போருக்கு எழுதுதல், வரவு செலவுக் கணக்கு எழுதுதல் ஆகிய ஆபீஸ் வேலைகள் யாவும் என் வேலையாகும். இந்தப் பத்திரிகையில் நீலகண்ட பிரம்மச்சாரி, பரலி

சு. நெல்லையப்பர் இருவரும் பிற்காலத்தில் உதவி ஆசிரியர்களாக வேலை பார்த்தார்கள்.

இவ்வாறாக ஒவ்வொருவரும் அவரவர் வேலையை அவரவர் பார்த்து வந்தோம். எவ்வித வேற்றுமையும் இல்லாது மிக்க அந்நியோன்யமாயும் சந்தோஷமாயும் தேச பக்தியையே மனத்தில் கொண்டும் தொண்டு புரிந்தோம். நாளுக்கு நாள் சந்தாதார்களும் அதிகமாகி ஆறு மாதங்களில் சற்றேறக்குறைய ஐயாயிரம் சந்தாதார்கள் சேர்ந்துவிட்டார்கள். பத்திரிகைக்கும் நல்ல செல்வாக்கு ஏற்பட்டுவிட்டது. பிரிட்டிஷ் சர்க்காரின் பார்வையும் அதன்மேல் விழ ஆரம்பித்துவிட்டது.

அலிபூர் வெடிகுண்டு வழக்கு

இவ்வாறிருக்கையில் வங்காளத்தில் அலிபூர் வெடிகுண்டுச் சதி வழக்கில் நிரபராதியென்று விடுதலையடைந்தவுடன் அரவிந்தர் உத்தரபாராவில் ஒரு பிரசங்கம் செய்தார். அது மிகப் பிரசித்தி பெற்றது. *சூரியோதயம்* பதிப்புகள் என்று சிறு புத்தகங்களாகப் பிரசுரிக்க ஏற்பாடு செய்தோம். அதில் பாரதியார் மாறுபட்ட எண்ணங்கொண்டார். அவர் கருத்தை நாயுடுகாரு ஏற்கவில்லை. இந்தச் சமயத்தில்தான் பாரதியார் இல்லாமல் நடந்துவந்த *இந்தியா* பத்திரிகையைத் தங்கள் எல்லைக்குள் வரக்கூடாது என்று ஆங்கில சர்க்கார் தடுத்தார்கள். உடனே ஸ்ரீநிவாஸாச்சாரியார் தனியாக *விஜயா* என்ற தேசீய தினசரிப் பத்திரிகையைத் தமிழில் ஆரம்பித்தார். அதற்குத் தகுதியான பத்திராதிபர் தேவையாய் இருந்தது.

'*விஜயா*' ஆசிரியர் பாரதி

சூரியோதயம் ஆபீசில் எங்களுக்குள் ஏற்பட்ட வேற்றுமை எப்படியோ ஸ்ரீநிவாஸாச்சாரியாருக்கு எட்டிவிட்டது. இதுவும் ஒரு நல்ல காலம் என்று நினைத்து ஸ்ரீநிவாஸாச்சாரியார் உடனே பாரதியாரை அழைத்து, *விஜயா*வுக்குப் பத்திராதிபராக இருக்கப் பேசி முடித்துவிட்டார். பாரதியாரும் தினசரிப் பத்திரிகையானதால் நாட்டுக்குத் தொண்டு இன்னும் செவ்வனே செய்யலாமென ஒப்புக்கொண்டு விட்டார்.

சூரியோதயம் மறு இதழில் ஆங்கில சர்க்காரின் பார்வை தமது பத்திரிகையின்மேல் விழுந்திருக்கிறது என்றும், பத்திரிகைக்கு எந்த நிமிஷம் விபத்து ஏற்படுமோ என்று அஞ்சுவதாகவும் சின்னய்யா நாயுடு தெளிவாய்த் தெரியப்படுத்திவிட்டார். அதேபோல், சில நாட்களில் *சூரியோதயம்* பிரதிகள் தங்கள்

எல்லைக்குள் வரக்கூடாது; மீறி வந்தால் பறிமுதல் செய்யப்படும் என்று சென்னை சர்க்கார் கெஜட்டில் அறிவித்துவிட்டார்கள். இதைப் பார்த்தவுடன் சின்னய்யா நாயுடு புதுவைக்கு வெளியே அதை அனுப்பாமல் முன்போல் உள்ளூரிலேயே விநியோகித்து வந்தார்.

கை நிறைய பணம்

அந்தச் சமயம் சின்னய்யா நாயுடுவுக்கு அடுத்த கப்பலில் புறப்பட்டு வருமாறு சைகோனிலிருந்து தந்தி வந்தது. அவர் உடனே என்னை அழைத்துத் தந்தியைக் காட்டி, "அச்சுக்கூடத்தை நீங்கள் ஒப்புக்கொண்டு நடத்துங்கள்; நான் சைகோன் போகிறேன். மாதந்தோறும் வரவுசெலவுக் கணக்கு அனுப்பினால் போதும். உங்கள் செலவுக்கு நீங்கள் தாராளமாய் எடுத்துக்கொள்ளுங்கள்" என்று சிரித்துக்கொண்டே மனப்பூர்வமாய்ச் சொன்னார். உடனே நான், "தேச சேவைக்கே புதுவைக்கு வந்தேன். வேலை செய்து சம்பாதித்துப் பொருள் சேர்க்க நான் வரவில்லை. தங்கள் கோரிக்கைக்கு என் மனசு ஒவ்வாது" என்று சொல்லிவிட்டேன். நாயுடுகாரு உடனே தம் அறைக்குள் சென்று மொத்தமாய்ப் பணம் எடுத்து வந்து இரண்டு கைகளிலும் வைத்துக்கொண்டு "இதைப் பெற்றுக்கொள்ளுங்கள்" என்று கொடுத்தார். நான் எழுந்து நின்று மிக்க மரியாதையுடன் இரு கைகளாலும் அதைப் பெற்றுக்கொண்டு வந்தனம் செலுத்தினேன். பிறகு சற்றுநேரம் அளவளாவிக் கொண்டிருந்துவிட்டு நான் விடைபெற்றுக்கொண்டு வந்துவிட்டேன்.

பத்திரிகைகளுக்கு ஆபத்து

பாரதியார் என்னிடம் நேரில் சொன்ன யோசனைப்படி நான் அந்தப் பணத்தை எடுத்துக்கொண்டு திருநெல்வேலி மாவட்டம் சென்றேன். நாட்டுக்குப் பணிபுரிய ஏதேனும் வழிக் கிடைக்குமாவென்று பல கிராமங்கள் திரிந்தேன். எனக்கு எதுவும் தோதாகத் தென்படவில்லை. வீணே காலங்கழிக்க விருப்பமின்றி நான் பாரதியாருக்குக் கடிதம் மூலம் தெரிவித்தேன். அவரும் என்னை உடனே புதுவைக்கே வரச்சொல்லி எழுதினார். நான் திரும்பவும் புதுவைக்கு வந்தவுடன் *தருமம்* என்ற தேசீய மாதமிருமுறைப் பத்திரிகையைத் தனியாக ஆரம்பித்தேன். அது நடந்த இடத்திற்குத் 'தர்மாலயம்' என்று பெயர். அப்பத்திரிகையில் பாரதியாரும், வ.வெ.ஸு. அய்யரும் குறிப்புகள், தலையங்கம் முதலியன எழுதி வந்தார்கள். அவர்கள் துணையுடன் 'தர்மாலயம்' மும்முரமாய் நாட்டுக்குப் பணிபுரிந்து வந்தது.

சிறிது காலத்தில் பாரதியாரை ஆசிரியராகக் கொண்டிருந்த விஜயா தினசரிப் பத்திரிகைக்கும் ஆபத்து வந்துவிட்டது. சென்னை சர்க்கார் *விஜயா*வையும் தடுத்துவிட்டார்கள். தேசபக்தர்கள் இனிப் புதுவையில் பத்திரிகைகள் நடத்த முடியாதென்று ஏற்பட்டுவிட்டது.

இதன் பிறகுதான் பாரதியார் பத்திரிகை முயற்சிகளைக் கைவிட்டுவிட்டார். அதற்கு மாறாகக் கவிதைகள் கட்டுவதிலேயே காலங்கழித்து வந்தார். புதுவையிலிருந்த அவருடைய நண்பர்கள் கொடுத்ததைப் பெற்று ஒருவாறு திருப்தியுடன் பாரதியார் இல்வாழ்க்கை நடத்திவந்தார். ஆயினும் அவருக்கு மிகுந்த சிரமந்தான் இருந்தது.

14

பாரதிதாசன்

ரவிவர்மா பரமசிவப் பட பாரதி

பாரதியாரால் ஊக்குவிக்கப்பெற்றுக் கவியாகி, கவிதையில் பாரதியாரின் நேர் வாரிசாகத் திகழ்ந்த 'பாரதிதாசன்' தாம் பாரதியாரை முதன்முதலில் சந்தித்த சுவையான சந்தர்ப்பத்தை இங்கு அழகுற விவரிக்கிறார். பாரதியாரைவிட ஒன்பது வயது இளையவரானாலும், பாரதியின் நெருங்கிய நண்பர்களில் ஒருவராக விளங்கிய பாரதிதாசன், கடைசிவரை பாரதியாரை 'ஐயர்' என்றே அழைப்பார். பாரதியைத் தவிர நிறை, எடை, தெய்வம் ஏதுமில்லை அவருக்கு; 'ஐயரை' யாரேனும் குறை சொல்லிவிட்டால் பொல்லாத கோபம் வந்துவிடும். அது மட்டுமல்ல. சாதாரணமாகப் பாரதியார் பற்றிப் பேசத் தொடங்கினாலே தம்மை மறந்துவிடுவார்; பேசிக்கொண்டிருக்கும்போதே குரல் உயர்ந்துவிடும்; ஏதோ ஆவேசம் வந்தவர் போல் பேசத் தொடங்கி விடுவார்.

கனக சுப்புரத்தினம் என்ற இயற்பெயர் கொண்ட 'பாரதிதாசன்' புதுவையில் 'பெத்தி க்ஷேமினோ' என்ற சர்க்கார் பள்ளியில் தமிழ் உபாத்தியாயராக இருந்தவர். நண்பர்களுடன் உரையாடும்போது தமிழ்ச் சொற்களைச் சிதைவின்றி முழுமையாக அவர் உச்சரித்துப் பேசுவது கேட்பதற்கு இனிமையாக இருக்கும்.

பாரதியாரது வாழ்க்கையைத் திரைப்படமாக எடுக்கும் முயற்சிக்கு வசனம் எழுத ஈடுபட்டிருந்த சமயம், சென்னை நகரில், 1964இல் காலமானார் 'பாரதிதாசன்'.

1939இல் *ஹிந்துஸ்தான்* தமிழ் வாரப் பத்திரிகையில் இந்நூல் பதிப்பாசிரியர் வெளியிட்ட *பாரதி மல*ரில் இக்கட்டுரை பிரசுரமாயிற்று.

__பா__ரதியார் பாடி வெளியிட்டிருந்த 'சுதேச கீதங்கள்' புதுச்சேரியில் படித்தவர்களிடையே உலவியிருந்தது.

குவளை (குவளை கிருஷ்ணமாச்சாரியார்) அந்தப் பாட்டுக்களில் சிலவற்றைக் கூவிப் பாட நான் கேட்டிருக்கிறேன். என் ஆசைக்கு ஒரு புத்தகம் கிடைத்தது ஒருநாள்.

சுதேச கீதங்களை நான் படித்து வந்தேன். ராகத்தோடு முணுமுணுத்து வந்தேன். *இந்தியா* பத்திரிகையின் சித்திர விளக்கங்கள், சிறுகதைகள், ஈசுவரன் தருமராஜா கோயில் தெரு விளைவுகள், குவளையின் கூச்சல் இவை எல்லாம் தேச கீதங்களின் உட்பொருளை எனக்கு விளக்கின. அதன் பிறகு கொஞ்சம் விஷயமான உணர்வோடும், 'நான் ஓர் இந்தியன்' என்ற அகம்பாவத்தோடும் அப்பாடல்களைப் பாட முடிந்தது நாளடைவில்!

எனது கொட்டடி வாத்தியார் வேணு நாயக்கருக்குக் கலியாணம் வந்தது. மாலை 3 மணிக்குக் கலியாணப் பந்தலில் பாட்டுக் கச்சேரி நடந்தது. பாடகரில் நானும் ஒருவன்.

கணீரென்று ஆரம்பித்தேன். "வீர சுதந்திரம் வேண்டி நின்றார் பின்னர் வேறொன்று கொள்வாரோ!" என்பதை. அப்போது என் பின்புறமாக, இதற்குமுன் நான் வீதியில் பார்த்த சில உருவங்கள் உட்கார்ந்திருந்தன. அவற்றில் ஒன்று 'ரவிவர்மா பரமசிவம்.'

வேணு நாயக்கர், "இன்னும் பாடு, சுப்பு" என்றார்.

நான் "தொன்று நிகழ்ந்ததனைத்தும்" என்ற பாட்டைப் பாடினேன்.

சபையில் இருந்தவர்கள் மொத்தம் முப்பது பேர்கள் இருக்கும். 30 பேர்வழிகளில் சுமார் 25 பேர்கள் நான் பாடும்போது அந்த ரவிவர்மா பரமசிவத்தையே பார்க்கிறார்கள். அந்த ரவிவர்மா பரமசிவத்தின் பெயர் விலாசம் என்ன என்று எனக்குத் தெரியாது. ஆனால் அவர் ஒரு குறிப்பிடத்தக்கவராக இருக்கலாம் என்று தோன்றிற்று.

என்னை மேலும் பாடச் சொன்னார் வேணு நாயக்கர்; பாடினேன்.

அப்போது வேணு நாய்க்கர், "அவுங்க ஆர் தெரியுமில்லை?" என்று கேட்டார்.

தெரியாது என்றுகூட நான் சொல்லி முடிக்கவில்லை. ரவிவர்மா படம்: "நீங்க தமிழ் வாசிச்சிருக்கீங்களோ?" என்று என்னைக் கேட்டார்.

நான்: "கொஞ்சம்."

'படம்': "உணர்ந்து பாடுகிறீர்கள்."

வேணு நாயக்கர், அப்போது, "அவுங்கதானே அந்தப் பாட்டெல்லாம் போட்டது! சுப்பிரமணிய பாரதி என்று சொல்றாங்கல்ல?" என்று 'பரமசிவப் பட'த்தை எனக்கு அறிமுகப்படுத்தினார்.

எனக்கு நாணம், சந்தோஷம், பயம். அப்போது என் மூஞ்சியை நான் கண்ணாடி எடுத்துப் பார்த்துக்கொள்ள வேண்டிய அவசியமேயில்லை. நான் ஓர் அசல் இஞ்சி தின்ற குரங்கு. பாரதியார் என்னென்ன என்னிடம் சொன்னார், நான் அப்போது என்ன பதில் சொன்னேன் என்பவைகளைக் கேட்டால் அப்போதே என்னால் சொல்ல முடியாது; இப்போது என்னால் சொல்ல முடியுமா?

கடைசியாக, பாரதியார் சொல்லிய வார்த்தையை மாத்திரம் நான் மறந்துபோகவில்லை. அது என் ஆவலைப் பூர்த்தி செய்யும் வார்த்தை. அந்த வார்த்தையை அவர் வெளியிட்டவுடன் என் நினைவில் அது தங்காமல் என்னை ஏமாற்றிவிடக்கூடும் என்று அதன் முதுகின்மேல் ஏறி உட்கார்ந்து அமிழ்த்திக்கொண்டேன்.

அவர் கூறிய வார்த்தைகளாவன: "வேணு, ஏன் இவரை நம் வீட்டுக்கு நீ அழைத்து வரலே?"

நான் வீதியில் அடிக்கடிப் பார்த்து, "இவர் ரவிவர்மா படத்தில் காணும் பரமசிவம் போல் இருக்கிறார்" என்று ஒப்புக் கூட்டி நினைத்த மனிதர் பாரதியார் என்று தெரிந்துகொண்டது ஒன்று. அவர் ஒரு சுதேசி என்பது ஒன்று. அவர் எங்கள் ஊர்ப் பிரபலஸ்தர் பொன்னு முருகேசம் பிள்ளை முதலியவர்களால் பாராட்டப்படுகிறவர் என்பது ஒன்று - அத்தனையும் என் மனத்தில் சேர்ந்துகொண்டு என்னை சந்தோஷ மயமாக்கிவிட்டன. மறுநாள் காலையில் நான் வேணு நாயக்கருடன் பாரதியார் வீட்டுக்குப் போகப்போகிறேன். மறுநாள் என்பது சீக்கிரம் வரவில்லையே என்பதுதான் கவலையாகக் கிடந்தது.

~

நானும் வேணு நாயக்கரும் பாரதியார் வீட்டு மாடியில் ஏறிப் போகிறோம்... வீணையின் தொனி. ஆனால் அதில் எழுத்துக்களின் உச்சரிப்பு என் காதில் கேட்கிறது. நான் மாடியின் கூடத்தில் பாரதியாரை, அவர் பக்கத்தில் பாடிக்கொண்டிருக்கும் சிவா நாயகரை, வாத்தியார் சுப்பிரமணிய ஐயர் தம்பி சாமிநாத ஐயரை, கோவிந்தராஜு'லு நாயுடுவைப் பார்த்தேன். நாயகர் பாட்டுக்குப் பாரதியார் 'ஆஹா' போடும்போது நான்

பாரதிதாசன்

கும்பிட்டேன். பாரதியார் கும்பிட்டு, “வாருங்கோ, உட்காருங்கோ. வேணு உட்கார். குயில் பாடுகிறது, கேளுங்கோ” என்றார். சிவா நாயகருக்குப் பாரதியார் ‘குயில்’ என்று பெயர் வைத்திருந்தார்.

பிறகு சிறிது நேரம் சிவா நாயகர் பாட்டு. அதன் பிறகு என்னைப் பற்றிய விவரம் நடந்தது கொஞ்ச நேரம். “எனக்கு உத்தரவு கொடுங்கள்,” என்று பாரதியார் அதே கூட்டத்தில் ஒருபுறமாக உட்கார்ந்து எழுத ஆரம்பித்தார். மீதியுள்ள நாங்கள் பேசிக்கொண்டிருந்தோம். எனக்குப் பேச்சு அவ்வளவாகப் பிடிக்கவில்லை. அங்கு ஒரு மூலையில் கிடந்த கையெழுத்துப் புத்தகத்தைப் பார்க்க வேண்டும் என்பதிலேயே என் எண்ணம் சென்று மீண்டவண்ணமிருந்தது. மெதுவாக நகர்ந்து அந்தப் புத்தகத்தின் பக்கத்தில் உட்கார்ந்தேன். பிறகு அதைக் கையில் எடுத்தேன். விரித்தேன் ... வசமிழந்தேன்.

நான் அதற்குமுன் இலக்கிய இலக்கணத்திலே என் காலத்தைக் கடத்தியிருந்தவன். என் ஆசிரியரும் புதுச்சேரியில் பிரபல வித்வானுமாகிய பங்காரு பத்தர், மகா வித்வான் பு.அ. பெரியசாமிப் பிள்ளை இவர்களால் நடத்தப்படும் கலைமகள் கழகத்தின் அங்கத்தினன்; பழந்தமிழ்ச் செய்யுட்கள் போலவே யாருக்கும் புரியாதபடி எழுதுவதுதான் கவிதை என்ற அபிப்பிராய முள்ளவன்; கடிதம் எழுதும்போதுகூடக் கடுமையான நடையை உபயோகிப்பதுதான் கௌரவம் என்ற தப்பெண்ணமுடையவன்.

பாரதியார் புத்தகம் என்னைப் புதியதோர் உலகில் சேர்த்தது.

நானும் பாரதியார் பாடல்கள் எழுதி வைத்துள்ள கையெழுத்துப் புத்தகமும் ஒரு பக்கம்; என் அறிவும் அதனுட் புகுந்து அதை விரிவுபடுத்தும் விஷயமும் ஒரு பக்கம்; என் உள்ளமும் அதில் இனிப்பைச் சேர்க்கும் சிறு சிறு முடிவுள்ள எளிய சொற்களும் ஒரு பக்கம் லயித்துப் போய்க் கிடந்தன. பாரதியாரை, அங்கிருந்த மற்றவர்களை, அவர்கள் வார்த்தை களைக் கவனிக்க என்னிடம் மீந்திருந்த உறுப்புகள் ஒன்று மில்லை. இப்படி வெகுநேரம்.

இதற்குள் பாரதியார் எழுதியது முடிந்தது. கோவிந்தராஜுலு நாயுடு பீடி பிடித்தாயிற்று. பாரதியாரும் சிவா நாயரும் சுருட்டுப் பிடித்தாயிற்று. மணியும் 11 ஆயிற்று. கடைசியாக, சிவா நாயகர் என்னைப் பாரதியாருக்குச் சுட்டிக்காட்டி, “இவர் தமிழ் அதிகம் வாசித்தவர், சுவாமி” என்றார். அதற்குப் பாரதியார், “இல்லா விட்டால் என் கையெழுத்துப் புத்தகத்தில் அவருக்கு என்ன இருக்கிறது?” என்றார் அன்புடன், நல்லெண்ணத்துடன்.

அதன் பிறகு நான், "போய் வருகிறேன், சுவாமி" என்றேன். பாரதியார், "சரி, நேரமாகிறதா? நீங்கள் ஒய்வுள்ள நேரத்திலெல்லாம் இங்கு வரணும்" என்று குறிப்பிட்டார். அதைவிட வணக்கமாக என்னால் கும்பிட முடியவில்லை. "நமஸ்காரம், நமஸ்காரம்" என்று துரிதமாய்ச் சொல்லிப் பிரிய எண்ணமில்லாது பிரிந்தேன். என்னுடன் மற்றவர்களும் எழுந்தார்கள்.

நாயகர், சாமிநாத ஐயர், நாயுடு அனைவரும் வழி முழுதும் பாரதியாரின் குணாதிசயங்களை விவரித்தார்கள். நான் பாரதியாரின் விழிகளில் சற்று நேரத்தில் தரிசித்தவைகட்குமேல் அவர்கள் நூதனமாக ஒன்றும் கூறவில்லை!

~~~

புதுவையில் பாரதியார் செல்வாக்கு

புதுவையில் பாரதியாரின் நண்பர்கள் பலதரப்பட்டவர்கள் – சாதாரண மனிதர்கள் முதல் நகரப் பிரமுகர்கள்வரை. இதை நேரில் அறிந்திருந்த பாரதிதாசன், புதுவையில் கவிஞருக்கு இருந்த செல்வாக்கை விவரிக்கிறார். இக்கட்டுரை, *ஹிந்துஸ்தான்* பத்திரிகையின் 1939ஆம் ஆண்டு *பாரதி மலரி*ல் வெளிவந்தது.

இந்தியா பத்திரிகை நின்றுவிட்டது. அதன்பிறகு பாரதியார், சின்னையா ரத்தினசாமி நாயுடுடன் ஆரம்பித்து நடத்திவந்த *சூரியோதயமு*ம் நின்றுவிட்டது.

இந்தியா பத்திரிகையைத்தான் எனக்கு நன்றாய்த் தெரியும். அப்போதெல்லாம் நான் சர்க்கார் தமிழ் ஆசிரியனாகிவிட்டேன். *இந்தியா* பத்திரிகையில் படம் வெளிவரும். சித்திர விளக்கமும் தெளிவாக எழுதியிருக்கும். படங்கள் ராஜீய சம்பந்தமானவை. அர்த்த புஷ்டியுள்ளவை. பத்திரிகை வெளிவருவதை வாசகர்கள் ஆவலோடு எதிர்ப்பார்ப்பார்கள். படத்தை வெட்டி அட்டையில் ஒட்டி வீட்டுச் சுவரில் தொங்கவிட்டு வைப்பார்கள். ஒவ்வொரு படமும் இங்கிலீஷ்காரனுக்கும் இந்தியனுக்கும் உள்ள சம்பந்தத்தைக்—இங்கிலீஷ்காரனிடம் இந்தியன் அனுபவிப்பதை—குத்தலாக எடுத்துக்காட்டுவதுதான் அந்தப் பத்திரிகையிலேயே சுவையான பகுதி. அந்தச் சித்திரந்தான் முதலில் என்னைத் தன் பரிவாரங்களின் பக்கமாக இழுத்தது. அந்தச் சித்திரம் என்னை இன்னானென்று எனக்குக் கூறியது.
~~~

சிறுசிறு கதைகள்! இங்கிலீஷ்காரனை நெட்டுடைக்கும் வரலாற்றுத் துணுக்குகள்! நாளடைவில் இவைகளின் பொருளையும் என்னால் சுவைக்க முடிந்தது.

இந்தியா நின்றபின் எழுந்த *சூரியோதய*மும் நின்று சுமார் ஓராண்டும் ஆயிற்று. புதுவையில் தேசீய உணர்ச்சி மெதுவாக மறைந்துபோக வேண்டியதுதான். ஆனால் அது மறையாமல் காத்த பெருமை இங்கிலீஷ்காரரையே சேரும். அரவிந்த கோஷ் வீட்டுக்கெதிரில் சுமார் 15 பிரிட்டிஷ் ரகசியப் போலீஸ்காரரை ஸ்திரமாகப் போட்டு வைத்தார்கள். ஈசுவரன் தர்மராஜா கோயில் வீதியில் சுமார் 10 ரகசியப் போலீஸ்காரர்களைத் திரியவிட்டு வைத்தார்கள்.

அப்போதெல்லாம் புதுவை ஈசுவரன் தருமராஜா கோயில் வீதி சுதேசிகளின் சகவாஸத்திற்குப் பெயர் போனது. பாரதியார் வீடு, வ.வே.ஸு. ஐயர் வீடு, பொன்னு முருகேசம் பிள்ளை வீடு, வாத்தியார் சுப்பிரமணிய ஐயர் வீடு, ஆறுமுகம் செட்டியார் வீடு, ராஜா நாராயணசாமி வீடு, நாகசாமி ஐயர் வீடு – அனைத்தும் அந்தத் தெருவில்தான்! இவர்களுக்கெல்லாம் சி.ஐ.டி. போட்டிருந் தார்கள்.

மேற்சொன்ன வீட்டுக்காரர்களுடன் சேர்த்து எண்ணப்பட்ட சிவக்கொழுந்து நாயகர், சிவா நாயகர், முத்தியாலுப்பேட்டை கிருஷ்ணசாமி செட்டியார், அரவிந்த கோஷ் வீட்டு ராமசாமி ஐயங்கார் (வ.ரா.), லோகநாத முதலியார், ஐயராம் பிள்ளை, குவளைக் கண்ணன், கோவிந்தராஜுலு நாயுடு, கொட்டடி (கரடிக் கூடம்) வாத்தியார் வேணு நாயக்கர் முதலியவர்கள் சதா இந்த வீதியில், பெரும்பாலும் பாரதியார் வீட்டில் இருப்பார்கள். இவர்கள் எல்லாரும் பாரதியாரைச் சந்திக்காத நாள் பஞ்சாங்கத்தில் கிடையாது.

கலவை சங்கர செட்டியார், அன்பு டாக்டர், டாக்டர் நாராயணசாமி நாயுடு, டாக்டர் கோபால்சாமி நாயுடு, ஜீயர் நாயுடு ஆகிய பட்டம், பதவி, செல்வாக்குள்ளவர்கள்கூடப் பசியோடு பாரதியாரை நோக்கி வருவார்கள். பாரதியாரைக் கண்டு பேசிய பின்பே அவர்கள் பசி தீரும்.

புதுவையில் படித்தவர்களிடத்தில், விஷயம் அறிந்தவர்களிடத் தில் பாரதியாருக்கு நல்ல செல்வாக்கிருந்தது. பாரதியார் வாசத்தால் தான் ஈசுவரன் தர்மராஜா கோயில் வீதி குறிப்பிடத்தக்க தாயிற்று.

பாரதியார் வெளியில் புறப்படுவார். சி.ஐ.டி. பின்தொடரு வான். சட்டப்படி அவன் பாரதியாரை அதிகமாக நெருங்க

லாகாது. கொஞ்சம் எட்டியே தொடர வேண்டும். அவன் நெருங்கிவிடும் நேரமோ, அவன் தொந்தரவுபடும் நேரமாகும்! பாரதியார் அவனைத் திரும்பிப் பார்ப்பார். அவரின் விழி கோபத்தையடையும். அவன் செய்வது குற்றம் என்று அர்த்தம். நேர்ந்தது தொல்லை சி.ஐ.டி.க்கு! சி.ஐ.டி.யோடு கைகலந்த ஒரு மனிதன் யார்? பாரதியாருக்கு அந்தத் தெரு மனிதனைத் தெரியாது? பாரதியாருக்கு அத்தனை செல்வாக்கு.

பொன்னு முருகேசம் பிள்ளை, அவரது குமாரர்கள் ராஜா பாதர் பிள்ளை, கனகராஜா பிள்ளை ஆகியோர் பாரதியாருக்கு எல்லா விஷயத்திலும் காப்பாளர் என்றால் மிகையாகாது. முத்தியாலுப்பேட்டை கிருஷ்ணசாமி செட்டியார் விசேஷப் பொருளுதவி செய்து வந்தார்.

கலவை சங்கர செட்டியாரும் உதவியாளரே. பிரபலஸ்தர்கள் அனைவருக்கும் பாரதியார் மேல் உயிர். பாரதியாருக்கு இருந்த செல்வாக்கு, பாரதியாருக்குத் தெரிந்திருந்ததைவிட பிரிட்டிஷ் காரருக்கு நன்றாகத் தெரியும்!

பாரதியாரை, சுதேசிகளை, ஒரு பிரிட்டிஷ் சி.ஐ.டி. அவமதிப்பானானால் புதுவையில் உள்ள பிரிட்டிஷ் உத்தியோகஸ்தர்களின் ஆணிவேர் ஆடும்!

~~~

கத்தி விளையாட்டு பார்க்கிறார் கவி பாரதி

கவி சுப்பிரமணிய பாரதியின் குழந்தை போன்ற மனப்பான்மையையும் வீரப் பற்றையும் காட்டும் இந்த அரிய கட்டுரை, திருச்சியிலிருந்து வெளிவந்த *நகரதூதன்* 3.9.1939 இதழில் வெளியாயிற்று. இது தவிர, பாரதியார் பற்றி வேறு பல பாரதிதாசன் கட்டுரைகளையும் *நகரதூதன்* ஆசிரியர் ரெ. திருமலைசாமி விரும்பி வெளியிட்டுள்ளார்.

நான் ஒருநாள் என் நண்பர் ஒருவர் சகிதம் ஐயரிடம் சென்றேன். (ஐயர் என்பது கவி சுப்பிரமணிய பாரதியாரைக் குறிக்கும் சொல்.)

ரகசியப் போலீஸ் நாய் பல ரூபத்தோடும், பல காரணம் கூறிக்கொண்டும் நுழையக்கூடும். ஆதலால், வழக்கப்படி, ஐயர் என் நண்பரை உறுத்துப் பார்த்தார்.

நான் ஜாமீன் போட்டேன், "அவர் எனது நண்பர்" என்று.

பாரதியார்: அப்படியா! நீங்கள் எங்கிருப்பது?

நண்பர்: நான் இந்த ஊர்தான். சுப்புரத்தினமும் நானும் ஒரே பாடசாலையில் வாசித்தோம். உங்களைப் பார்க்க வேண்டும் என்று நான் சுப்புரத்தினத்திடம் கூறினேன்.

பாரதியார்: அப்படியா, தமிழ்ப் படித்திருக்கிறீர்களா?

நண்பர்: கொஞ்சம் தெரியும்.

இதற்கிடையில் நான், "இவர் கத்தி விளையாட்டில் சமர்த்தர். ஒரு நாளைக்கு விளையாடச் சொல்லுகிறேன்" என்று ஐயரிடம் கூறினேன்.

அவ்வளவுதான், ஐயர் முகத்தைப் பார்க்க வேண்டுமே! ஐயர் மார்பைப் பார்க்க வேண்டுமே! தமிழரில் ஒருவர் கத்தி விளையாட்டுக்காரராயிருப்பதால் தேச விடுதலை நிச்சயம் என்று நினைத்துவிட்டார் போலும்!

அவர் சொல்லுகிறார், கத்தி வீரரைப் பார்த்து: "அப்படியா, ஜமாயுங்கள்! நீங்கள் எல்லாருக்கும் அந்த வித்தையைக் கற்றுக் கொடுக்க வேண்டாமோ? அப்படிச் செய்யுங்கள்! சும்மா இருந்தால்! அதிக பலசாலியாக இருக்க வேண்டும் அல்ல கத்தி விளையாடுகிறதற்கு? பின்னெப்படி முடியும்?"

இவை மாத்திரமல்ல. உத்ஸாகத்தால் எவ்வளவோ கூறினார். என் நண்பர் ஐயரின் குஷியைக் கண்டு அதிக குஷாலாகிவிட்டார். "நான் இப்போதே சென்று கத்தியை எடுத்து வரட்டுமா?" என்று என்னை ரகசியமாகக் கேட்டார். அப்படியே தீர்மானிக்கப்பட்டது. நண்பர் கத்தியை எடுத்துவர வீட்டுக்குப் போனார்.

இன்னும் சற்று நேரத்தில் ஐயர் வீட்டு மெத்தையில் என்ன நடக்கப்போகிறது தெரியுமா? இங்லீஷ்காரனுக்கும் எனது நண்பனுக்கும் யுத்தமல்லவா நடக்கப்போகிறது! நாட்டுக்கு விடுதலை நிச்சயமாகிவிடப் போகிறது. எதைக் கொண்டு சொல்ல வேண்டியிருக்கிறது. கேளுங்கள்.

ஐயர் வந்தவர்களையெல்லாம் இருக்கச் சொல்லுகிறார். வராதவர்களையெல்லாம் அழைக்கச் சொல்லுகிறார். கத்தி வீரரின் மார்பை வர்ணிக்கிறார். ஐயரின் மார்பு கனக்கிறது.

கத்தி விளையாட்டுக்காரர் வந்தார்.

பாரதியாரும் நானும் மற்றவர்களும் உட்கார்ந்தோம். இரண்டு பட்டாக்களை இரண்டு கையில் எடுத்தார் வீரர்.

ஐயருக்குத் தாம் அனுபவிக்கப்போகும் இந்தக் காட்சியை அனைவரும் அனுபவிக்க வேண்டுமே என்ற எண்ணம் போலும்.

எழுந்தோடிக் கீழேயிருக்கும் தம் மனைவியாரை நோக்கி, "செல்லா, யாராவது வந்தால் மெத்தைக்கு அனுப்பு" என்கிறார்.

இந்த வார்த்தை அநாவசியம். அவர்கள் யாராவது வந்தால் திருப்பியா அனுப்புவார்கள்?

மீண்டும் ஓடி ஐயர், "செல்லம்மா, வெற்றிலை அதிகமாக அனுப்பு!" என்கிறார்.

இரு கையிலும் இரு பட்டாக்கள் சுழலுகின்றன. நானும் இன்னும் சிலரும் கத்தி விளையாட்டைப் பார்க்கவில்லை. ஐயரையே பார்க்கிறோம். ஐயர் கண்கள் சிவக்கும் ஒரு தரம். சிரிக்கும் மற்றோர் சமயம். ஏற்கெனவே மேல் நோக்கியுள்ள மீசையை இன்னும் முறுக்கேற்றி விடுவார். கைந்நொடிப்பார். எங்களையெல்லாம் பார்ப்பார். தேசப் பிரச்சினை ஒருவாறு வெற்றிகரமாக முடிந்துவிட்டதோ என்பதுதான் எங்கள் எண்ணம்.

கத்தி விளையாட்டு நின்றது. நண்பர் உட்கார்ந்தார்.

ஐயர்: நீங்கள் வீரர்! பார்த்தீர்களா இவர் உடம்பை! நீங்கள் வீரர்! அடிக்கடி வந்து போகலாமே இவ்விடத்தில்.

ஐயர் கையில் ஒரு லக்ஷம் ரூபாய் இல்லாதது அப்போது தான் ஐயருக்கு ஞாபகம் வந்தது. கத்தி வீரரைப் பார்த்து, "இந்தப் புத்தகங்களையெல்லாம் நீங்கள் வாசியுங்கள்" என்று கூறிப் பல புத்தகங்களை அவரிடம் கொடுத்தார்.

மறுநாட்காலை, மத்தியானம், இரவு எந்த நேரத்திலும் ஐயருக்கு இதே நினைவு. வருபவரையெல்லாம் அவர், "நீங்கள் நேற்று கத்தி விளையாட்டுப் பார்க்கவில்லையே?" என்று கேட்பார்.

இந்த அதிர்ச்சியால், கத்தி விளையாடும் எனது நண்பர் தம் விளையாட்டில் முன்னிலும் அபிவிருத்தி அடைந்ததோடு, தாம் ஓர் வீரர் என்ற நம்பிக்கையும் உண்டாகிவிடும் அல்லவா?

தமிழன் ஒரு துறையில் கெட்டிக்காரனாக இருந்துவிட்டால் ஐயர் அடையும் உத்ஸாகம் அளவிட முடிகிறதில்லை.

ஐயரிடம் தென்பட்ட பன்றிக்குட்டி அசல் சிங்கங்களாக ஆகாமற்போவதில்லை.

15

வி.எஸ். குஞ்சிதபாதம்

படித்த பள்ளிக்குப் பாரதியார் பாமாலை

வி.எஸ். குஞ்சிதபாதம் பாரதியின் நெருங்கிய நண்பர். வி.எஸ். சுவாமிநாத தீக்ஷிதரின் மூத்த புதல்வராவார். புதுவையில் இவர் பாரதியை அறிந்தவர். 'ஸரஸ்வதி ஸ்தோத்திரம்' என்ற அரிய பாடல் தோன்றக் காரணமான சந்தர்ப்பத்தை இவர் இங்கே விவரிக்கிறார். இக்கட்டுரை *சுதேசமித்திரன்* நாளிதழில் (1952) வந்தது.

நமது பாரதியார் இளம் வயதில் மூன்று வருட காலம் திருநெல்வேலி ஹிந்து காலேஜ் மாணாக்கராக இருந்தார் என்று தெரிகிறது. தமது சுயசரிதையைப் பாடியபோது பாரதியார் இவ்விஷயத்தை,

நெல்லையூர் சென்றவ் வூணர் கலைத்திறன்
நேரு மாறெனை எந்தை பணித்தனன்

என்று தெரிவிக்கிறார். ஆங்கிலப் படிப்பை 'ஊணர் கலை' என்று பாடியதோடு 'அல்லல் மிக்கதோர் மண்படு கல்வி' யென்றும், 'ஆரியர்க்கிங் கருவருப் பாவது' என்றும்,

ஆங்கி லம்பயில் பள்ளியுட் போகுநர்
பேடிக் கல்வி பயின்றுழல் பித்தர்கள்

என்றும் இகழ்ந்து குறிப்பிடுகிறார். இந்தச் சந்தர்ப்பத்தில் அவர் உவமையணியாகத் தம் தந்தை ஆங்கிலம் பயிலத் தம்மை யனுப்பியதை,

புல்லை யுண்கென வாளரிச் சேயினைப்
போக்கல் போலவும், ஊன் விலை வாணிகம்

நல்ல தென்றொரு பார்ப்பனப் பிள்ளையை
நாடு விப்பது போலவும்...

இருந்ததென்று வெறுப்புடன் தெரிவிக்கிறார்.

பாரதியார் ஒரு காலத்தில் கல்வி பயின்ற தாய்ப்பள்ளியான ஹிந்து காலேஜுக்கு மூலதனம் குறைந்து போகவே, அதன் நிர்வாகிகள் பாரதியாரைப் புதுச்சேரியில் வந்து பார்த்துக் காலேஜை செவ்வனே நடத்தப் பணமின்மையால் அதை மூடிவிடக்கூட நேருமென்று முறையிட்டார்கள். தமிழ்நாட்டுக்கு ஒரு வேண்டுகோளாக ஒரு பாட்டிசைத்துக் கொடுத்தால் அதைப் பாடிக்கொண்டு காலேஜ் மாணாக்கர்களும் நிர்வாகிகளும் ஊரூராய்ச் சென்று பணம் திரட்டவியலுமென்று தெரிவித்தார்கள்.

உடனே பாரதியார், பரிவுடன் 'சரஸ்வதி தேவியின் புகழ்' என்று பிரசுரமாயிருக்கும் பாட்டைப் பாடிக் கொடுத்து அன்றிரவே என் தந்தை (பேராசிரியர் சுவாமிநாத தீக்ஷிதர்)யிடம் வந்து தம் 'தாய் மன்ற'த்திற்காகத் தாம் செய்த கைங்கர்யம் இதுதான் என்று சொல்லி அந்தப் பாட்டைப் பாடிக் காட்டினார்.

இந்தச் சந்தர்ப்பத்திற்குப் பாடியதென்பது அப்பாட்டின் பின்வரும் இறுதியடிகளில் புலனாகும்:

நிதிமி குந்தவர் பொற்குவை தாரீர்
நிதிகு றைந்தவர் காசுகள் தாரீர்
அதுவு மற்றவர் வாய்ச்சொல் லருளீர்
ஆண்மை யாள ருழைப்பினை நல்கீர்
மதுரத் தேமொழி மாதர்க ளெல்லாம்
வாணி பூசைக் குரியன பேசீர்
எதுவும் நல்கியிங் கெவ்வகை யானும்
இப்பெ ருந்தொழில் நாட்டுவம் வாரீர்.

இந்தப் பாட்டிசைத்த சமயத்தில் ரவீந்திரநாத் தாகூர் உலகக் கலைகள் யாவையும் ஒன்றுசேர்க்கச் சாந்தி நிகேதன் ஸ்தாபித்திருந்ததன் நோக்கங்கள் பாரதியாரின் மனதைக் கவர்ந்தன. சர்வதேசக் கலைகளும் சேர்ந்து ஒளிர ஒரு ஸ்தாபனம் வேண்டுமென்று வற்புறுத்திப் பாடியிருப்பது பின்வருமாறு:

ஊணர் தேசம் யவனர்தந் தேசம்
உதய ஞாயிற் றொளிபெறு நாடு
சேண கன்றதோர் சிற்றடிச் சீனம்
செல்வப் பார சிகப்பழந் தேசம்
தோண லத்த துருக்கம் மிசிரம்
சூழ்க டற்கப் புறத்தினி லின்னும்
காணும் பற்பல நாட்டிடை யெல்லாம்
கல்வித் தேவி னொளிமிகுந் தோங்க

பாரதி இந்தப் பாட்டைப் பாடிய சமயத்தில் 'சுதேசக் கல்வி' இயக்கம் பரவியிருந்தது. வங்காளத்திலும், சென்னையிலும், அடையாறு பிரம்மஞான சபையார் ஊக்கத்தாலும் ***Society for the Promotion of National Education*** என்னும் ஸ்தாபனங்கள் ஏற்பட்டன. மனுஷ்ய ஜாதியின் விடுதலை நிறைவேறவேண்டுமாயின் அதற்குப் பாரதி "தேசத்தின் விடுதலை இன்றியமையாத மூலாதாரமாகும். பாரத தேசம் விடுதலை பெற வேண்டுமாயின் அதற்குத் தேசீயக் கல்வியே ஆதாரம்" என்று ஒரு கட்டுரையில் விளக்குகிறார். இக்கருத்தை ஹிந்து காலேஜை ஆதரிக்க வேண்டிய சந்தர்ப்பத்தில் யாவரும் ஞாபகத்தில் வைக்கவேண்டுமென்று பறைசாற்றுவது போல் 'சரஸ்வதி தேவியின் புகழி'ல் பாடுகின்றார்.

ஞான மென்பதோர் சொல்லின் பொருளாம்
நல்ல பாரத நாட்டிடை வந்தீர்!
ஊன மின்று பெரிதிழைக் கின்றீர்
ஓங்கு கல்வி யுழைப்பை மறந்தீர்!
மான மற்று விலங்குக ளொப்ப
மண்ணில் வாழ்வதை வாழ்வென லாமோ ?
போன தற்கு வருந்தல் வேண்டா
புன்மை தீர்ப்ப முயலுவம் வாரீர்!

நம் பழைய காவியங்களில் வித்தியா தானத்திற்கு முக்கியத்துவம் கொடுத்து,

நபூ ப்ரதானம்
நகோ ப்ரதானம்
நத தான்ன தானம்

என்றெல்லாம் பாடியிருப்பதுபோல் பாரதியாரும்,

இன்ன றுங்கனிச் சோலைகள் செய்தல்
இனிய நீர்த்தண் சுனைக ளியற்றல்
அன்ன சத்திர மாயிரம் வைத்தல்
ஆல யம்பதி னாயிரம் நாட்டல்
பின்ன ருள்ள தருமங்கள் யாவும்
பெயர்வி ளங்கி யொளிர நிறுத்தல்
அன்ன யாவினும் புண்ணியங் கோடி
ஆங்கோ ரேழைக் கெழுத்தறி வித்தல்.

நமது நாட்டிலே ஸரஸ்வதி பூஜை தினத்தன்று புஸ்தகங்களை யடுக்கி சாஸ்திர பூர்வீகமாய் ஆராதனைச் செய்துவிட்டு உண்மை யான சரஸ்வதி பூஜையாகிய கல்வி வளர்த்தல் வேலையை நாம் மறந்திருப்பதை இடித்துக் காட்டி இப்பாட்டிலே,

மந்தி ரத்தை முணுமுணுத் தேட்டை
வரிசை யாக அடுக்கி யதன்மேல்

சந்த னத்தை மலரை யிடுவோர்
சாத்தி ரம்இவள் பூசனை யன்றாம்

என்று பாடுகிறார்.

மற்றும், 'தேசீயக் கல்வி' என்றெழுதிய கட்டுரையில், 'தேசத்தின் வாழ்வுக்கும் மேன்மைக்கும் தேசீயக் கல்வி இன்றியமையாதது; தேசீயக் கல்வி கற்றுக்கொடுக்காத தேசத்தைத் தேசமென்று சொல்லுதல் தகாது. அது மனிதப் பிசாசுகள் கூடி வாழும் காடேயாம்' என்று கூறுகிறார். இதைத்தான் திரும்பவும் பாட்டில் வீராவேசத்துடன்,

தேடு கல்வியி லாததொரு ரூரைத்
தீயி னுக்கிரை யாக மடுத்தல்

வேண்டுமென்கிறார்.

திருநெல்வேலி ஹிந்து காலேஜிற்காக நிதி சேர்க்கப் பாடிக் கொடுத்த பாட்டாய் இருந்தபோதிலும் பாரதியார் அதில் தேசீயக் கல்வியைப் பரப்ப

வீடு தோறும் கலையின் விளக்கம்
வீதி தோறும் இரண்டொரு பள்ளி
நாடு முற்றிலும் வுள்ளன வூர்கள்
நகர்க ளெங்கும் பலபல பள்ளி

வைக்க வேண்டுமென்று பிரசாரம் செய்கிறார்.

16

எஸ். ரமணி

பாரதி கேட்ட வற்றல் குழம்பு

பாரதியார் காலத்துச் சம்பவம் ஒன்றை, அதில் சம்பந்தப்பட்ட ஓட்டல் அதிபர் சுந்தரேசய்யர் வாய்மொழியாகக் கேட்டு எழுதியுள்ளார் கட்டுரை ஆசிரியர். இக்கட்டுரை, இந்நூலின் தொகுப்பாசிரியர் *தினமணி கதிர்* வாரப் பதிப்பின் ஆசிரியராக இருந்த போது 1968 ஜூன் 10ஆம் தேதி வெளியாயிற்று.

ஒரு சமயம் பாரதியார் தமது சொந்த அலுவல் காரணமாக மதுரைக்குச் சென்றிருந்தார். அன்று வெள்ளிக்கிழமை. அப்போது பாரதிக்கு வேண்டியவர் எவரும் மதுரையில் இல்லாததால் ரயிலை விட்டிறங்கிய பாரதி, நேராகப் பொற்றாமரைத் தடாகத்துக்குச் சென்று ஆசை தீரக் குளித்தார். அங்கேயே துணிமணிகளைத் துவைத்து, உலர்த்திக் கட்டிக்கொண்டு, மீனாட்சியம்மன் கோயிலுக்குச் சென்று அம்மனைத் தரிசித்துவிட்டு வெளியே வந்தார்.

பாரதிக்கு நல்ல பசி.

அப்போதிருந்த பசியில் அவர் மிகக் களைத்திருந்தார். சற்று தூரத்தில் இருந்த சுந்தர விலாஸ் என்ற ஹோட்டலில் உணவருந்துவதற்காக நுழைந்தார். தற்காலம் போல அப்போதெல்லாம் மேஜை போட்டுச் சாப்பாடு கிடையாது. தரையிலமர்ந்துதான் உணவோ சிற்றுண்டியோ அருந்த வேண்டும். பாரதி நுழைந்தபோது நான்கைந்து பேர்களே உணவருந்திக்

கொண்டிருந்தார்கள். பாரதியும் தயாராகப் போட்டிருந்த ஓர் இலை முன் அமர்ந்தார்.

'கல்லா'வில் உட்கார்ந்திருந்த சுந்தர விலாஸ் உரிமையாளர் திரு. சுந்தரேசய்யர் பாரதி அருகே வந்து, "அண்ணாவுக்கு அன்னம் வைக்கச் சொல்லலாமா?" என்று பரிவுடன் கேட்டார். அமர்ந்திருப்பது பாரதியார் என்று அய்யருக்குத் தெரியாது.

உடனே பாரதி, "இப்போது என்ன சமையல் என்று நான் தெரிஞ்சுக்கலாமா?" என்று அய்யரைப் பார்த்துக் கேட்கவே, அய்யர் சொன்ன சமையல் பட்டியல்: பூசணிக்காய்க் கறி, பூசணிக்காய்ச் சாம்பார், வேப்பம்பூப் பச்சடி, கொத்தமல்லி ரசம், நெல்லிக்காய் ஊறுகாய்.

இப்பட்டியலைச் செவிமடுத்த பாரதியார், முக வாட்டத்துடன் இலையைவிட்டு எழுந்துவிட்டார். சுந்தரேசய்யர் திடுக்கிட்டு, "ஏன் அண்ணா, ஏன் எழுந்துட்டேள்?" என்று பதறியதும், பாரதியார் அடக்கமாக, "எனக்குப் பூசணிக்காயைக் கண்டாலே பிடிக்காது. அது இன்றைய சாப்பாட்டில் கறியாகவும் சாம்பாராகவும் இருக்கிறது. எனக்குப் பிடிக்காததைச் சாப்பிட நான் விழையேன். பட்டினிக் கிடந்தாலும் கிடப்பேன்..." என்று சொல்லிப் புறப்பட ஆரம்பித்தார்.

பாரதியைப் போகவிடாமல் தடுத்த அய்யர், "தங்களுக்கு என்ன கறி, என்ன சாம்பார் பிடிக்குமென்று சொல்லுங்கள். பத்தே நிமிஷத்தில் தயார் செய்கிறேன். நம்ம கடையில் நுழைஞ்சவர் சாப்பிடாமல் எழுந்து போறதாவது!" என்று சொல்லிப் பாரதியை அமர்த்தினார்.

உடனே பாரதி தம்மை இன்னார் என்று அய்யரிடம் அறிமுகம் செய்துகொண்டு, மணத்தக்காளி வற்றக்குழம்பு தயாரிக்கச் சொன்னார். தம் முன் உள்ளவர் பாரதி என்று அறிந்த சுந்தரேசய்யருக்குத் தலைகால் புரியாத மகிழ்ச்சி. தாமே வற்றல் குழம்பு தயாரித்துப் பாரதிக்குப் படைத்தார்.

சாப்பிட்டானதும் பாரதியிடம் வந்த அய்யர், "என்னுடைய விருப்பம் ஒன்றைப் பூர்த்தி செய்ய வேண்டும். தாங்கள் இயற்றியுள்ள 'செந்தமிழ் நாடென்னும் போதினிலே' என்ற பாடலைத் தாங்கள் ஒருமுறைப் பாடிக் காட்ட வேண்டும் என்று கேட்டுக்கொள்கிறேன்" என்றார் ஆசையோடு. உடனேயே அய்யரது ஆசையைப் பூர்த்தி செய்த பாரதி, அய்யரிடம் ஒன்று வேண்டிக்கொண்டார். அது: "ஒவ்வொரு வெள்ளிக்கிழமையும் என் நினைவாகச் சாப்பாட்டில் மணத்தக்காளி வற்றல் குழம்பு இடம்பெற வேண்டும்."

பலமாகத் தலையாட்டிச் சம்மதம் தெரிவித்ததுடன் மட்டிலும் நிற்கவில்லை சுந்தரேசய்யர். தொழிலில் நஷ்டம் ஏற்பட்டதனால் ஹோட்டலையே மூடவேண்டிய நிலைக்கு வந்துவிட்ட 1930ஆம் ஆண்டு வரையில் பாரதியின் வேண்டுகோளைத் தவறாது பூர்த்தி செய்து வந்தார்.

~

சமீபத்தில் 1966இல் நான் புகைவண்டியில் திருச்சிக்குச் சென்று கொண்டிருந்தபோது என்னுடன் பயணம் செய்துகொண்டிருந்த ரகுராமன் என்பவர் மேற்கூறிய தகவலைத் தெரிவித்தார். ரகுராமன், ஹோட்டல் சுந்தரேச அய்யரின் பெண்வயிற்றுப் பேரராம். இவர் பம்பாயில் பணியாற்றிக்கொண்டிருக்கிறாராம். குறிப்பிட்ட சம்பவத்தை, கண்களில் நீர் ததும்ப, அடிக்கடிக் கூறுவாராம் காலஞ்சென்ற சுந்தரேசய்யர்.

17

ஆர். ஸ்ரீநிவாஸவரதன்

பாரதியாருடன் ஒருநாள்

மதுரை தேசபக்த தம்பதிகள் ஆர். ஸ்ரீநிவாஸவரதன், பத்மாசனி அம்மாள் – இருவரும் காந்தி யுகம் அரசியலில் தோன்றுவதற்கு முன்பே தொடங்கி, காந்தி யுகம் முழுவதும் செய்த தியாகங்களும் தேசத் தொண்டுகளும் அளவிடற்கரியன.

பாரதியார், வ.வே.சு. ஐயர், சிவம் – மூவரிடமும் பற்றுதல் கொண்டவர் ஸ்ரீநிவாஸவரதன். பாரதியாரது நூல்கள் வெளியீட்டுத் திட்டத்துக்கு உதவிய வெகு சிலருள் இவர் ஒருவர். *அமிர்தம்* என்ற பத்திரிகை தொடங்குவதற்கு, 'சொத்தை விற்றேனும்' தொகை கொண்டுவரும்படி பாரதி இவருக்கு எழுதிய கடிதம் பிரசித்தமானது. வ.வே.சு. ஐயரின் *தேசபக்தன்* நாளிதழ் ஏஜண்டாக இருந்த ஸ்ரீநிவாஸவரதன், சுப்பிரமணிய சிவத்தின் பாரதாசிரமத் தொண்டர் குழுவில் முழுமூச்சுடன் பணிபுரிந்தார். முழு மூச்சுடன் என்பது பொருத்தமானதே! ஏனெனில், இவர் மூச்சைப் பிடித்துப் பாரதி பாடல்களைப் பாடினா ரென்றால் ஊரே அதிரும்! உணர்ச்சியோடு உச்ச ஸ்தாயியில் 'ஜயபேரிகை கொட்டடா! கொட்டடா!' என்று பாடும்போது பயமென்ற பேயெல்லாம் ஓடியே போய்விடும். இவருக்கு 'கொட்டடா ஐயங்கார்!' என்ற பட்டப் பெயரும் இப்பாட்டினால் ஏற்பட்டது.

காந்திய இயக்கங்கள் அனைத்திலும் கலந்துகொண்டு சிறை சென்ற ஸ்ரீநிவாஸவரதன் – பத்மாசனி அம்மாள் தம்பதியர் மதுரை மாவட்டத் தியாகிகள் பட்டியலில் முக்கிய இடம் பெறுபவர்களாவர். தியாகி என்ற முறையில் தமக்களிக்கப்பட்ட நிலத்தையும், சர்வோதய பணிக்காகத் தானம் செய்துவிட்டார் ஸ்ரீநிவாஸவரதன்.

இந்தக் கட்டுரை, 1954இல் *தினமணிச்* சுடரில் வெளிவந்தது.

1920ஆம் வருடம் ஒத்துழையாமை தோன்றிய காலம். தாமிரபரணிக் கரையிலுள்ள திருநெல்வேலியிலே, அட்வகேட் ஜெனரல் வேலையை உதறித் தள்ளித் தேசப் பணிக்கு வெளிவந்த ஸ்ரீ எஸ். ஸ்ரீநிவாச அய்யங்கார் தலைமையில் தமிழ் மாகாண மகாநாடு நடைபெற்றது. கல்கத்தாவில் ஒத்துழையாமைத் திட்டங்களை நிறைவேற்றுவதற்கு விசேஷ காங்கிரஸ் கூடும் சமயம். ஒரு பக்கம் ராஜாஜி, ஜார்ஜ் ஜோசப் போன்றோர் ஆதரவு; எதிர்த்து அன்னி பெசண்ட் அம்மை, ஸ்ரீநிவாஸ சாஸ்திரி ஆகியோர். 'ஒத்துழையாமை வேண்டுமா? வேண்டாமா?' என்ற வாதப் பிரதிவாதம் வெகுக் கடுமையாக இருந்தது. ஆனால் நாட்டு மக்கள் காந்தியடிகள் ஆரம்பிக்கப்போகும் ஒத்துழையாமைக்குச் சாதகமாக நின்று தீர்மானம் நிறைவேற்றி, கல்கத்தா காங்கிரஸிற்குச் சிபாரிசும் செய்தனர். மகாநாடு சமயம் கவியரசு பாரதி கடையத்தி லிருந்தார். மகாநாட்டிற்கு அன்னார் வருவதாய் இருந்தது; வரவில்லை. மாகாண மகாநாடு மிகவும் சிறப்பாக நடந்தேறியது. நாங்கள் சிலர் கடையம் சென்று பாரதியைக் கண்டு தரிசிக்க முடிவு செய்தோம். நான், பாரதி மருமகன் சங்கரன் (ரெவினியூ இலாகாவில் வேலை பார்த்தவர்), புதுக்கோட்டை *தேச ஊழியன்* ஆசிரியர் நாகரத்தினம், வயதான பெரியவர் ஒருவர் (இவரது பெயர் ஞாபகமில்லை) நால்வரும் மாலை 6.30 மணிக்குத் தென்காசி போகும் வண்டியில் ஏறினோம். சங்கரன் உணர்ச்சித் ததும்ப, பாரதி கீதங்கள் பாடுவார். அன்னார் அழகாகப் பாட நாங்கள் கேட்டுக்கொண்டும் பல அரசியல் விஷயங்களைப் பற்றிப் பேசிக்கொண்டும் கீழக்கடையம் போய்ச் சேர்ந்தோம். இரவு 9.30 மணி இருக்கும். நாங்கள் அனைவரும் ஊருக்குப் புதிது. சங்கரன் எங்களைப் பாரதியின் இல்லத்திற்கு அழைத்துச் சென்றார்.

பாரதியார் வசித்த ஜாகைக்கு இரவு 10 மணிக்குப் போய்ச் சேர்ந்தோம். போகும்போதே காலத்தை அறிந்து அனைவரும் ஆகாரம் அருந்தியே சென்றோம். கவியரசைக் கண்டோம். "எல்லாரும் வாருங்கள்! வா அப்பா சங்கரா!" என்றார். அனைவரும் நமஸ்கரித்தோம். நான் சாஷ்டாங்கமாக நமஸ்கரித்தேன். தாயார், தகப்பனார் தவிர நான் சாஷ்டாங்க நமஸ்காரம் யாருக்குமே செய்தது கிடையாது. ஆனால் அன்னாரைக் கண்டதும் சாஷ்டாங்க நமஸ்காரம் செய்ய வேண்டுமென்ற ஓர் உணர்ச்சி எனக்குள் உண்டாகியது. சாஷ்டாங்கமாக நான்கு தடவை நமஸ்கரித்தேன். பாரதி எனது தலையின் பேரில் தமது கையை வைத்து ஆசீர்வாதம் செய்தார். மற்ற எல்லார்க்கும் பதில் வந்தனம் சொல்லி உட்காருங்கள் என்று தமது இடத்தை விட்டு எழுந்து ஓர் அறைக்குள் போய்ச் *சுதேசமித்திரன்* பத்திரிகைகளை

எடுத்து வந்தார். அதை ஒவ்வொருவருக்கும் கொடுத்து, "இதை ஆசனமிட்டு அமருங்கள்" என்றார். எனக்கு மூடபக்தி அதுசமயம் கொஞ்சம் இருந்தது. 'பத்திரிகையின்மேல் உட்காரலாமா, சரஸ்வதி அல்லவா?' என்று எண்ணிப் பத்திரிகையைத் தள்ளிவைத்து விட்டு நான் கீழே அமர்ந்தேன். மற்ற மூவரும் பத்திரிகையை ஆசனமிட்டு உட்கார்ந்தனர். சங்கரன் எல்லாரையும் கவியரசுக்கு அறிமுகம் செய்து வைத்தார். நான் அவ்வமயம் சென்னையிலிருந்து வ.வே.ஸு. ஐயரை ஆசிரியராகக் கொண்டு நடந்த தேசபக்தன் தினசரியின் மதுரை ஏஜண்டாக இருந்து வந்தேன். பாரதி "அனைவரும் போஜனம் ஆச்சோ?" என்றார். "ஆகிவிட்டது" என்றோம். மகாநாட்டு வைபவங்களை விசாரித்தார்.

நாங்கள் சந்தித்த சமயம் அன்னார் படுக்கையை விரித்து அதில் உட்கார்ந்திருந்தார். எதிரில் மரக் கைப்பெட்டி. பெட்டியின் பேரில் சில தாள்கள். பக்கத்து முக்காலியின் பேரில் ஓர் ஹரிக்கன் விளக்கு. அருகில் வெற்றிலைப் பெட்டி. ஆள் உயரம் மூலைக் கச்சம், கறுப்புச் சட்டை, குஞ்சம் வைத்த தலைப்பாகை. நிமிர்ந்து உட்கார்ந்து பத்திரிகைக்கு ஏதோ வியாசம் எழுதிக் கொண்டிருந்தார். முகத்தில் அன்பு தவழ்ந்து கண்கள் ஜொலித்தன. தாம்பூலம் தரித்த வாய் அழகுடன் படபடத்தது, சம்பாஷித்தது. எல்லாரையும் வசீகரிக்கும் வீறுகொண்ட மீசை. ஒவ்வொரு வார்த்தையிலும் உணர்ச்சித் ததும்பியது. நாங்கள் நால்வரும் எதிரே வரிசையாக அமர்ந்தோம். குரு முகத்தினின்று வரும் உபதேசத்தைக் கிரஹித்துக்கொள்ளக் காத்திருக்கும் சிஷ்யர்கள் போன்று அன்னார் சொல்லும் ஒவ்வொரு வார்த்தையையும் கேட்டு அநுபவிக்கக் காத்திருந்தோம். பாரதி 'ஞான ரத'த்தில் தர்மலோகத்திலே கண்வர் ஆசிரமத்தில் எவ்வளவு இன்பத்தை அடைந்தாரோ அதே நிலையை அவ்வமயம் நாங்கள் அடைந்தோம். பாரதியாரின் மனைவி செல்லம்மாளும் இரண்டாம் பெண் பாப்பா (சகுந்தலா)வும் படுத்து உறங்கிக்கொண்டிருந்தனர். மகாநாட்டு விவரங்கள் அனைத்தையும் சிறிது நேரத்திற்குள் பேசி முடித்தோம். 'தாங்கள்தான் வரவில்லை' என்றோம். "அதனாலென்ன! நாடு எப்படியும் முன்னேறப்போகின்றது. தீவிரமான தீர்மானங்கள் நிறைவேறியிருக்கின்றன. காந்தியடிகள் வழிகாட்டப் போகிறார். எல்லாரும் சுகமடைய வேண்டும்" என்றார். சில விநாடிகள் சென்றன. தாகத்திற்கு ஜலம் கேட்டோம். உடனே பாரதி செல்லம்மா என்று கூப்பிட்டார். அவர் தூங்குவதைக் கண்டு தாமே குடத்திலிருந்து செம்பில் எடுத்துவந்து கொடுத்தார். என்ன அன்பு! பிறகு, பாரதி, "சங்கரா! நான் எட்டயபுரத்திலிருந்த சமயம் 'சந்திரமதியின் காதல்' பற்றி ஒரு பாட்டுப் பாடியிருக்கிறேன் கேட்டிருக்கிறாயா?"

என்று சொல்லி முடியுமுன், 'பச்சைக் குழந்தையடி' என்று பாட ஆரம்பித்துவிட்டார். கவிஞர் பாட்டில் காதல் வெள்ளம் கரைபுரண்டோடியது. பாரதியே நேரில் பாட நாங்கள் கேட்க எவ்வளவு ஆனந்தம்! கவிதை ரசம் கனிந்து சொரிந்தது! அதில் வயப்பட்டோம். முடிந்தது. விழித்துக்கொண்டோம். அடுத்துக் கவிஞர் கோமான், "இந்தப் பாட்டைக் கேளுங்கள்" என்று 'வருவாய் கண்ணா' என்ற பாட்டைப் பாடினார். சாட்சாத் எம்பெருமான் ஸ்ரீகிருஷ்ண பரமாத்மா குழந்தை வடிவாய்க் காலில் சதங்கைகள் ஒலிக்க வேய்ங்குழலுடன் தளர் நடை நடந்து பாரதி மடிமேல் வந்து உட்காரும் காட்சியைக் கண்ணால் கண்டதுபோல் இருந்தது. பக்தி ரசம் எங்களைப் பரவசமாக்கியது. நாங்கள் வாய்த் திறக்கவில்லை. பின்னும் கவிஞர், "சங்கரா, காலனைப் பற்றிப் பாடுகிறேன் கேள்!" என்று 'காலனுக்கு உரைத்தல்' என்ற பாட்டைப் பாட, பயங்கரமாய் இருந்தது. வீரரசம் வீறுகொண்டெழுந்தது. நான்காவதாக 'ஆறு துணை' (அதாவது 'ஓம் சக்தி ஓம்') என்ற பாட்டைப் பாடிச் சமரக்ஷ ஞானம் அடையும்படிச் செய்தார்.

கடைசியாக வெற்றிலை போட்டுக்கொள்வதற்காகப் பாரதியார் சில வெற்றிலைகள் எடுத்து, எழுந்து, பக்கத்திலுள்ள பாத்திரத்தில் அவற்றை நன்றாக அலம்பிக்கொண்டே "சமீபத்தில் நபிகள் நாயகம் பிறந்த தினம் பொட்டல்புதூரில் நடந்தது. முஸ்லிம் சகோதரர்கள் அழைப்பிற்கிணங்கப் போயிருந்தேன். நபிகள் நாயகத்தைப் பற்றிப் பிரசங்கம் ஒன்று செய்தேன். முதலாவது ஒரு பாட்டுப் பாடி ஆரம்பித்தேன். அதைக் கேளுங்கள்" என்று 'பல்லாயிரம் பல்லாயிரம்' என்ற அல்லா பாட்டை ஆரம்பித்து விட்டார். நூற்றுக்கணக்கான பேர்கள் ஏக காலத்தில் பள்ளிவாசல் முன் தொழுகை நடத்துவதுபோல் இருந்தது. அதுசமயம் ஸ்தம்பித்துப் போனோம். சிறிது நேரம் சென்றது. மனிதன் அமரத்தன்மை அடையும் விதத்தைப் பாரதி விளக்கினார். பயத்தை ஒழிக்க வேண்டும், சாவதற்கு அஞ்சக்கூடாது, கவலை கொள்ளக்கூடாது என்ற விஷயங்களைத் தெளிவாக எடுத்து விளக்கி, "ஒவ்வொருவரும் அமரநிலை எய்தல் வேண்டும்" என்றார். இதுபோன்ற அநேக நுணுக்கமான விஷயங்களை அன்னார்மூலம் தெள்ளத் தெளியத் தெரிந்துகொண்டோம். மணி இரவு 12.30 ஆகிவிட்டது, "சங்கரா! எல்லாரும் உறங்க வேண்டாமா? நேரமாய்விட்டது. வாசல் திண்ணையில் படுத்துக் கொள்ளுங்கள்" என்றார். அனைவரும் எழுந்து நமஸ்கரித்துப் படுக்கச் சென்றோம்.

மறுநாள் பொழுது விடிந்தது. காலை 6 மணி. கவிஞர் 5 மணிக்கே எழுந்திருந்து எங்களை எழுப்பினார். அலுப்பினாலும்

விழிப்பினாலும் சிறிது அயர்ந்துவிட்டோம். பாரதி எங்களிடம், "எழுந்திருங்கள், வெளியே போய் வாருங்கள்" என்று சொன்னார். எழுந்தோம். அதற்குள் "பாப்பா, இவர்களுக்கும் பல்பொடி கொண்டுவந்து கொடு" என்றார். 10 வயதுப் பெண், அவரைப் போன்ற நிமிர்ந்த நடையுடையவள், கொணர்ந்து கொடுத்தாள். வாங்கிச் சென்றோம். அக்கிரஹாரத்தை நோக்கிய கோயில்; அதைத் தாண்டி ஊருக்கு வெளியே போனோம். பாரதியின் வீடு கோயிலின் சமீபம் இருந்த இரட்டைத் தெருவை ஒட்டாம லிருந்தது. காரணம் பின்னால் தெரிந்துகொண்டோம். பாரதியார் விடுதலை பெற்றுச் சிறிதுநாள் சென்னையிலும், சிலகாலம் எட்டயபுரத்திலும் இருந்தார். பின் கடையம் வந்தார். அன்னார் மனைவி பிறந்த இடம் அது. வந்ததும் மைத்துனர் வீட்டில் அக்கிரஹாரத்தின் மத்தியிலிருந்தார். அதுகாலை ஒருநாள் வெளியே சென்றபோது ஒரு கழுதைக் குட்டியைக் கண்டாராம். அது ஜனித்து இரண்டு மூன்று தினங்களிருக்கும். பார்வைக்கு அழகாக இருந்தது. உடனே தூக்கித் தோளில் போட்டுக்கொண்டு, தெருவழி நடக்கலானாராம். கிராமம் வைதிகம் நிறைந்தது. பார்த்தார்கள் ஜனங்கள். "இவரை ஊர் நடுவில் வைத்திருப்பது மகாகேவலம்" என்று நினைத்து, தெருவை விட்டு எட்டி வாழ ஏற்பாடு செய்தார்கள். பாரதி கவலை கொள்ளவில்லை. அன்று முதல் கோயில் பக்கத்தில் அக்கிரஹாரத்துக்கு வெளியே உள்ள ஒரு தனி வீட்டில் பாரதி வாழ்ந்து வந்தார்.

வெளியே சென்ற நாங்கள் இயற்கை அன்னை தவழ்ந்து விளையாடுவதைக் கண்டோம். சுற்றிலும் மலைத் தொடர், அதன் மீது வளர்ந்து செழித்திருக்கும் மரக்கூட்டம், செடிகொடிகள், பச்சைப் பசேலென்ற தோற்றம். சரியான பருவகாலம்; பூமி உழப்பெற்றுப் பயிரிடும் தருணம். மிக வேகமாகச் செல்லும் மேகக்கூட்டங்கள். அடிக்கடிப் பெய்யும் சாரல். அதனின்று உண்டாகும் ஊற்றுகள், ஓடைகள் கண்கொள்ளாக் காட்சி. கவி பாரதி இப்படிப்பட்ட இடங்களில் தனிமையாக இருந்து, இயற்கை இன்பத்தை அடைந்து ஆனந்தமாய்ப் பாடுவது வழக்கமாம். ஊர்ப்பக்கம் சரேலென்று சப்தித்து ஓடும் ஓர் அழகிய ஓடையில் வந்த வேலையை முடித்துக்கொண்டோம். அதிகாலையில் ஸ்நானம் செய்யும் வழக்கம் எனக்குண்டு. அதன்படி நான் செய்து திரும்பினேன். அதற்குள் கூடவந்த மூவரும் முன்னமே போய்ப் பாரதியுடன் காலை ஆகாரத்திற்கு இலைபோட்டு உட்கார்ந்து எனக்காகக் காத்திருந்தனர். உட்கார்ந்து உண்ண வேண்டும்; வேஷ்டி காயவில்லை. மறுவேஷ்டியைத் திருநெல்வேலியிலிருந்து எடுத்து வரவில்லை. உலர்ந்த வரையில் போதுமென்று ஈர வேஷ்டியுடன் உட்கார்ந்தேன். பார்த்தார் பாரதி. "உடம்புக்கு

ஆகாது" என்று, மனைவியைக் கூப்பிட்டு, "செல்லம்மா! அய்யங்காருக்கு என் வேஷ்டியை எடுத்துக் கொடு" என்றார். இன்னொருவர் வேஷ்டியை எப்போதுமே கட்டாத நான் நண்பர் நாகரத்தினத்திடம் வேஷ்டி வாங்கி உடுத்திக்கொண்டு அமர்ந்தேன். தோசை பரிமாறப்பட்டிருந்தது. சாப்பிட ஆரம்பித்தோம். பல சுவாரஸ்யமான பேச்சுக்கள். விரிக்கிற் பெருகும். ஒன்றிரண்டைச் சொல்கிறேன். முற்றத்தில் சில குருவிகள் வந்தன. "பார்த்தீர்களா! இவை என்ன தெரியுமா? என் தோழர்கள்" என்றார். "அன்னி பெசண்ட் மேதை, கெட்டிக்காரி. ஆக்கவேலையில் தேர்ந்தவள். நமது நாட்டிற்கு எவ்வளவோ உழைத்திருக்கிறாள். இருந்தும் தற்சமயம் அன்னார் நாட்டிற்கு விரோதமாகப் போகக்கூடாது." இப்படிப் பல விஷயம். ஆகாரம் முடிந்தது.

அன்னார் வழக்கம்போல் திண்ணையில் உட்கார்ந்து, காலையில் வந்த *மித்திரன்* பத்திரிகையைப் படித்தார். பத்திரிகைக்கு வியாசங்கள் எழுதி அனுப்பினார். அதன் மூலந்தான் அன்னார் காலக்ஷேபம் நடைபெற்று வந்தது. பாரதியிடம் அவ்வூர் அன்பர்கள் சிலர் வந்தனர். நடந்த சம்பாஷணையிலிருந்து அவர்கள் ஜஸ்டிஸ் கட்சியைச் சார்ந்தவர்கள் போல் தோன்றிற்று. "அன்பர்களே! ஆரியர்களுக்கு முன்னால் திராவிடர்கள்; அவர்களுக்கு முன்னால் ஆதி திராவிடர்கள். அதற்கு முன் இருந்தது மிருகங்கள், ஜீவராசிகள். அவை வாழ்ந்த இடத்தை வெட்டித் திருத்தி வீடு கட்டிப் பயிர் செய்து நாம் வாழ்கின்றோம். அவை உரிமை கொண்டாடினால் அனைவரும் அவைகளிடம் விட்டுப் போக வேண்டியதுதான்!" என்று ஹாஸ்யத்துடன் சொன்னார். நண்பர்கள் கொல்லென்று சிரித்தனர்.

பிறகு, சங்கரனைத் தவிர எங்கள் எல்லாருடைய வரலாறுகளையும் தெரிந்துகொண்டார். தாம் ஆரம்பிக்கப்போகும் *அமிர்தம்* என்னும் மாத சஞ்சிகையைப் பற்றியும், தம் நூல்கள் எவ்விதம் வெளிவரவேண்டும் என்பதைப் பற்றியும் வெகுநேரம் பேசிக்கொண்டிருந்தார். பகல் 11 மணி ஆகிவிட்டது. என்னைத் தவிர எல்லாரும் ஸ்நானத்திற்குச் சென்றார்கள். பாரதி வீட்டிலேயே குளித்தார். எப்படிச் சென்றாரோ அப்படியே ஸ்நான அறையிலிருந்து வெளிவந்தார். உடைகளைத் தனி இடத்தில் களைந்து வைத்து, அப்படியே குளித்துவிட்டு, அப்படியே கச்சம் கோட்டுத் தலைப்பாகையையும் அணிந்தே வெளிவந்தார். அதுதான் அன்னார் வழக்கமாம். எல்லாரும் பகல் போஜனத்திற்கு உட்கார்ந்தோம். நல்ல விருந்தாய் இருந்தது. பல சம்பாஷணைகள். சாப்பிட்டு முடித்தோம். மணி ஒன்று.

எழுந்திருந்ததும் பாரதியார் உள்ளே சென்று ஒரு சிறு சாக்குமூட்டையை எடுத்துவந்தார். பிரமித்தோம். எழுதிய

அருமையான பிரதிகளை வைப்பதற்குச் சாதாரணப் பெட்டிகள் கூடக் கிடைக்கவில்லை பாரதியாருக்கு. அந்தோ பரிதாபம்! மூட்டையை அவிழ்த்தார். பலநாள் எழுதிச் சேர்த்த அருமையான காவியங்கள். அச்சாகாதவை. 'பாஞ்சாலி சபத'த்தை எடுத்தார். முதலிலிருந்து கடைசிவரை படித்துக் காண்பித்தார். உணர்ச்சிப் பொங்கித் ததும்பியது. நேரில் நடப்பதுபோல் இருந்தது. நவரசங்களும் ததும்பின. இன்னும் பல நூல்களைப் பற்றியும் சொன்னார். மாலை 5 மணி வரை இவ்வாறு கழிந்தது. 6 மணிக்கு எங்களுக்கு வண்டி; புறப்பட வேண்டும். பிரிய வேண்டுமே என்று இருந்தது. தாயை விட்டுப் பிரியும் குழந்தைகள் போன்று விடை பெற்றுக்கொண்டோம். "சென்று வாருங்கள், கடிதம் எழுதுகிறேன்" என்று வழியனுப்பினார் கவிஞர். அன்னார் மனைவியிடம் ஏதோ பொருளுதவி தந்து நமஸ்கரித்து விடைபெற்று ரெயிலுக்கு வந்தோம்.

ஒருநாள் பழகினும் பெரியோர் கேண்மை என்றபடி எனது வாழ்நாளில் இது ஒரு சுபதினம். அதை நினைத்தால் எனது மனக்கண்முன் இப்பொழுது நடப்பது போலத் தோன்றுகிறது. அன்று பெற்ற பேறு அனைத்தும் ஆனந்தம்.

பின்பு கவியரசு சுப்பிரமணிய பாரதியிடமிருந்து சில கடிதங்கள் பெற்றேன். அவைகளை ஸ்ரீ ரா.அ. பத்மநாபனின் 'சித்திர பாரதி' நூலில் காணலாம்.

1919இல் மானாமதுரையில் நான் தமிழ்ப் பண்டிதராக வேலை பார்த்த காலத்தில் பரலி சு. நெல்லையப்ப பிள்ளையால் வெளியிடப்பட்ட பாப்பாப் பாட்டு, முரசுப் பாட்டு, கண்ணன் பாட்டு முதலியவைகளை ஏராளமாக வரவழைத்து மாணவர்களுக்குக் கொடுத்துப் பாடச் செய்யச் சொல்வதுண்டு. அப்பாடல்களின் உணர்ச்சியினால் பலர் தேசத் தொண்டில் ஈடுபட்டிருப்பது குறிப்பிடத்தக்கது. பின்பு நண்பர் சங்கரன்மூலம் சில பாட்டுக்கள் எழுதி வாங்கிக் கூட்டங்களில் பாடுவதுண்டு. 1920 முதல் 1934 வரை 'ஸ்ரீ பாரதாசிரமம்', 'தேசபக்த சமாஜம்', 'தமிழ்நாடு இளைஞர் படை', 'பாரதி பஜனை சமாஜம்' ஆகிய ஸ்தாபனங்கள்மூலம் தமிழ்நாடு முழுவதும் பாரதி கீதங்களைப் பாடிப் பரப்பும் பாக்கியம் பெற்றேன். தமது கவிதை மூலம் நாடு விடுதலைப் பெற, பாரதி எண்ணினார் போலும். அது பலித்துவிட்டது! பாரதி நாமமும் பாரதி நூல்களும் எந்நாளும் வாழ்க!

வாழ்க பாரதி! வளர்க தமிழ்!

ஆர். ஸ்ரீநிவாஸவரதன்

18

எஸ். வையாபுரிப் பிள்ளை

பாரதியை நான் கண்டது

1918 நவம்பர் மாதம் கடயம் வந்த பாரதியார், ஒரு கல்யாணத்துக்காகத் திருவனந்தபுரம் சென்றார். அங்கே அவரைத் தாம் சந்தித்ததை விவரிக்கிறார் தமிழறிஞர் வையாபுரிப்பிள்ளை. *லோகோபகாரி*, 1940 பாரதி மலரில் வந்த கட்டுரை.

நான் திருவனந்தபுரத்தில் வக்கீலாகச் சில காலம் இருந்தேன். ஆனால் தமிழ் நூல்களை வாசித்துக் கொண்டிருப்பதுதான் பெரும்பாலும் எனக்கு வேலை. எனக்கு உற்ற துணையாக இருந்தவர்கள் ஸ்ரீ கே.ஜி. சங்கரய்யரவர்களும் புலவர் திலகர் ஸ்ரீ தேசிகவிநாயகம் பிள்ளையவர்களும் ஆவர்.

ஒவ்வொரு நாளும் மாலையில் புத்தன் சந்தையிலுள்ள சைவப்பிரகாச சபையில் நானும் வேறு சில நண்பர்களுமாகக் கூடிக் காலம் போக்குவது வழக்கம். ஞாயிற்றுக்கிழமைகளில் திருக்குறள் ஆராய்ச்சி நடைபெற்றுவரும். இந்தக் காலங்களில் ஆராய்ச்சி நடப்பதற்குப் பதிலாக அடிக்கடி வாதப் பிரதிவாதங்களும், ஒரு சில சமயங்களில் வாதம் முற்றிச் சண்டைச் சச்சரவுகளும் நிகழும்.

1918ம் வருஷம் நவம்பர் மாதம் ஒரு ஞாயிற்றுக் கிழமை சுமார் 3 மணி இருக்கும். சைவப்பிரகாச சபையில் நானும் நண்பர்களுமாக வழக்கம்போல் திருக்குறள் ஆராய்ச்சி நடத்தக் கூடியிருந்தோம். வந்து சேர வேண்டியவர்களை எதிர்பார்த்து எதிர்பார்த்துச் சிறிது சலிப்புற்றோம். யாரேனும்

வருகிறார்களா என்று வாசற்படியில் நின்று நான் எட்டிப் பார்த்துக்கொண்டிருந்தேன். மாலைப் பொழுதாயினும் வெயில் கடுமையாய்த்தான் இருந்தது.

அப்போது வாசல் நடையை அடுத்துள்ள பெரிய தெருவில் ஒருவர் போய்க்கொண்டிருந்தார். சுமார் முப்பத்தைந்து வயதிருக்கலாம்; கம்பீரமான தோற்றம்; நடுத்தரமான உயரம்; வீர புருஷனுக்குரியதோர் நடை; ஆவலுடன் எங்கும் கூர்ந்து கவனிக்கும் அஞ்சாத பார்வை; புருஷ லக்ஷணமான மீசை.

வீதியில் போய்க்கொண்டிருந்தவர் 'சைவப்பிரகாச சபை' என்று தமிழில் எழுதித் தொங்கவிட்ட பலகையையும் அங்கே நின்று கொண்டிருந்த சிலரையும் பார்த்தார். மலையாளத் தலைநகரில் எங்கும் மலையாள மொழியிலேயே இடங்கள், தெருக்கள் முதலியன எழுதப்பட்டிருக்க, நகரின் மத்தியில் தமிழெழுத்துக்கள் காணப்பட்டமை அவருக்கு ஆச்சரியத்தையும் குதூகலத்தையும் விளைவித்திருக்க வேண்டும். திடீரெனச் சபையினுள்ளே புகுந்தார். அங்கு நின்றுகொண்டிருந்த என்னை நோக்கித் தாம் யாரென்று தெரியுமா என்று கேட்டார். "தெரியவில்லையே" என்று சிறிது வருத்தத்துடன் சொன்னேன். தாமே "சுப்பிரமணிய பாரதி" என்று தெரிவித்தார்.

எனது நெல்லை நண்பர்களுள் ஸ்ரீ வ. வேதநாயகம் பிள்ளை யவர்களும் ஸ்ரீ சோமசுந்தர பாரதியவர்களும் என்னிடத்தில் சுப்பிரமணிய பாரதியின் அபாரமான கவித்வ சக்தியை அடிக்கடிப் பாராட்டிப் பேசியிருக்கிறார்கள். பாரதியின் உயிர்த் தத்துவம் நிரம்பிய பாடல்களை நானும் வாசித்து இன்புற்றிருக்கிறேன். ஆனால் அன்றுதான் அவரை நேரிற் சந்தித்தது.

இன்னாரென்று தெரிந்ததும் எனக்கு இன்னது செய்வதென்று புரியவில்லை. சிறிது நேரம் தயங்கி நின்றேன். பிறகு உள்ளே அழைத்துச் சென்று உபசரித்தேன். அங்கே கூடியிருந்தவர்களுக்கு அறிமுகம் செய்வித்தேன். அவர்களில் ஒரு சிலருக்கே பாரதியைக் குறித்துத் தெரியும்; தெரிந்த விஷயமும் அவர் அரசாங்கத்தாரின் கவனத்துக்குரியவர் – விரோதி என்ற ஒன்றுதான். அவருடைய பலதிறப்பட்ட கவித்திறனும், அவருடைய பாடல்களும் மலைக்கு அப்பாலுள்ள அந்தப் பிரதேசத்தில் அக்காலத்தில் அவ்வளவாகத் தெரியாது.

பேசிக்கொண்டிருக்கும்போது ஒரு சிறு சம்பவம் நிகழ்ந்தது. பாரதியாருக்குத் தாகம் அதிகமாயிருக்கிறதென்பதைக் குறிப்பாக உணர்ந்தேன். உடன் 'ஐஸ்' இட்டு ஆரஞ்சு நீர் கொண்டு வரும்படியாக ஒருவனை அனுப்பினேன். இதைத் தெரிந்துகொண்டு

"தண்ணீர் போதுமானது" என்று அவர் கூறினார். அக்கம்பக்கத்தி லுள்ளவர்கள் பிராமணர்கள் அல்லரென்று சொன்னேன். பாரதி கண்ணில் ஓர் அபூர்வமான ஜோதி என்னை வாட்டிற்று. தாம் அவ்விதமான சாதி வேறுபாடுகளைப் பாராட்டுவதில்லையென்று சிறிது கடினமாக எனக்குத் தெரிவித்தார்.

பார்ப்பானை ஐயரென்ற காலமும் போச்சே

என்றும்,

எல்லோரும் ஒன்றென்னும் காலம் வந்ததே

என்றும் அவர் தமது சுதந்திரப் பள்ளிற் பாடியுள்ளமை எனக்கு ஞாபகத்திற்கு வந்தது. முடிவில் நான் கொண்டுவரச் சொன்ன பானத்தையே உண்டு தாகசாந்தி செய்துகொண்டார்.

அவருடைய பாடல்களை அவர் பாடிக் கேட்க வேண்டு மென்ற ஆவல் எனக்கு அதிகமாயிருந்தது. அந்த ஆவலை நிறைவேற்றிக்கொள்ள இது தக்க சமயமென்று எண்ணி,

சின்னஞ் சிறுகிளியே–கண்ணம்மா
செல்வக் களஞ்சியமே!
என்னைக் கலிதீர்த்தே – உலகில்
ஏற்றம் புரிய வந்தாய்!

என்று தொடங்கும் பாடல்களைப் பாடும்படிக் கேட்டுக் கொண்டேன். பாரதியார் கண்கள் ஒரு நிமிஷம் மூடுண்டன. முகத்திலே புதியதொரு பொலிவு. அன்பு ததும்பும் சாரீரத்தில் பாடத் தொடங்கி எங்களைப் பரவசப்படுத்தினார்.

பின்னர் 'ஊழிக் கூத்து'ப் பாடலைப் பாடும்படி வேண்டி னேன். இப்பொழுது நீண்ட நேரம் அவர் கண்கள் மூடியிருந்தன; முகத்திலே ஒரு துடிதுடிப்பு; சரீரம் முழுவதிலும் ஒரு வேகம். 'வெடிபடும் அண்டத் திடிபல தாளம் போட' என்ற சொற்கள் கம்பீரத்தோடு வெளிவந்தன. ஒவ்வொரு சொல்லும் ஒவ்வோர் அடியும் அவரது ஆத்ம சக்தியினின்று பொருளும் ஆற்றலும் பெற்று எங்கள் மனக்கண் முன் கூத்தாடின. உலகம் நகர்வதும் ஊழி முடிவதும் கண்முன் நிகழ்வன போலவே இருந்தன. பாட்டின் பொருளோடு ஒன்றுபட்டு லயித்து அவர் பாடும்போது அவர் கண்கள் சுழன்றன. கருவிழிகள் மேலேறி மறையத் தொடங்கின. ஊழிக்கூத்தில் அகப்பட்டுவிட்டோம் என்ற பீதி எங்களுக்கும் உண்டாயிற்று. சங்கீதத்தின் ஆற்றலை நான் அன்று உணர்ந்தது போல ஒருநாளும் உணர்ந்ததில்லை.

இதற்கப்புறம் பாரதியார் வெகுநேரம் தங்கவில்லை. தாம் ஒரு பிரசங்கம் செய்வதற்கு ஏற்பாடு செய்யவேண்டுமென்று எனக்குக்

கூறினார். ஏற்பாடு செய்துகொண்டு அவருக்கு அறிவிப்பதாகச் சொன்னேன். ஸ்ரீ கே.ஜி. சேஷையரவர்கள் வீட்டில் இருப்பதாகவும் மறுநாள் திருவனந்தபுரத்தை விட்டுப் புறப்படத் தீர்மானித்திருப்பதாகவும் தெரிவித்துச் சென்றார்.

பிரசங்கம் ஏற்பாடு செய்வதற்கு என நண்பர்களோடு கலந்தேன். அவர்களில் பெரும்பாலோர் உத்தியோகஸ்தர்களானபடியால் இணங்கவில்லை. பிரசங்கத்துக்கு ஏற்பாடு செய்ய முடியவில்லை யென்பதைப் பாரதியாருக்கு ஆள்மூலம் தெரிவித்துவிட்டேன்.

இதற்கப்புறம் பாரதியைக் காணும் பேறு எனக்கு வாய்க்கவில்லை. ஆனால், அவருடைய திருமுகத்தை என் கண்கள் மறக்கவில்லை. கம்பீரமும் ஆண்மையும் அன்பும் நிரம்பிய அவருடைய சாரீரத்தை என் செவிகள் மறக்கவில்லை. அவருடைய பாடல்களை என் மனம் என்றேனும் மறக்குமா?

எஸ். வையாபுரிப் பிள்ளை

19

வயி. சு. சண்முகம்

எனது விருந்தாளி பாரதி

கானாடுகாத்தான் 'இன்ப மாளிகை' அதிபர் வள்ளல் வயி. சு. சண்முகனுக்கு வேறு யாருக்கும் கிடைத்திராத இரண்டு பெருமைகள் கிடைத்தன.

ஒன்று: அவர் தமது மாளிகையில் பாரதியாரை உபசரித்து, அவர் அங்கேயே நீடு வாழ ஏற்பாடு செய்தார். பாரதியும் மகிழ்வுடன் சம்மதித்தார். ஆனால், செல்லம்மாள் வர இயலாமற் போகவே இந்த ஏற்பாடு நடவாமற்போயிற்று.

இரண்டு: புதுவையிலிருந்து திரும்பியபின், எட்டய புரத்திலும் கடயத்திலும் பெற்ற ஏமாற்றங்களால் மனமுடைந்து, இனி மனிதர் யாரையும் பாடுவதில்லை என்று உறுதிபூண்ட பாரதியார் வயி.சு.வின் உபசரிப்பைக் கண்டு மனமகிழ்ந்து, இந்த உறுதியைத் தாமாகத் தளர்த்திக்கொண்டு அவர் மீது ஒரு பாடல் பாடினார்.

வயி.சு. சண்முகன் பாரதியை உபசரித்த விவரம் கொண்ட இக்கட்டுரை இந்நூலின் பதிப்பாசிரியருக்கு வயி.சு. 1956இல் எழுதிய நீண்ட கடிதத்தின் பகுதியாகும்.

1918ஆம் ஆண்டில் பாரதியார் புதுச்சேரியில் இருந்தபொழுது அவரிடம் நான் கடிதத் தொடர்பு கொண்டேன்.

7.2.1919 அன்று மாலை 3 மணிக்குக் கீழக் கடையத்தின் தென்கிழக்கு மூலைக்கோடியில் இருந்த பாழடைந்த ஒரு வீடு தேடிச் சென்று, "இங்குதான் பாரதியார் இருக்கிறாரா?" என்று வினாவியபோது உள்ளேயிருந்து நல்ல சிவந்த மேனி, மழுங்கச் சிரைத்தது போன்ற வழவழப்பான தலை, கரிய

மின்னலிடும் உறுதியான தாடி மீசையுடன், அசல் முசல்மான் வடிவில் பாரதியார் வந்து அமைதியாக நின்றார். ஐயமுற்று, சில விநாடி நேரத்தில் அவரின் விரிந்த சுடர் ஒளி வீசும் கண்களைக் கண்டு உறுதி பெற்று, கைகள் கூப்பி வணங்கினேன்.

"கானாடுகாத்தானிலிருந்து வருகிறீர்களா?" என்று அவர் கேட்டதும் என்னை அறியாமல் என் கண்களிலிருந்து கண்ணீர்த் துளிகள் விழுந்தன. எனது வாய்ப் பேசத் துணியவில்லை.

"ஆம்" என்று மட்டும் கூறிவிட்டு, அருள் ஒளிவீசும் அவர் முகத்தையே பார்த்துக்கொண்டு நின்றேன்.

அச்சம் தவிர்!
ஆண்மை தவறேல்!
இளைத்தல் இகழ்ச்சி!

என்ற வாக்கியங்கள் அவர் வாயினின்று உதிர்ந்தன.

மதிக்கத் தகாதவைகளை அவர் புறக்கணித்தமைக்காக 'ஆசாரம்' இல்லாதவர் என்று கூறி அவரின் குடும்பம் ஒதுக்கி வைக்கப்பட்டு இருந்தது. ராஜாஜி போன்ற கற்றோரால் உதவி மறுக்கப்பெற்றும், வறுமையினால் சூழப்பட்டுங்கூடப் பாரதியாரின் உயிர்த் துடிப்பு ஒரு சிறிதும் தளரவில்லை என்பதைக் கண்டு மகிழ்ந்தேன்.

அன்றும் மறுதினமும் ஆற்றின் நடுவே மணல் மேட்டில் அவர் கம்பீரமாக இருந்து தாம் இயற்றிய பாடல்களை மிக அற்புதமாக வீர ஆவேசத்துடன் பாடியதையும், மாசு மறு அற்ற அன்புடன் வீட்டில் அவர் நடந்துகொண்ட பாங்கையும், அவரின் மனைவியாரை 'செல்லம்மா!' என்று அன்பு ஒழுக அவர் கூப்பிடும்போது தோன்றிய காதலின் பக்தியையும் கண்டு மகிழும் வாய்ப்பும் பெற்றேன். அவருடன் 36 மணி நேரம் உண்டு, உறங்கி, உலாவி, உரையாடி இருக்க முடிந்தது. என் கைச்செலவுக்கு மட்டுமே அங்கு நான் பணம் கொண்டுபோயிருந்தபடியால் அவர் என்னுடன் திருநெல்வேலி வரை வந்தபொழுது, அங்கே பணம் பெற்று, அவரிடம் ரூ. 50 கொடுத்து அனுப்ப முடிந்தது.

28.10.1919 அன்று எனது வேண்டுகோளுக்கு இணங்கியே, உடுத்திய ஆடை தவிர வேறு ஏதுமின்றி அவர் காரைக்குடி வழியாகக் கானாடுகாத்தானுக்கு வந்தார்.

வறுமையினால் உழன்ற சூழ்நிலையை மாற்ற எண்ணி, அவர் விரும்பும் நூல்கள், பேனா, கடிதங்கள், கஞ்சா, அபின், புகையிலை நிறைய வைத்திருந்த கண்ணாடிப் பாத்திரங்கள் எல்லாம் வைத்த அலமாரி ஒன்றும் காரியாலயக் கைப்பெட்டி

ஒன்றும் அதன் சாவிகளும் வீட்டில் தனியாக ஒதுக்கி அவரிடம் கொடுக்கப்பெற்றன.

அவரின் நடை, உடை, அசைவுகள், தோற்றம், பேச்சு, மீசை திருத்துதல் எல்லாம் மிடுக்காக இருக்கும். படுத்திருந்தாலும் உடலில் சோர்வு காணாது, விறைப்பாகவே இருக்கும். திரும்பும்போது கழுத்தும், மடக்கும்போது கால் கைகளும் ஸ்பிரிங் இருந்து தள்ளுவது போல மின் வேகத்தில் இயங்கும்.

'பாரதியார் குடும்பம் ஒதுக்கி வைக்கப்பெற்ற கடையத்தில் இனி இருக்க வேண்டாம்; இங்கேயே அவர் மனைவி மக்களை அழைத்து வந்துவிடலாம்; என் மனைவியும் நானும் வசிக்கும் விதத்துக்குச் சிறிதும் குறைவின்றி இங்கேயே இருந்து கவிதைகள் எழுதலாம்' என்று 29.10.1919 அன்று கேட்டுக்கொண்டதற்கும் பாரதியார் இணங்கினார்.

பிற்காலத்தில் அறிஞர் வ.வே. சுப்பிரமணிய ஐயர் அவர்கள் சேரன்மாதேவியில் நடத்திய குருகுலத்தில் அதன் ஆரம்பம் முதல் இருந்து, ஐயர் காலஞ்சென்ற பிறகு குருகுல நடைமுறை பிடிக்காமல் அங்கேயே தூக்கு மாட்டிக்கொண்டு காலஞ்சென்ற வீரர் ரா. அநந்தகிருஷ்ணன் என்பவர் பாரதியாரைப் பார்க்க அன்று வந்தார். அவரை 30.10.1919 அன்று பாரதியாரின் மனைவி மக்களைக் கூட்டிவரக் கடையத்துக்கு அனுப்பினோம்.

31.10.1919 அன்று பாரதியாரிடம் ஏதாவது கவிதைகள் எழுதுமாறு கேட்டுக்கொண்டபோது, "கவிதைகள் அதுவாகத் தானே தோன்ற வேண்டும்; எனினும் இப்பொழுது ஒன்று எழுதுகிறேன்" என்று கூறி, என்மீதே ஏழு பாக்கள் கொண்ட ஒரு கவிதை எழுதிப் படித்துக் காட்டிவிட்டு என்னிடம் தந்தார்.

உடனே 150 ரூபாய் எடுத்து அவருடைய கைப்பெட்டிமேல் வைத்து "இப்போதைக்கு இதை எடுத்துப் பெட்டியில் வைத்துக் கொள்ளுங்கள்" என்று கேட்டுக்கொண்டபடிச் செய்தார்.

என்மீது பாரதியார் எழுதிய கவிதைக்கு உரிய பெருமைகள் என்னிடம் இல்லையே என்று வினாவியபொழுது அவர் எழுச்சியுற்றுக் கனன்று தந்த விளக்கங்களை எழுதினால் அது என் தற்புகழ்ச்சியாகும் என்று அஞ்சுகிறேன்.

"மதவேளை நிகர்த்த உருமேவி நின்றாய்' என்று கூறுகிறீர்களே! நான் கண்டோர் மகிழும் அழகான தோற்றம் உடையவனல்லவே!" என்றபோது, "மன்மதனுக்கு உரு இல்லை. கவர்ச்சிகரமான தோற்றங்கட்கே மன்மதன், ரதி என்று பொருள் கொள்ள வேண்டும். உன்னைக் காணும்போது என் உள்ளம் மலர்கிறது. அதைக் காணவில்லையா?" என்றார்.

"பணம் கேட்டுச் செல்வர்கள்மீதோ மன்னர்மீதோ இனிக் கவிபாடுவதில்லை என்ற நெடுநாள்கட்கு முன் கட்டிய எனது முடிவை இப்பாடல்களிலே காரணத்தோடு காட்டியிருக்கிறேனே. நல்லோரைக் கண்டு அவர் குணம் குறிகளை உள்ளபடிக் கவிஞனே உணரமுடியும்" என்று கூறிவிட்டு வெடிப்புறச் சிரித்தார். தினமும் உள்ளூர் வெளியூர்களிலிருந்து பாரதியாரைக் காண வருபவர்களிடம் வெடிப்புறப் பேசி மகிழ்ச்சி பொங்கச் செய்வார்.

6.11.1919 அன்று மாலை 3.30 மணிக்குக் கடையத்துக்குப் போக வேண்டும் என்று கூறி, அவருக்குக் கொடுத்திருந்த படுக்கை, பெட்டி, சாமான்களை எல்லாம் பிரயாணத்துக்குத் தயாராக எடுத்துவைக்கச் சொன்னார். "கடையத்துக்குப் போன அநந்தகிருஷ்ண ஐயர் வரவில்லையே! அதற்குள் புறப்படக் காரணம் புலப்படவில்லையே? தவறேதும் கண்டீர்களா?" என்று கேட்டதற்கு, "அநந்தகிருஷ்ணன் சென்று இரண்டு தினங்கள் ஆகின்றனவே. செல்லம்மாள் குழந்தைகளுடன் இங்கு வரத் தாமதிப்பதிலிருந்தே வரமாட்டார்கள் என்று தெரிகிறதே!" என்று பாரதியார் சொல்லிக்கொண்டிருந்தபொழுதே அநந்தகிருஷ்ணன் 4 மணிக்கு வந்து சேர்ந்தார்.

பாரதியார் பயணத்துக்கு என்ன காரணம்? திருமதி செல்லம்மாள் கானாடுகாத்தானுக்குக் குழந்தைகளுடன் வந்து தங்குவதற்கு அநுமதி பெற்று வருமாறு தமது தமையனார் அப்பாத்துரையிடம் என்னை அனுப்பினார். அவர் இருக்கும் இடம் தேடிக் காண நாலு தினங்கள் அலைந்து கண்டு கேட்டபொழுது, 'பாரதியார் நெஞ்சம் நிலையுடையதன்று. ஒரு மாதம் அவர் கானாடுகாத்தானில் நிலைத்திருந்தால் பிறகு பாரதியாரின் குடும்பத்தை அங்கு அழைத்துக்கொள்ளலாம்' என்று அப்பாத்துரை சொன்னது சரியாக இருக்கிறதே! இப்பொழுது என்ன அவசரம்? பிழை ஏதும் இங்கே கண்டீர்களா?" என்று அநந்தகிருஷ்ணன் பாரதியாரிடம் கேட்டதற்கு, அவர், "அட பாவமே! என் மனைவி மக்கள் வராததுதான் இங்கு எனக்குக் குறை. அவர்கள் இருக்குமிடத்துக்கு நான் செல்ல வேண்டும்" என்று கூறிப் புறப்பட்டுவிட்டார். அதுமுதல் மாதம் தோறும் 40 ரூபாய் விகிதம், அவர் நூல் எழுதி அனுப்புவதற்கு நான் அனுப்ப ஒப்புக்கொண்டபடி அவருக்குப் பணம் அனுப்பி வந்திருக்கிறேன். அவரது நூல்களை ஒழுங்காக வெளியிடத் திட்டமும் போட்டிருந்தோம். ஆனால், கட்டுப்பாட்டுக்குட்பட்டு நடக்க அவர் மனம் இடம் தந்ததில்லை. நூல் வெளியீட்டுத் திட்டம் இதனால் உருவாகவேயில்லை.

20

ராய. சொக்கலிங்கன்

காரைக்குடியில் பாரதியார்

காரைக்குடியில் ஹிந்து மதாபிமான சங்கத்துக்குப் பாரதியார் வந்தது பற்றியும், புகைப்படமெடுத்துக் கொண்டது பற்றியும், சங்கத்தைப் பற்றிப் பாடியது பற்றியும் தமிழ்க் கடல் ராய. சொக்கலிங்கன் இக்கட்டுரையில் விவரிக்கிறார். இது 1953இல், 'சொ. முருகப்பனார் மணிவிழா மலரில்' வெளிவந்தது.

முப்பது ஆண்டுகட்கு முன், திடீரென ஓர் நாள், சிவந்த உடம்பு, மொட்டைத் தலை, முறுக்கிய எதிர் மீசை, குறுகுறுத்த கண்கள் இவற்றோடு, கையில் தடியுடன் ஒரு கம்பீர உருவம் காரைக்குடியில் தோன்றியது. அவ்வடிவம் நம்மை விட்டு மறைந்து இப்பொழுது இருபத்தேழு ஆண்டுகள் ஆகிவிட்டன. அதுதான் மகாகவி சுப்பிரமணிய பாரதியாரின் மேனி. காரைக்குடியில் மூன்று நாளே பாரதி இருந்தார் என்பது என் நினைவு. அப்பொழுது காரைக்குடியில் ஹிந்து மதாபிமான சங்கம் நல்ல பணி செய்து கொண்டிருந்தது. அங்குதான் பாரதி தங்கியிருந்தார். அவரைச் சுற்றிலும் ஒரு சரியான நாட்டுப் பற்றுள்ள இளைஞர் கூட்டம் சூழ்ந்துகொண்டது. பாரதி, கூட ஒருவரை அழைத்து வந்திருந்தார். அவரும் ஒரு அரைப் பயித்தியம் மாதிரியே காணப்பட்டார். பாரதியாரோ ஒரு ஞானக்கிறுக்கர். இருவரும் நடந்து கொண்ட முறைகள் எங்கட்கு வேடிக்கையாகவே இருந்தன. பாரதி, உடன்வந்தவரை, "மொட்டையா!" என்று அழைத்ததாக எனக்கு ஞாபகம். பாரதியை

அவர் 'சுவாமி' என்றுதான் அழைக்க வேண்டும். அது அவர் கட்டளை.

பாரதியின் பாடல்களைப் படித்து, அதில் திளைத்துப் போயிருந்த நாங்கள், பாரதியை நேரில் கண்டு, விருந்தினராக்கிக் கொள்ளும் பேறு பெற்றதற்கு எல்லையற்ற மகிழ்ச்சியடைந்து அவரை மிகவும் பாராட்டினோம். அந்த நாட்களில் நாங்கள் அவரை விட்டு அகலவேயில்லை. அப்பொழுது நாங்களெல்லாம் ஏறக்குறைய இருபது வயதினர். ஒருநாள் மாலை அவரை அழைத்துக்கொண்டு, நாங்கள் பத்துப் பதினைந்து பேர் காரைக்குடியில் இப்பொழுது, 'நியூடவுண்' என்று அழைக்கப்படும் ஒரு காட்டுப் பக்கம் நீண்ட தூரம் சென்று உலாவி வந்தோம். அந்நாள் அப்பகுதி நல்ல காடாக இருந்தது. அதற்கு வடகாடு என்று பெயர். பாரதியாரோடு கூடஇருந்த நாட்களில் அவர் செய்யும் செயல் ஒவ்வொன்றிலும் நாங்கள் வீரத்தைக் கண்டோம். எழுந்து நடப்பாரானால், "ஏறுபோல் நட" என்று அவர் சொன்னபடிக் கோணாமல் வளையாமல் நிமிர்ந்து சிம்மம் போலவே நடப்பார்.

ஒருநாள் ஓமப் பொடியை அள்ளிக் கையிலே வைத்துக் கொண்டார். மீசையை எதிராகத் தடவி விட்டுக்கொண்டு, கையை முறுக்கிக்கொண்டு, சண்டை போடுவது போல் பாவனை செய்து அவர் சாப்பிட்ட மாதிரி "புதுமையாகவே" இருந்தது. எங்களையெல்லாம் பாரதியார், பாண்டியா! அல்லது தம்பி என்று அன்போடு அழைப்பார். தம்பி என்ற சொல் தமிழில் மிகச் சிறந்த ஒரு அன்புரிமைச் சொல். பாண்டியன் என்பது ஒரு நாடு பற்றி வந்த சொல். அச்சொல்லில் பாரதிக்கு மிகவும் பிரியம். அவர் பாண்டி நாட்டாரல்லவா? நாங்களும் அந்நாட்டவராதலால் எங்களைப் பாண்டியா என்று அழைப்பது பொருத்தந்தானே. பாண்டி நாட்டில் எல்லாருக்குமே ஒரு மயக்கந்தான். கடவுளுக்கு உறைவிடம் எது? எங்கும் அவர் இருக்கின்றாரானாலும் "தென் பாண்டி நாடே தெளி" என்று செப்புகின்றது திருவாசகம்.

பாரதியைப் படம் பிடிக்க விரும்பினோம். எதற்கும் அவரை இணக்குவது முடியாத காரியம். அவருக்கே மனம் வந்ததால்தான் படம்பிடிக்க ஒப்புக்கொண்டார். வேண்டிய எல்லாம் தயார் செய்யப் பெற்றன. பாரதியாரை உட்கார வைத்தோம். ஒரு தடிக்கம்பைத் தூக்கிக் கையிலே தலைக்கு மேலே கம்பு தோன்றும்படி நிறுத்திக்கொண்டார். அம்மாதிரிப் படம் பிடிக்கப் படம் பிடிப்போருக்குச் சம்மதமில்லை. அவர் எவ்வளவோ சொன்னார். முடியாது; நீர் சொல்வதை நான் என்ன கேட்பது? என்று சொல்லிவிட்டார் பாரதியார். பிறகு அப்படியே

எடுக்கச்செய்தோம். பாரதி, அவருடைய பாட்டை மிக நன்றாகப் பாவத்தோடு பாடுவார். ஏதாவது ஒரு பாட்டின் பெயரைச் சொல்லி 'சுவாமி, இதைப் பாடவேண்டும்' என்று நாங்கள் கேட்போம். அது வேண்டாம், பழைய பாட்டு, புதுப் பாட்டு ஜமாய்க்கிறேன். கேள் பாண்டியா எனச் சொல்லிவிட்டு, நாங்கள் அறியாத அவருடைய புதுப்பாட்டிலே ஒன்றைப் பாடிக் காட்டுவார். 'பிள்ளைப் பிராயத்திலே' என்ற ஒரு பாட்டை மெதுவாகப் பாடிக்கொண்டே இருந்தார். நாங்கள் அமைதியாகக் கேட்டுக்கொண்டிருந்தோம். 'அன்னை வடிவமடா' என்று திடீரென்று ஓங்கி ஒரு கத்துக் கத்தினார். அதை நாங்கள் எதிர்பார்க்கவேயில்லை. ஆதலின் அதிர்ச்சித் தூக்கிவாரிப்போட்டுவிட்டது. காதலும் வீரமும் மாறி மாறி வரும் ஒரு பாட்டு. அதை மிக நன்றாகப் பாடினார்.

கிள்ளை மொழிச்சிறு வள்ளி யெனும்பெயர்ச்
செல்வத்தை – என்றும்
கேடற்ற வாழ்வினை! – இன்ப
விளக்கை மருவினாய்.

என்று பாடும்போது அப்படியே சொற்களைக் கொஞ்சி விடுவார்.

கொள்ளைகொண் டேஅம ராவதி வாழ்வு
குலைத்தவன் – பானு
கோபன் தலைபத்துக் கோடி
துணுக்குறக் கோபித்தாய்.

என்று சொல்லும்போது அந்தப் பானுகோபன் எதிரில் இருப்பதாகக் கருதிக்கொண்டு குமுறுகிறார். அவரோடு இருந்த சில நாட்களில் நாங்கள் பெற்ற உள்ளக் களிப்பு மிகுதி. மதுரைக்குப் புறப்பட வேண்டும் என்றார். இன்னும் சில நாள் தங்கிப் போகலாம் என்றோம். கேட்கவில்லை. பிடிவாதமாகப் புறப்பட வேண்டும் என்று சொல்லிவிட்டார். அந்த நாளில் காரைக்குடியில் ரயில் இல்லை. அவரை அழைத்துக்கொண்டு நாங்கள் அனைவரும் கார் ஏற்றியனுப்பக் கல்லுக்கட்டிக்குச் சென்றோம். அப்பொழுது கார் புறப்படும் இடம் கல்லுக்கட்டியே. கார் புறப்படச் சிறிது நேரமிருந்தது. அவரை அணித்தேயுள்ள அன்பர் சொ. முருகப்பனார்க்குச் சொந்தமான ஒரு கடையில் கூட்டிப்போய் வைத்துப் பேசிக்கொண்டிருந்தோம். பாரதியார் அங்கிருந்த மூன்று நாட்களிலும் எங்கள் நினைவுக்கு வராத ஒன்று அந்தச் சமயம் தோன்றியது. சுவாமி! நமது சங்கத்தைப் பற்றிப் பாடவேண்டும் என்று கேட்டோம். சரி என்று ஆரம்பித்தார். பேனாவை எடுத்து எழுதத் தொடங்கினார். கடகடவென்று எழுதிக்கொண்டே வந்தார். நாங்களெல்லாம் பார்த்துக் கொண்டேதான் இருந்தோம். இரண்டொரு அடிப்புக்கள்

மட்டும் செய்தார். மற்றபடி விரிவாகவே பாட்டை எழுதினார். உடனே பாடக்கூடியவரை 'ஆசு கவி' என்று கூறுவதுண்டு. பாரதி 'ஆசு கவியே' ஆவார். பாரதி பாட்டுக்கள் எழுதிக் கொண்டிருந்தபோதே கார் புறப்படப்போகும் செய்தி வந்தது. பாட்டை முடித்துவிட்டு அடுத்த காரில் புறப்படலாம் என்று எவ்வளவோ கெஞ்சினோம். முடியாதென்று எழுந்துவிட்டார். புறப்பட்டுப்போய் மதுரையிலிருந்து பாட்டுக்களை முடித்து அனுப்புவதாகச் சொன்னார். நாங்கள் அதுவரை முடிந்த பாட்டுக்களையாவது தந்து போகும்படி வேண்டினோம், மறுத்துவிட்டார். ஆனால் சொன்னபடி மதுரையிலிருந்து பாட்டுக்களை முடித்தனுப்பிவிட்டார்.

நல்ல பாடல்கள். அறுசீர் விருத்தங்கள். சில பாடல்களை இங்கே தருகிறேன்.

இத்தகைய துயர்நீக்கிக் கிருதயுகம்
　　தனைஉலகில் இசைக்க வல்ல
புத்தமுதாம் இந்துமதப் பெருமைதனைப்
　　பார்அறியப் புகட்டும் வண்ணம்
தத்துபுகழ் வளப்பாண்டி நாட்டினில்
　　காரைக்குடியூர் தனிலே சால
உத்தமராந் தனவணிகர் குலத்துதித்த
　　இளைஞர்பலர் ஊக்கம் மிக்கார்.

உண்மையே தாரகம்என்று உணர்ந்திட்டார்
　　அன்புஒன்றே உறுதி யென்பார்
வண்மையே குலதர்மம் எனக்கொண்டார்
　　தொண்டுஒன்றே வழியாக் கண்டார்
ஒண்மைஉயர் கடவுள் இடத்து அன்புடையார்
　　அவ்வன்பின் ஊற்றத் தாலே,
திண்மையுறும் இந்துமத அபிமான
　　சங்கம்ஒன்று சேர்ந்திட் டாரே.

இவ் உலகத்துள்ள துயர்களையெல்லாம் நீக்கித் திரேதாயுகத்தைப் பூமியில் நிலைக்கச் செய்யவல்ல புதிய அமிழ்தமாகிய, இந்து மதத்தின் பெருமையை அவனி முழுதும் அறியப் பரப்பும் பொருட்டாக, வலிமைமிக்க இந்து மதாபிமான சங்கத்தைக் கண்டார்கள். எங்கே? புகழ் திருநடம் செய்கின்ற, வளஞ் செறிந்த பாண்டி நாட்டிலேயுள்ள காரைக்குடி நகரத்தில். சங்கம் நிறுவியோர் யார்? மிகவும் பெருமைகொண்ட தனவணிகர் மரபிலே தோன்றிய பல இளைஞர்கள். அன்னார் ஊக்கம் மிகுந்தவர். மெய்தான், தாரக மந்திரம் என்று உணர்ந்தவர். அன்பு ஒன்றுதான் உறுதிப்பொருள் என்று கண்டவர். கொடையே குலத்தொழிலாகக் கொண்டவர். தொண்டே நெறியென ஏற்றவர். ஒளியும் சிறப்பும் மிக்க இறைவனிடத்தில் அன்புடையவர்...

அவ்வன்புப் பெருக்குக் காரணமாக இச்சங்கத்தைக் கண்டனர். பாரதியார் பழகிய சில நாட்களில் அவர் கண்களால் கண்டவற்றை இவ்விரண்டு பாடல்களில் அப்படியே சித்திரித்துவிட்டார். சங்கத்தின் வேலைகளைச் சொல்லி, மனமார, வாயார, ஒரு அருமையான வாழ்த்துப் பாட்டைப் பாடி வாழ்த்துக் கூறினார் பாரதியார் . . .

> பலநூல்கள் பதிப்பித்தும், பலபெரியோர்
> பிரசங்கம் பண்ணு வித்தும்,
> நலமுடைய கலாசாலை புத்தகசா
> லைபலவும் நாட்டி யும்தம்
> குலம்உயர, நகர்உயர, நாடுஉயர
> உழைக்கின்றார், கோடி மேன்மை
> நிலவிடஇச் சங்கத்தார் பல்லூழி
> வாழ்ந்தொளிர்க, நிலத்தின் மீதே.

21

சி.ஆர். ஸ்ரீநிவாசன்

நான் அறிந்த பாரதி

"பாரதி புகழுடல் பெற்ற தினம் தமிழ்நாடெங்கும் கொண்டாடப்படும். அன்று அவரைப் பற்றிப் பல பிரசங்கங்கள் நிகழ்த்துவது இயற்கை. நானும் பல மேடைகளிலிருந்து பலமுறைப் பேசியிருக்கிறேன். அவற்றில் ஒன்று பலருடைய மனத்தைக் கவர்ந்தது. அதை மீண்டும் கேட்கப் பலர் ஆசைப்படவே அதை அப்படியே வெளியிடுகிறேன். இது திருச்சி ரேடியோ நிலையத்திலிருந்து முதன்முதல் 1939ஆம் வருஷத்தில் ஒலிபரப்பப்பட்டது" என்ற முகவரையுடன் *சுதேச மித்திரன்* ஆசிரியராகவிருந்த சி.ஆர். ஸ்ரீநிவாசன் இந்தச் சொற்சித்திரத்தைத் துவக்குகிறார். 1920இல் திரும்பவும் *சுதேசமித்திர*னில் வேலைக்கு வந்த பாரதி முதல் நாளன்று வந்த காட்சியை அப்படியே கண்முன் நிறுத்துகிறார் ஸ்ரீநிவாசன்.

இக்கட்டுரை 'சுதேசமித்திரன் வாரப் பதிப்'பில் 12.9.1954இல் வெளிவந்தது.

பாரதி இறந்து இன்று, 1939இல் பதினெட்டு வருஷங்கள் ஆகின்றன. அவர் பேசிக் கேட்ட பலர் உயிருடன் இருக்கின்றனர். பாடிக் கேட்ட பலர் இருக்கின்றனர். இவர்களுக்கெல்லாம் ஒரு தீராத குறை. அது என்ன? "அன்று பாரதியைத் திண்டாடவிட்டார்களே. இன்று கொண்டாட வந்துவிட்டார்களே! என்ன வஞ்சக உலகம் இது!" என்கிறார்கள். உண்மை. மறுக்க முடியாத உண்மை. குறை கூற இடம் உண்டு. கூறுவது எளிது. கூறி லாபமென்ன? போனவர் திரும்புவாரா? திரும்பி னாலும் விரும்புவாரா?

மெய்யறிவு பெற்ற மேன்மக்கள் குலத்தில் பாரதி பிறந்தார். துன்பக் கடலில் தத்தளித்தார். 'கடன்பட்டார் நெஞ்சம் போல்' என்று பாடினார் ஒரு கவி. கடன் சூழக் காலம் கழித்தார் பாரதி. கவலை கொண்டாரா? இல்லை! பராசக்தி மீது பாரத்தைப் போட்டார். பாடிப் பாடி மெய்மறந்தார். சோதனையெல்லாம் சோபையை விளக்கிற்று. தங்கத்தைக் காய்ச்சக் காய்ச்ச மாற்றுக் குறையுமா? மாசு மடிந்து ஒளியே வீசும். சோதனை போதனையாக முடிந்தது. க்ஷணப் பித்தம் தெளிந்து, அநாதி உண்மையை அறிந்தார்.

அனன் யாஸ் சிந்தயந்தோ மாம்
யேஜனா: பர்யுபாஸதே
தேஷாம் நித்யாபியுக்தானாம்
யோகக்ஷேமம் வஹாம்யஹம்

(வேறு நினைப்பின்றி என்னை வழிபடுவார் எவரோ அந்த நித்திய யோகிகளின் யோகக்ஷேமத்தை நான் பொறுப்பேற்பேன்) என்று பகவான் கீதையில் அருளியிருக்கிறார். அன்றாட வாழ்வில் இதே தர்மத்தை ஆச்ரயித்தார் பாரதி. பராசக்தியைப் பாராட்டி, விக்னங்கள் விலக, உடலும் உயிரும் ஒளி வீசப் பெற்றார் பாரதி.

யோ மாம் பச்யதி ஸர்வத்ர
ஸர்வம்ச மயி பச்யதி
தஸ்யாஹம் ந ப்ரணச்யாமி
ஸ ச மே ந ப்ரணச்யதி

(எவன் எங்கும் என்னைக் காண்கிறானோ, எல்லாப் பொருள்களையும் என்னிடத்தே காண்கின்றானோ அவனுக்கு நான் அழிய மாட்டேன். எனக்கவன் அழிய மாட்டான்) என்று கிருஷ்ண பரமாத்மா கூறினார். ஆத்ம சோதனையில் இறங்கி, ஆழ்ந்த அறிவு பெற்று இதே விஷயத்தை இன்னும் விஸ்தாரமாகப் பாரதி விளக்கியிருக்கிறார். பாரதியின் நூல்கள் கோவையாக வெளிந்திருக்கின்றன. தொடர்ந்தாற்போல் அவைகளைப் படிக்க வேண்டும். அப்பொழுது அவருக்கு ஏற்பட்ட காலப் பக்குவம் தானாகத் துலங்கும்; சத்திய சோதனை முடிந்து, சத்யாக்ரகியாக மாறிய பர்வத்தை அறியலாம். எனவே அவருக்காக நாம் இரங்க வேண்டியதில்லை. அன்று அவர் திண்டாடினால் அவருடைய கர்மம் அது. இன்று நாம் கொண்டாடினால் நம்முடைய கடமை இது. இரண்டும் காலனுடைய கருணையென்று கொள்ளலாம்.

பாரதியை நேரில் காணவும் நெருங்கிப் பழகவும் அவருடைய அந்திய காலத்தில்தான் எனக்குச் சந்தர்ப்பம் வாய்த்தது; அவர் புதுவையிலிருந்து புறப்பட்ட பிறகுதான். ஒருநாள் காலை 10 மணி இருக்கும். சென்னையில் *சுதேசமித்திரன்* ஆபீஸில்

தபால் பார்த்துக்கொண்டிருந்தேன். கனவேகமாய் ஒரு ஜட்கா வண்டி ஆபீஸை நோக்கி வந்தது. ஆபீஸ் பெயரைப் பார்த்ததும், 'நிறுத்து' என்று கூவினார் வண்டியில் இருந்தவர். நிற்கிறவரையில் தாங்கவில்லை. குறுக்குக் கம்பியைத் தள்ளிக்கொண்டு கீழே குதித்தார். தள்ளின கம்பி திரும்பி வந்து சொக்காயில் மாட்டிக் கொண்டது. அலக்ஷியமாகக் கையை உதறினார். சொக்காயின் கை கிழிந்துவிட்டது. அதையும் கவனிக்கவில்லை. ஓடோடியும் உள்ளே வந்தார். நான் இருந்த அறைக்குக் குறுக்குக் கதவுகள் இருக்கக் கண்டு சற்றுத் தயங்கினார். மெள்ளக் கதவைத் தட்டினார். பதில் இல்லை. கதவுக்குமேல் தலையை நீட்டி உள்ளே பார்த்தார். என்னைக் கண்டதும் சிறிது லஜ்ஜைப் பட்டார். "யார்?" என்று நான் கேட்டேன். "நான்தான் சுப்பிரமணிய பாரதி" என்றார். "வாருங்கள், உள்ளே வாருங்கள். உட்காருங்கள்" என்றேன்.

அன்று கண்ட பாரதி இன்றளவும் என் அகக் கண்முன் நின்றுகொண்டே இருக்கிறார். **நடுத்தரம் உயரம்; ஒற்றை நாடி; மாநிறம் படைத்த மேனி; பிரிபிரியாய்ச் சுற்றிய வால்விட்ட தலைப்பாகை; அகன்ற நெற்றி; அதன் மத்தியில் காலணா அளவு குங்குமப்பொட்டு; அடர்ந்த புருவங்கள் உருண்ட கண்களைக் காத்து வந்தன; நிமிர்ந்த நாசி வாடிய கன்னங்களை விளக்கிக் காட்டியது. முறுக்கிய மீசை மேல் உதட்டை மறைத்தும், உறுதியிழந்த உயிர் நிலையைக் கீழ் உதடு காட்டிவிட்டது. உடல்மீது பித்தான் இல்லாத ஷர்ட்டு; அதை மூட ஓர் 'அல்பாகா கோட்'**; வண்டியிலிருந்து குதித்தபோது அதுவும் கிழிந்துவிட்டது. நாற்காலியில் உட்கார்ந்தார். நாவெழவில்லை; கண்கள் வட்டமிட்டுக்கொண்டிருந்தன; அறையைச் சுற்றிப் பார்த்தன; என்னையும் ஏற இறங்கப் பார்த்தன; வெகுண்ட கண்கள்; வேதனை வடிந்த கண்கள்; சாந்தம் நிறைந்த கண்கள்; வசியம் மிகுந்த கண்கள்; அவை என் உள்ளத்தைக் கொள்ளை கொண்டுவிட்டன. அன்று நான் பாரதிதாஸனாக மாறினேன். பழகப் பழக நேசம் பாசமாகவே மாறிற்று.

பாரதியிடத்தில் நான் கண்ட விசேஷம் என்ன? பால் மணம் மாறாத குழந்தைகளிடம் காணும் குணங்களைக் கண்டேன். சூதுவாது தெரியாது; வேற்றுமை கிடையாது; நயமுண்டு, பயமில்லை; கையிலிருப்பதைப் பகிர்ந்து கொடுப்பார்; நாளையைப் பற்றி நினைக்க மாட்டார்; படாத கஷ்டங்கள் பட்டார்; தழும்பு தரிக்கவில்லை. அறியாத வயதில் தாயை இழந்தார்; அநுபவம் இல்லாத வயதில் தந்தையை இழந்தார். போஷகர்கள் ஒரு பக்கம் மறைய, போஷிக்கும் பொறுப்பு இன்னொரு பக்கம் ஏற்பட்டது. இளம் பிராயத்தில் மணம் புரிந்து, குடும்ப பாரம் உறைக்கத் தலைப்பட்டது. பிதுரார்ஜிதம்

பூஜியம்; பிழைப்புக்கு வழி துலங்கவில்லை. பெரிய படிப்பாளி அல்ல; ஏட்டுப் படிப்பில் என்றைக்கும் நாட்டம் செல்லவில்லை. சென்னை வந்து சேர்ந்தார். சுழலில் சிக்கிக்கொண்டார். சுதேசி இயக்கம் தோன்றிய காலம் அது; விடுதலை வேட்கை பிறந்த காலம். வெற்றி முரசு கொட்டினார் பாரதி. உறக்கம் தெளிய, வீரம் சொரியப் பாடினார் பாரதி. அன்று தாயகத்திற்கு அவர் செய்த சேவை அளவிடற்பாலதன்று. அதிகார வர்க்கம் விழித்துக் கொண்டது. புதுவையில் மறைந்தார். மறுமலர்ச்சி தோன்றிய பிறகே வெளிவந்தார். பிரஷ்ட வாழ்வும், கஷ்ட ஜீவனமும், நஷ்ட நம்பிக்கையும் அறிவை வளர்க்கும் சாதனங்களாக உதவின. கல்லூரியில் கற்காததைக் கடற்கரையில் கற்றார். சென்னையிலும் புதுவையிலும் அவர் கடற்கரை செல்லாத நாள் கிடையாது. கரையில் உட்கார்ந்தவண்ணம் அலைகள் துள்ளித் தாவி, உருண்டு, திரண்டு, புரண்டு நுரையும் நீருமாய்த் தாண்டவமாடுவதைக் கண்டு களித்தார். இயற்கையிலிருந்து செயற்கையை அறிந்தார். மனித வாழ்வின் மூலமந்திரத்தை உணர்ந்தார். ஸம பாவம் பிறந்தது; நிஷ்காமம் தொடர்ந்தது. வீரம் வைராக்கியமாக மாறிற்று; தர்மம் ஸேவா ஸ்வரூபம் பெற்றது. புதுவையில் புகுந்த பாரதி வேறு, புதுவையிலிருந்து வெளிவந்த பாரதி வேறு. உள்ளே சென்றவர் வீரர்; வெளியே வந்தவர் ஞானி. ஞானிகளுக்கு இருப்பிடம் இகத்தில் அல்ல; இரண்டு வருஷங்களுக்குள் அழைப்பு வந்துவிட்டது. பூத உடல் நீத்தார்; புகழ் உடல் நிலைத்தது.

   பாரதி திருநாளை இன்று நாடெங்கும் கொண்டாடுகிறோம். எதற்காக? அபூர்வமாக, அபாரமாக, என்ன செய்து சாதித்துவிட்டார்? பாரதியின் கவிதையைப் பற்றியும் கற்பனையைப் பற்றியும் பலர் புகழ்ந்து கூறுகின்றனர். கம்பருடனும் காளிதாஸருடனும் ஒப்பிடுகின்றனர்; அயல்நாட்டுக் கிரந்தங்களைப் படித்தவர்கள் அந்த நாட்டுக் கவிசிரேஷ்டர்களுடன் ஒப்பிடுகின்றனர். எந்தத் தேசக் கவியுடனும் எந்த முறையில் சோதித்தாலும் பாரதி சளைக்க மாட்டார் என்பது உறுதி. ஆனால் அவர் செய்த சேவையின் சிறு பகுதியையே அது குறிக்கும். பாஷைக்குப் பெருமையைத் தேடியதே அவர் செய்த அரிய சேவை. தமிழ்நாட்டிலே தாய்ப் பாஷையின் மாற்று மங்கி இருந்தது. அந்நிய ஆட்சியில், அந்நிய பாஷைக்கு அளவு கடந்த மதிப்புக் கொடுத்து, ஆணவத்தை இழந்துவிட்டனர் தமிழ் மக்கள். பதவியும் பொறுப்பும் படைத்த பெரியோர் சுயபாஷையில் பேசக் கூச்சப்பட்டனர்; குறைவென்றும் நினைத்தனர். பாஷையின்மீது பழியைச் சுமத்தினர். பாரதி தோன்றுமுன் இருந்த நிலைமையை இன்றைய நிலைமையுடன் ஒப்பிட்டுப் பார்க்க வேண்டும். மாறுதலுக்கு முக்கியக் காரணம்

பாரதி என்பது என் ஸித்தாந்தம். தமிழை உயிர்ப்பித்தவர் அவர்; ஊட்டம் அளித்தவர் அவர்; பாஷையின் லாகவத்தை மெய்ப்பித்தவர் அவர்; பாஷைக்கு மேனி அளித்தவர் அவர். அவர் எழுதிய தமிழ், சித்திர வடிவம் பெற்றது. முத்துக் கோப்பது போல் அவர் எழுதுவார்; தன்னந்தனி எழுத்துக்கள்; சின்னஞ் சிறு வார்த்தைகள்; குழந்தைகளின் மழலைச் சொல்போலச் சுவை நிறைந்தவை. தமிழ், கானத்திற்கு இசைந்த பாஷை, வல்லவர் ஆண்டால் ராகமும் தாளமும் தானாகக் கட்டும் என்பதைப் பாரதி கண்டார். இன்பம் தர, துன்பம் தீர, பயம் நீங்க, பலம் ஓங்க, வீரம் சுரக்க, தீரம் தெறிக்க, உள்ளம் உருக, ஊக்கம் பெருக, தமிழ்மொழி போல் தரணியில் காண்பது அரிது என்றார் பாரதி. 'சேமமுற வேண்டுமெனில் தெருவெல்லாம் தமிழ் முழக்கம் செழிக்கச் செய்வீர்' என்றார் பாரதி. 'உள்ளத்தில் உண்மையொளி யுண்டாயின், வாக்கினிலே ஒளியுண்டாம்' என்றார் பாரதி. தமிழ்த் தாய்க்கு அவர் ஆற்றிய தொண்டே பெரியது. அதை அறிவுறுத்தவே இன்று அவரைக் கொண்டாடுகிறோம். அவர் ஆத்மா சாந்தியடைக! அவர் காட்டிய வழி எங்கும் ஓங்குக!

சி.ஆர். ஸ்ரீநிவாசன்

22

ச.து. சுப்பிரமணிய யோகி

நான் கண்ட பாரதி

தாம் அமரராவதற்கு ஒரு மாதம் முன்பு, 1921 ஆகஸ்ட்டு மாதம், பாரதியார் ஈரோட்டிற்குச் சென்று, அங்கே கருங்கல்பாளையம் வாசக சாலையில் 'மனிதனுக்கு மரணமில்லை' என்பது பற்றிப் பேசினார். அதை நேரில் கேட்டுக் களித்த பாலபாரதி ச.து. சுப்பிரமணிய யோகியார் தாம் கண்ட பாரதியை இக்கட்டுரையில் விளக்குகிறார். 1956 செப்டம்பர் 9, 16, 23 தேதியிட்ட *சுதந்திரம்* என்ற சென்னைத் தமிழ் வாரப் பத்திரிகையில் இக்கட்டுரை வெளிவந்தது.

நிமிர்ந்த நடை, நேரான பார்வை, கெட்டு நிலைத்த நெருப்பு விழிகள், கனலுவது போன்ற கம்பீரமான முகம், மொட்டைத் தலை, முறுக்கு மீசை, கிறுக்கு நெஞ்சம், விறைப்பான மேனி, வெடுவெடுப்பான வீர்யம், எலுமிச்சம் பழ நிறம், எடுப்பான பெருமிதம், இடிக்குரல், துடிச் செயல், கையில் ஓர் பிரெஞ்சு நாவல் – இதுதான் நான் முதல்முதல் கண்ட பாரதி.

அவர் அதற்கு முன் தாடி வைத்திருந்ததாகக் கேள்வி; அம்மாதிரி ஒரு படமும் வெளியாயிருக்கிறது. ஆனால், தாடிப் பாரதியை நான் பார்த்ததில்லை. தாடியற்ற ஜாஜ்வல்யமான ஜ்வாலை வீசிய தழல் முகப் பாரதியைத்தான் நான் கண்டிருக்கிறேன்.

அவர் உடலில் உரம் இல்லை, உள்ளத்தில் உறுதி இருந்தது; உணர்வில் உத்வேகம் இருந்தது; உயிரில் திண்மையும் திறனும் செழித்து விளங்கின.

அவர் முகத்தில் மோஹனமில்லை, மயக்கும் தன்மையான லாஹிரிச் சுவை இல்லை. நளினமும் நயப்பும் கிடையாது; மதோன்மத்த வெறி இருந்தது, மூர்த்தன்யம் இருந்தது; உக்ரமான தீட்சண்யமும் வீட்சண்யமும் இருந்தன.

அவர் பேச்சில் இனிமை இல்லை, கடுமை இருந்தது. கனல் இருந்தது; வேகமும் விறலும் வீர்யமும் வெறியும் தாண்டவமாடின. அப்பப்பா! அதை என்னென்பது?

அவர் சக்தி உபாசகர். ஆனால், அவர் வணங்கிய தெய்வ அன்னை அன்புத் தேவியல்ல, அருள் தேவியல்ல, அமைதித் தேவியல்ல, இன்பத் தேவியல்ல, எழில் தேவியல்ல; ஆண்மைத் தேவி, ஆற்றல் தேவி, அட்டகாசம் செய்யும் ஆரவாரத் தேவி; அகில உலகங்களையும் ஆக்கி அழிக்கும் அகண்ட தேவி; கம்பனும் காளிதாசனும் மூகனும் காளமேகனும் வணங்கிய காளித் தெய்வம், கறுப்புத் தெய்வம், கனலும் நெருப்புத் தெய்வம்.

நினைவிலே சக்தியாக வளர்வது நெருப்புத் தெய்வம்

என்று பாரதியாரே கூறுவது காண்க. நெருப்புத் தெய்வத்தை நெஞ்சிலே கொண்ட அவர் பேசும்போது உலகமே கிடுகிடு என்று நடுங்குவது போல் தோன்றும். மகா காளியே ஆணுருவம் தாங்கி நம்முன் மகா தாண்டவம் செய்வது போலிருக்கும். நெருப்புத் தெய்வத்தின் நெற்றிக் கண் செந்தழலின் நெருப்புப் பொறிகள் போல் நெருப்பு எண்ணங்கள், நெருப்பு வார்த்தைகளால் நிமைக்கு நிமை அதிகமாய்க் கொந்தளித்துக் குமுறிக் கூத்தாடும். மூட எண்ணங்கள், முட்டாள் கொள்கைகள், மொண்டி ஞானங்கள், சண்டித்தனங்கள், குள்ள நினைப்புகள், குறுகிய நோக்கங்கள் இவற்றின் மேலெல்லாம் சீறி விழுவார். சள்ளெனக் கடிப்பார். சினத்தொடு சிரிப்பார். வெறிகொண்டவர் போலக் குதிப்பார்.

அன்று எங்கள் ஊர் வாசகச் சாலையில் ஆண்டு விழா. தலைவர் பாரதி. மூன்று மணி நேரம் பண்டிதர்களின் மூச்சு முட்டும் முழக்கடித் தமிழ்; அதுவரையில் பாரதி ஆடவில்லை. அசையவில்லை, சுவாஸம் விட்டாரோ என்னவோ அதுகூடச் சந்தேகம். ஏதோ, ஒரு சிற்பி செதுக்கிய ருத்ரன் சிலை அமர்ந்திருப்பது போல் தோன்றியது; மீசை முறுக்கும்போதன்றி வேறு யாதொரு சலனமும் கிடையாது. ஆனால், அவர் முறை வந்தது; எழுந்தார். எழுந்தார் என்பது தப்பு; குதித்தார். நாற்காலி பின்னே உருண்டது. மேஜை முன்னே தாவித் தயங்கியது. பேச்சோ! அதில் வாசகச் சாலையைப் பற்றி ஒரு வார்த்தைகூடக் கிடையாது; பண்டிதர்களின் மூன்று மணி நேரப் பிரசங்கங்கள் முக்கால் நிமிஷ முடிவுரைகூடப் பெறவில்லை. எடுத்த

எடுப்பிலேயே, 'நான் மனிதருக்கு மரணமில்லை என்கிறேன்' என்றார். அவ்வளவுதான். பாடலானார். அடடா! அவர் பாடும்போது கேட்க வேண்டும். அது என்ன மனிதன் குரலா? இல்லை, இடியின் குரல், வெடியின் குரல், 'ஓஹோஹோ' வென்றலையும் ஊழிக் காற்றின் உக்ர கர்ஜனை. ஆனால், அவைகளைப் போல் வெறும் அர்த்தமில்லாத வெற்றோசையல்ல; அர்த்த புஷ்டி நிறைந்த அசாதாரண வீர்யத்தோடு கூடிய வேதக் கவிதையின் வியப்புக் குரல்.

ஜயமுண்டு பயமில்லை மனமே – இந்த
ஜன்மத்திலே விடுதலையுண்டு நிலையுண்டு

ஆம்! இந்தப் பாடலைத்தான் நான் முதல்முதலாக அவர் வாய்மூலம் கேட்டேன். அதன் முத்தாய்ப்புக்கு மேல் முத்தாய்ப்பான, ஜாஜ்வல்ய ஜங்காரத்வனி, மூர்ச்சனாக்ரமம் தவறாது மூர்க்காவேச முழக்கமான மூர்த்தன்யம், அண்டாண்டங்களையெல்லாம் துண்டுத்துண்டாய் உடைத்துருட்டுவது போன்ற உத்தண்ட சண்டமாருத வீர்யம் அன்று போலவே இன்றும் என் நெஞ்சிலே கனல் மூட்டுகிறது.

பயனுண்டு பக்தியினாலே – நெஞ்சில்
பதிவுற்றுக் குலசக்திச் சரணத்தில் முடிதொட்டு

இந்த அநுபல்லவியைக் கேட்ட யாவருமே பக்தர்கள் ஆகிவிட்டனர். பாட்டிலே அவ்வளவு பரவசம்!

புயமுண்டு குன்றத்தைப் போலே – சக்தி
பொற்பாதம் உண்டதன் மேலே

இந்த அடிகளில்தான் எத்துணை வீர்யம்! உண்மையிலேயே அவரது ஒடுங்கிய புயங்கள் ஓங்கின போலும் தோன்றின; அன்னையின் பொன்னடிகளை அவைகள் தாங்கின என்றுதான் காளிதாசனாகிய எனக்கும் கனவுண்டாயிற்று.

நியம மெல்லாம் சக்தி நினைவன்றிப் பிறிதில்லை
நெறியுண்டு குறியுண்டு குலசக்தி வெறியுண்டு

ஆம்! தன்னை மறந்து தேவியாய் நிறைந்த தெய்வாவேச வெறி எல்லோர் உள்ளத்திலும் தாண்டவமாடியது. எல்லாருடைய உள்ளங்களும் ஒரு தெய்விகச் சக்தியால் பூரித்தன; பாவங்கள் நீங்கின ...

பாட்டு முடிந்தவுடன் 'பாரறியோம் விண்ணறியோம்' என்றபடி கேட்ட நாங்கள் இவ்வுலகத்தை விட்டு 'ஜயமுண்டு பயமில்லை' என்னும் ஜீவன் முக்தி உலகத்திலே, முருகன் துணையுடன், தேவ தேவியின் ஸந்நிதானத்திலே ஸஞ்சரித்தோ மென்றால் அது மிகையாகாது.

அப்புறம் பாரதி ஒரு மணி நேரம் பேசினார். மனிதனுக்கு மரணமில்லை என்று கடல் மடை திறந்துவிட்டாற்போல் தங்குதடையின்றிச் சண்டப்ரசண்டமாய் ஸ்தாயிக்குமேல் ஸ்தாயியாகப் பிரசங்கம் உத்கோஷித்தது. அங்கிருந்த எல்லாரும் தங்களை மறந்துவிட்டனர். பாரதி என்ன பேசினார் என்றால் ஒருவருக்கும் தெரியாது. ஆனால் பேச்சின்போது ஏதோ மரணமற்ற வானுலகிலே இருப்பதாகத்தான் ஒவ்வொருவருக்கும் ஞாபகம். ஏனெனில், பேச்சில் அவ்வளவு ஆவேசம், ஆதர்சம், ஆர்வம், உள்ளத்திற்கு உரைக்கும் இடையே ஓர் அனன்ய ஐக்கிய பாவம். இவை யாவற்றையும் ஒரே வார்த்தையில் சொல்லப்போனால் பாரதியார் ஒரு நடக்கும் எரிமலை.

மேற்சொன்னது நான் நேரில் கண்டது. நான் கேள்விப்பட்ட மற்றொரு பிரசங்கத்தைப் பற்றியும் ஈண்டுக் குறிப்பிட விரும்புகிறேன். சென்னை முத்தியாலுப்பேட்டை ஹைஸ்கூலில் ஒருநாள் திருக்குறளைப் பற்றிய பேச்சு; தலைவர் பாரதி. பிரசங்கம் ஆரம்பிக்கு முன், பயந்த சுபாவமுள்ள ஒருவர் பாரதியாரிடம் அரசியலைக் குறித்து … அப்படி, இப்படி என்று ஏதோ தடை போட்டாராம். அன்றும் வழக்கப்படிப் பிரசங்கங்கள் நடந்தன; பாரதி முறை வந்ததும் அவர் எழுந்தாராம், பாடினாராம்.

உலகத்து நாயகியே எங்கள் முத்து மாரியம்மா
எங்கள் முத்து மாரி

என்ற முத்துமாரிப் பாட்டு. ஓர் அழகான கட்டத்தில் பாரதிக்குப் பாட்டு மறந்துவிட்டது.

துணி வெளுக்க மண்ணுண்டு எங்கள்
முத்து மாரியம்மா – எங்கள் முத்துமாரீ
தோல் வெளுக்கச் சாம்பருண்டு எங்கள்
முத்து மாரியம்மா – எங்கள் முத்துமாரீ
மணி வெளுக்கச் சாணையுண்டு எங்கள்
முத்து மாரியம்மா – எங்கள் முத்துமாரீ

இந்த இடத்தில் பாட்டுத் தடைப்பட்டது. ‘முத்துமாரீ, முத்துமாரீ’ என்று மேலும் ஆவேசம் பொங்க முழங்கலானார் பாரதி. அவ்வாவேசம் மற்றவர்களையும் பற்றிக்கொண்டதாம்; எல்லாரும் தம்மை மறந்தனராம்; ‘முத்துமாரீ, முத்துமாரீ’ என்று அநுநாதம் செய்தார்களாம். திருக்குறள் கூட்டம் தேவியின் பஜனைக் கூட்டமாக மாறிவிடும்போல் தோன்றியதாம். நல்ல வேளை பாரதிக்குப் பாட்டு நினைவு வந்துவிட்டது.

மணி வெளுக்கச் சாணையுண்டு எங்கள்
முத்து மாரியம்மா – எங்கள் முத்துமாரீ
மனம் வெளுக்க வழியில்லையே எங்கள்
முத்து மாரியம்மா – எங்கள் முத்துமாரீ

என்று மேலே மேலே 'பிணிகளுக்கு மாற்றுண்டு, பேதைமைக்கு மாற்றில்லை, அணிகளுக்கோர் எல்லையில்லை எங்கள் முத்துமாரி' என்றெல்லாம் பாட்டை முடித்தார். அப்பாட்டின் பரவசத்திற் சிக்கிய மற்றவர்களும் பாடினர். ஆனால் பிரசங்கமோ இரண்டே வரிகள்தாம்.

'கட்டுப்பாட்டுக்குள் நின்றுகொண்டு என்னால் பேச முடியாது. திருக்குறள் ரொம்ப நல்ல புஸ்தகம். எல்லாரும் படிக்க வேண்டிய நூல்.'

அவ்வளவுதான்; பாரதி உட்கார்ந்துவிட்டாராம்.

கடமை அறியோம் தொழிலறியோம்
கட்டென்பதனை வெட்டென்போம்

என்னும் 'காளிதாசர்' கட்டுப்பாட்டுக்குள் நின்று கடமையைச் செலுத்த முடியுமா?

~

அவருடன் கழித்த அந்தச் சில நாட்களை எண்ணும்பொழுது அடடா! எத்துணை இன்பம், வியப்பு, வேதாந்த வீர்யம்! அவைகள் யாவும் இன்றுகூட என் மனத்தில் அப்படியே இருக்கின்றன.

அவர் வந்தது, நடந்தது, மீட்டிங்குக்குப் போனது எல்லாமே அலாதிதான்! அன்று விடியற்கால மெயில் வண்டியில் அவர் வருவதாக ஏற்பாடு. நானும் வேறு சிலரும் ரெயிலடிக்குச் சென்றோம். ஆவலோடு காத்திருந்தோம். ரெயிலும் வந்தது. ஒவ்வொரு பெட்டியாகத் தேடவும் தேடினோம்; பயனில்லை. பாரதி வரவில்லை; ஏமாற்றத்துடன் திரும்பினோம்.

ஆனால், எங்கள் முன்பாகவே பாரதியார் அங்கு ஆஜராயிருந்தார். அநாயாசமாக, கம்பீரமாக, அலட்சியமாக அமர்ந்திருந்தார். அவர் எதிரே மாணவர்களாகிய எங்களின் ஆதர்ச புருஷரும், பெருந் தனிகரும், தேசபக்தரும், அருங் குணங்கள் படைத்த அன்பரும், பாரதியாரை எங்கள் ஊருக்கு வரவழைத்த ஏந்தலும், பெயருக்கேற்பத் தங்கம் போன்ற தன்மையை உடையவருமான தங்கப்பெருமாள் பிள்ளையவர்கள் நைச்ய பாவத்தில் நின்றுகொண்டிருந்தார். அப்போதும் அவர் தான் பாரதி என்று எங்களுக்குத் தெரியாது.

நாங்கள்தான் அவசரக் குடுக்கைகளாயிற்றே! "ஸார்! வண்டிதான் வந்தது, பாரதி வரவில்லை" என்றேன் நான்.

பிள்ளையவர்கள் சிரித்தார்கள்.

பாரதி எழுந்தார், விறைத்தார், உரைத்தார்.

"யாரடா வரவில்லை? பாரடா பாரதியை! வண்டி வந்தது, போனது; பாரதி வந்தான், இருக்கிறான்" என்று கர்ஜித்தார்.

அவ்வளவுதான். நாங்கள் எல்லாரும் கூழைக் கும்பிடு போட்டோம். வாயடைத்து நின்றோம்.

தீப்பொறி கக்கியது, சினப்பொறித் தெறித்தது.

"டேய்! கூனாதே, குனியாதே, குழையாதே, கும்பிடு போடாதே! கும்பிடு போட்டுப்போட்டுத்தானே நாம் குட்டிச்சுவராய்விட்டோம். நிமிர்ந்து நில், நேராகப் பார், அஞ்சாமற் பேசு" இத்யாதி வீரவுரைகளால் எங்கள் வியப்பையும் பயத்தையும் தூண்டிவிட்டு அமர்ந்தார் பாரதி.

நடந்த விஷயம் இதுதான். நாங்கள் தேடிய அதே ரெயிலில் தான் பாரதி வந்தார். எங்கள் முன்னிலையில்தான் அவர் ஸ்டேஷனை விட்டு வெளியேறியிருக்கிறார். மாலைகளோடு நின்ற எங்களைப் பார்த்தாரோ இல்லையோ தெரியாது; ஆனால் நாங்களோ அவரைப் பார்த்தும் பாராதவர்களானோம். காரணம் எங்கள் மனக்கண்ணில் இருந்த கவிஞர் வேறு, பாரதி வேறு. கனகாம்பரமணிந்த கவிராயரை நாங்கள் எதிர்பார்த்தோம்; இந்த முழங்காலைத் தழுவித் தொங்கும் முண்டணிந்த முறுக்கு மீசை முண்டாசுப் பேர்வழியைக் கவிஞர் என்று எவ்வாறு கருத முடியும்?

எனவே, ஸ்டேஷனுக்கு வெளியே வந்து, ஒரு மாட்டு வண்டி பிடித்துக்கொண்டு திரு. தங்கப்பெருமாள் பிள்ளையவர்கள் வீட்டிற்கு அவர் வந்துவிட்டார். அவரைக் கண்ட பிள்ளையவர்களும் முதலில் ஏமாந்துதான் போனாராம்.

"யார் நீங்கள், என்ன வேண்டும்?" என்றாராம் பிள்ளை.

"நான் பாரதி, நீதானே தங்கப்பெருமாள்?"

அப்புறம் ஆசார உபசாரங்கள் நடந்தனவாம்.

திரு. பிள்ளை அவர்களின் தனி விடுதியில்தான் பாரதி தங்கியிருந்தார். அவ்விடுதியின் தாழ்வரைச் சார்மனையில் பாரதி கம்பீரமாக அமர்ந்திருந்தார். காலை ஆகாரம் வந்தது; சொல்லி வைத்தாற்போல் காக்கைகளும் குருவிகளும் வந்தன. சற்றுத் தூரத்தில் கான்பரென்ஸ் போட்டன.

காக்கை குருவி யெங்கள் ஜாதி – நீள்
கடலும் மலையும் எங்கள் கூட்டம்
நோக்கும் திசையெலாம் நாமன்றி வேறில்லை
நோக்க நோக்கக் களியாட்டம்

ச.து. சுப்பிரமணிய யோகி

என்ற பாட்டைப் பாரதி இடிக் குரலில் முணுமுணுத்தார். ஆகாரத்தில் ஒரு துண்டு அவர் வாய்க்குள் போகும். பல துண்டங்கள் காக்கை குருவிகளுக்குத் தாவும். இந்தப் பாரதி – மனிதனைக் கண்டு அவைகள் பயப்படவில்லை; அருகிலேயே வந்து அவரோடு விருந்துண்டு மகிழ்ந்தன. சில சமயங்களில் அவர் கையிலிருந்த தோசைகளைக் காக்காய் குருவிகளே கொத்தித் தின்னும் என்று நான் கேள்விப்பட்டுள்ளேன்.

அட! ஒருவன் வேற்றூருக்குப் பிரயாணம் போகிறான் என்றால் படுக்கை, தலையணை வேண்டாமா? மாற்றுடைகள் வேண்டாமா? பாரதியாரிடம் இவைகள் ஒன்றும் கிடையாது. கட்டின துணி, போட்ட ஜிப்பா – 'அது ஜிப்பாவா? ஷர்ட்டா? பனியனா?' என்று நிர்ணயிக்க முடியாத ஒன்று. கழுத்தைச் சுற்றி ஒரு பெரிய கர்ச்சீப். கோபுரம் போன்ற முண்டாசு. 'புத்தகம் ஹஸ்த பூஷணம்' என்று ஒரு பிரெஞ்சு நாவல் – இவைகளே அவரோடு அவராய் இணைந்த லக்கேஜ்கள். இந்தச் சில்லறை விஷயங்களைப் பற்றி அவர் கவலைப்படுபவராகத் தோன்றவில்லை; ஆனால், கவலை இல்லையா என்றால் அதுவும் இருக்கத்தான் செய்தது.

அன்று மீட்டிங்குக்குப் போக நேரமாயிற்று. அதற்கு ஏற்பத் தம்மை அலங்கரித்துக்கொள்கிறார் பாரதி. அடடா! அதில்தான் எவ்வளவு அவசரம்! அந்த அவசரத்திலும் எத்துணை அக்கறை! யாரோ ஒருவனுடைய எட்டு முழ வேஷ்டி மூலக்கச்சமாய் அவர் இடையைச் சுற்றுகிறது. அங்கு மாட்டியிருந்த ஒரு ஷர்ட் அவரது ஒடுங்கிய மார்புக் கூட்டை மூடுகிறது; சலவை செய்த ஒரு மேல்துண்டு அவர் கழுத்தைச் சுற்றிப் பரவலாய் விசிறிபோல் தோள்களை அணைத்து மார்பில் தொங்குகிறது. அங்கிருந்த ஒரு 'கோட்டு' இவற்றை வளைத்துக் கோட்டை போடுகிறது; தலையில் மற்றொரு மேல் வேஷ்டி முண்டாசாகத் தாண்டவமாடுகிறது. வலக்கை ஊசிமுனை மீசைகளை உருவுகின்றது; கஞ்சா வெறியில் கனலும் கண்கள் மின்னல் கக்கித் தம் திருப்தியைத் தெரிவிக்கின்றன. யாரோ ஒருவரின் கைத்தடியை அவர் கை பற்றிக்கொள்ளுகிறது. அவர் குழந்தை போல் சிரிக்கிறார்; 'பாண்டியா! பார்!' என்று தம் அலங்காரத்தைத் தாமே புகழ்ந்துகொள்கிறார். இந்தப் 'பாண்டியா!' என்பது அவர் வாக்கில் அடிக்கடி வரும்; தமிழர்கள் யாவரையும் பாண்டி நாட்டு மன்னர்கள் என்று அவர் கருதினார் போலும். ஒரே வார்த்தையில் ஆடை அணி விவகாரங்களில் அவர் அர்த்தமற்றுச் சிரித்துக் களிக்கும் குழந்தையைப் போல் விளங்கினார். நிற்க...

இதெல்லாம் விசேஷமில்லை. அங்கே கிடந்த யாருடைய செருப்பையோ மாட்டிக்கொண்டார். அது அவர் காலுக்குக்

கொஞ்சம் பெரிது. இருந்தாலென்ன? அதனால் அவர் நடை தளர்ந்ததா? இல்லை. தடுமாறியதா? இல்லவே இல்லை. நிமிர்வு குனிந்ததா? கிடையவே கிடையாது.

ஆணேறுபோல் அநாயாசமான, அலட்சியமான,

உச்சிமீது வானிடிந்து வீழுகின்ற போதிலும்
அச்சமில்லை அச்சமில்லை அச்சமென்ப தில்லையே

என்று எதிர்ப்புகளையெல்லாம் துச்சமாகக் கருதும் ஏற்ற மிக்க நடை. பக்கங்களைப் பாராது நெக்கு நிலைத்த நேர்நோக்கோடு நெட்டு நிமிர்ந்த மத்தகஜம் போன்ற மதோன்மத்த நடை. வெறியோடு விளையாடும் வீறுகொண்ட விறல் நடை.

கடம்தரு மதம்கலுழ் களிநல் யானைபோல்
நடந்தது கிடந்தது என் உள்ளம் நண்ணியே

என்று கம்பன் வர்ணித்தது போன்ற அப்பீடுநடையை ஒரு முறை கண்டவர்கள் என்றென்றும் மறக்க முடியாது.

அட! அந்த நடை இருக்கட்டும்; அவர் தம் கைத்தடியைப் பிடித்த அலாதியான வகையை என்னென்பது? தடி நுனியைப் பற்றி அதன்மேல் சாய்ந்து செல்லும் தற்கால இளங் கிழவரா அவர்? இல்லை. அல்லது 'வாக்கிங் ஸ்டிக்'கை ஸைசாகப் பிடித்து நைசாகச் சுழற்றும் 'ஸ்டைலான' டம்பாச்சாரியா அவர்? கிடையாது. தடியின் நடுவிலே பிடிப்பு. தாவி நேருக்கு நேரே, தோளுக்கு நேரே நெட்டு நீண்டு நேராக நிமிர்ந்தசையும் கைகள். வீரன் வருகிறான், வாழ்வில் வெற்றி கண்ட சூரன் வருகிறான், தெய்வ உணர்ச்சியால் தீமையைப் பிளக்கும் தீரன் வருகிறான், கவிதையால் உலகத்தையே ஆளவந்த கம்பீரன் வருகிறான் என்று கண்டவர்களெல்லாம் கட்டியம் கூறும்வண்ணம் கெட்டியான பிடிப்பு, கிறுக்கான பிடிப்பு, மிடுக்கான பிடிப்பு, துடுக்கான பிடிப்பு. அதற்கேற்ற துருதுருத்த நடை. அப்பப்பா! அந்த வீர்ய சௌந்தர்யத்தை வர்ணிக்க என்னாலாகாது.

அன்றிரவு ஒரே ஆரவாரந்தான் – கொந்தளித்துக் குமுறும் கடல் போலக் கொட்டமிட்டாடிய அட்டகாசம். கொண்டலின் பேரிகைக் கொட்டி, மின்னலின் வாளைச் சுழற்றி, கரும் பெரும் மேகக் குன்றுகளை உருட்டிப் புடைத்துக் கண்டவற்றையெல்லாம் கண்டதுண்டம் செய்யும் சண்டமாருத வெறி, மலையைப் பிளந்துகொண்டு கிளம்பும் எரிமலைக் கதிர்களைப் போல மனத்தைக் கீறிக்கொண்டு கிளம்பும் கவிதைக் கனற்பொறிகள்! அவர் பாடினார், பாடினார், பாடினார்; பாட்டுப் பாடிக்கொண்டே ஆடினர், ஆடினார், ஆடினார்;

ஆடிக்கொண்டே சாடினார், சாடினார், சாடினார். ஆஹாஹா! அந்த அற்புதத்தை அநுபவித்தவர்களால்தான் உணர முடியும்.

அவர் பாடும்போது – அதுவும் பராசக்தியைப் பற்றிப் பாடும்போது – அருகில் இருப்பவர்கள் பாடு கொஞ்சம் ஆபத்தானதுதான். அப்போது அவரில்லை – பாரதி என்ற மனிதர் அங்குக் கிடையாது; பாட்டின் ஆவேசம் மட்டுமே உண்டு. அவரே ஆவேசமாய் மாறிவிடுகிறார். தன்னினைவற்றுத் தானே கவிதையாய்க் கவிதையே தானாய்த் தாவித் தாவித் தாண்டவமாடுகிறார். அவ்வாவேசம் அவரை முன்னுக்குத் தள்ளுகிறது; அந்தக் கோடியிலிருந்து பாட ஆரம்பிப்பவர் படிப்படியாய் முன்னுக்கு நகர்ந்தவாறே இந்தக் கோடிக்கு வந்துவிடுவார். அவ்வாவேச கர்ஜனையின் முத்தாய்ப்புகளாகப் பக்கத்திலிருப்பவர்களின் துடைகள் கன்றும்படியாக அடி விழுவதும் உண்டு. அவ்வடிகளிற் சில அடியேன் பெற்றதும் உண்டு; பாட்டின் ஆவேச வெறியில் அடியின் ஆவேசம் மறைந்து போகும்.

அந்தக் காலத்தில் அவர் பாடிய பாடல்களில் அசாத்யமான வெறியோடும் வியப்போடும் வீர்யத்தோடும் வெளிப்பட்ட சில அடிகள் அன்றுபோலவே இன்றும் என் மனக்கண்முன் ஸாட்சாத்காரமாயுள்ளன.

> இனி ஒரு விதி செய்வோம் – அதை
> எந்த நாளும் காப்போம்

இவ்வடிகளைப் பாடும்போது அந்த அசாதாரணமான வெறி ஏற்படவில்லை. எனினும் அழுத்தமும் திண்மையும் உறுதியும் இருந்தன. ஆனால், அதற்கு அடுத்த அடியிலேயே திடீரென்று ஆவேசமும் கரைபுரண்டோடியது.

> தனி ஒருவனுக் குணவில்லை எனில்
> ஜகத்தினை அழித்திடுவோம்

என்னும்போது உண்மையாகவே உலகங்களையெல்லாம் ஒழிக்க வந்த ஊழிக்காற்றின் உத்தண்டமான உறுமுதல் அக்குரலிலே உஜ்வலித்தது. ஆவேசம் தாங்க முடியாது அவர் உடல் ஆடியது, உதிரம் ஏறியது, முகம் சிவந்தது, கண்கள் கனன்றன, நாடி நரம்புகள் முறுக்குற்றன, கை கால்கள் உதறின; தூங்கின தோள்கள் வீங்கிப் புடைத்தன. அடியேன் துடை அவ்வாவேச அறையை ஏற்றுக் கன்னியது. அடடா! அவரை அப்போது பார்க்க வேண்டுமே!

இத்தனைக்கும் கருத்து ஒன்றும் புதிய கருத்துமல்ல. வள்ளுவர் குறளிலே வாத்தியார் சொல்லிக்கொடுக்க நெட்டுருச் செய்த வழக்கமான அதே கருத்துத்தான்.

இரந்தும் உயிர் வாழ்தல் வேண்டின் பரந்து
கெடுக உலகியற்றி யான்

என்ற குறளை, 'ஒருவன் பிச்சை எடுத்துத்தான் சாப்பிட்டு உயிர் வாழ வேண்டும் என்றால் இந்த உலகைப் படைத்த கடவுளே கெட்டு மடியட்டும்' என்று அதன் பொருளை நாமும் எத்தனையோ முறை படித்து அநுசந்தாநம் செய்திருக்கிறோம். ஆனால், அதைப் படிக்கும்போது, படித்துப் பிறர் சொல்லக் கேட்கும்போது நமக்கு இத்தகைய ஆவேசம் என்றேனும் ஏற்பட்டதுண்டா? இல்லவே இல்லை.

இத்தனைக்கும் பாரதி உலகத்தைத்தான் ஒழிக்க வேண்டு கிறார். வள்ளுவரோ உலகம் படைத்த ஈசனே ஒழிய வேண்டும் என்று ஒரு படி உயர்ந்து போகிறார். எனினும் வாக்கு என்ற வகையில் முன்னதிலுள்ள வீர்யம் பின்னதில் கிடையாது. அதுவும் பாரதி இதனைப் பாடும்போது அந்தக் கணத்திலேயே உலகத்தை ஒழிக்க நாம் தயாராகிவிடுகிறோம். அவ்வளவு தூரம் அது நம்மைப் பரவசம் செய்துவிடுகிறது.

23

தே. உலகநாத நாயகர்

பாரதியுடன் ஒருநாள்

1921–21இல் பாரதியார் *சுதேசமித்திர*னில் பணிபுரிந்த சமயம் உடன் இருந்த உதவி ஆசிரியர்களில் உலகநாத நாயகர் ஒருவர். இக்கட்டுரை *லோகோபகாரி* பாரதி மலர், 7.9.1940இல் வெளிவந்தது.

“ரிக்ஷாக்காரனுக்குக் கூலி கொடுத்து அனுப்புங்கள், நாயகர்வாள்” என்ற குரல் திடீரென்று கேட்டது. திரும்பிப் பார்த்தேன். நண்பர் பாரதியார் என் வீட்டிற்கு முன்னால் நிற்கக் கண்டேன். அந்த நேரத்தில் நான் அங்கு அவரை எதிர்பார்க்கவே இல்லை. மாலை நான்கு மணிக்குத்தான் அவரை வரும்படிக் கேட்டுக்கொண்டிருந்தேன். நல்ல வெயிலில் 12.30 மணிக்கு அவர் திருவல்லிக்கேணியிலிருந்து வன்னிய தேனாம்பேட்டை வந்து சேருவார் என எண்ணவேயில்லை. அவர் கூறியபடி ரிக்ஷா வண்டிக் காரனுக்குக் கூலி கொடுத்து அனுப்பிவிட்டு ஸ்ரீ சுப்பிரமணிய பாரதியாரை நான் வீட்டினுள்ளே அழைத்துச் சென்றேன்.

அன்று கோகுலாஷ்டமி. தேனாம்பேட்டையில் ஒரு கூட்டத்துக்கு ஏற்பாடு செய்திருந்தேன். பாரதியார்தான் உபந்நியாசகர். மாலை 5 மணிக்குக் கூட்டமாகையால் 4 மணிக்கு வந்தால் போதுமென நண்பரிடம் சொல்லியிருந்தேன். அவர் முன்னதாகவே வந்துவிட்டார்.

“பிரசங்கம் செய்வதற்கு மட்டும் வரவில்லை. தங்கள் குடும்ப க்ஷேமத்தையும் விசாரிக்க வந்தேன்.

அதனால்தான் சீக்கிரமே புறப்பட்டேன். சாப்பிட்டாகிவிட்டது. இனி டிபன்தான் தேவை. கோகுலாஷ்டமி தினத்தில் அதற்குக் குறைவு முண்டோ?" என்றார் பாரதியார். பாரதியாரின் பளிங்குமயமான உள்ளத்தில் ஊறிவந்த வார்த்தைகள் இவை.

மனமொத்த மித்திரரோடு சம்பாஷிப்பதைக் காட்டிலும் உலகில் வேறு இன்பமில்லையல்லவா? பாரதியார் என் தந்தை யுடன் சில வார்த்தைகள் பேசி என் குடும்ப விவகாரங்கள் அனைத்தையும் தெரிந்துகொண்டார். பாரதியாரைப் பற்றி என் தந்தையார் கேள்விப்பட்டிருந்தாரேயொழிய நேரில் அவரைப் பார்த்ததில்லை. அன்று அவரை நேரில் கண்டதை அவர் ஒரு பெருமையாகவே கொண்டார்.

இந்தச் சந்தர்ப்பத்தில் பாரதியாரின் கண்கள் அங்கிருந்த ஒரு படத்தின்மீது சென்றன. அது எங்கள் குலதெய்வமாகிய முருகப்பிரான் படம். முன் நாள் நடந்த பூஜையில் சூட்டப்பட்ட மாலைகள் முதலியன அதிகமாக வாடாமல் அப்படியே இருந்தன. பாரதியார் அப்போது தாம் தயாரித்து வந்த "முருகா! முருகா! முருகா! வருவாய் மயில் மீதினிலே" என்ற பாட்டை உணர்ச்சித் ததும்பப் பாட ஆரம்பித்தார். இப்போதுள்ளபடி அப்பாட்டு அப்போது அமைக்கப்பட்டில்லை. அது அரைகுறையாகவே இருந்தது. ஒரு அரை மணி நேரத்தில் அந்தப் பாட்டை அங்கு முருகன் முன்னிலையில் பூரணமாகப் பாடி முடித்தார்.

இதற்குள் மணி 4.30 ஆகிவிட்டது. கூட்டத்துக்குப் போக வேண்டும் என்று பாரதியாருக்கு ஞாபகப்படுத்தினேன். "ஆஹா புறப்படுவோம்" என்று பாரதியார் புறப்பட்டுவிட்டார். டிபனைப் பற்றிய ஞாபகம் அவருக்கில்லை. எனது பெற்றோர்கள் வேண்டுகோளுக்கிணங்கிப் பாரதியார் அதன் பிறகு சற்றுத் தங்கிச் சிற்றுண்டி அருந்திக் கூட்டத்துக்குக் கிளம்பினார்.

வன்னியத் தேனாம்பேட்டையில் அப்போதிருந்த திலகர் தமிழ் வாசக சாலையின் ஆதரவிலே அன்று பொதுக்கூட்டம் நடந்தது. பாரதியார் சாகாமலிருக்கும் வழியைப் பற்றிப் பேசப்போவதாகக் கேள்வியுற்றுப் பொதுமக்கள் அக்கூட்டத்துக்கு ஏராளமாக வந்திருந்தனர். சாகாமலிருக்கப் பாரதியார் வழி சொல்லுவதைக் கேட்கப் பலர் வந்து கூடுவதில் ஆச்சரியமில்லை. சரியாக மணி ஐந்துக்குப் பாரதியார் பேச ஆரம்பித்தார். அவர் தமது பேச்சை "காலா! என் அருகே வாடா! உதைக்கிறேன்" என்ற பாட்டுடன் ஆரம்பித்தார். பேச்சுக்கேற்ற பாட்டு! பாரதியார் பாட்டு மட்டும் பாடவில்லை. பாவம் பிடித்து அபிநயமும் செய்து காட்டினார். அன்று காலன் மட்டும் பாரதியார் கண்முன் தோன்றியிருந்தால் அவன் படாதபாடு பட்டிருப்பான். உண்மையில் அவரது காலால்

தே. உலகநாத நாயகர்

உதைபட்டிருப்பான்! இதில் சந்தேகமேயில்லை. அவ்வளவு உக்கிரத்துடன் அவர் தம்மையும் மறந்து எதிரே வந்து நின்ற காலனுடன் பேசுவதுபோல் நடிப்புடன் அப்பாட்டைப் பாடி முடித்தார்.

சபையினர் யாவரும் அப்போதே சாவா மருந்துண்டவர்களைப் போலக் களித்தனர். அவ்விதம் உழுது பரம்படித்த அவர்களின் மனத்திலே பிறகு பாரதியார் விதை தெளிக்க ஆரம்பித்தார். சாகாமலிருக்க அன்று அவர் சொன்ன வழியை இன்று உங்களுக்கு நான் சொல்ல விரும்பவில்லை. சொன்னாலும் ருசிக்காது. பாரதியாரே மீண்டும் பிறந்து அந்த உக்கிரத்துடனும் முறுக்கிய மீசையுடனும் 'பின்' குத்திய கறுப்புச் சட்டையுடனும் கழுத்தில் மாலையுடனும் சொல்ல வேண்டும்.

அன்று ஒருமணி நேரம் பாரதியார் பேசினார். கூட்டம் முடிந்தது. கழுத்தில் போட்ட மாலையுடன் பாரதியார் வண்டியிலு மேறாமல் நடந்தே செல்வதாகச் சொல்லித் திருவல்லிக்கேணியை நோக்கிப் புறப்பட்டு விட்டார்.

உண்மையைச் சொல்லுகிறேன். அவர் இருந்தபோது அவரது பெருமையை அதிகமாக நான் உணரவில்லை. அவரோடு ஒரே காரியாலயத்தில் சிலநாள் சகாவாக இருந்து தொழில் புரியும் பாக்கியமும் பெற்றேன். அவர் செய்யுள் இயற்றுகையில் உடனிருந்தும் பார்த்தேன். அருணகிரியார், ஔவை போலக் கருத்து மிகுந்து கவிமழை பொழிந்ததைக் கண்டேன். ஆனால் அந்தப் பாக்கியம் நெடுநாள் நீடிக்கவில்லை. எல்லாம் சரியாகத்தான் எழுதினேன்! ஆனால் பொல்லாக் "குசப்பயல்" அவர் ஆயுளை எழுதும்போது மட்டும் சற்றுப் புத்தி தடுமாறிவிட்டான்.

ஒருநாள் காலை நேரம்; காரியாலயம் சென்றேன். எதிர்பாராத ஒரு செய்தி கிடைத்தது. பாரதியார் இவ்வுலக வாழ்க்கையை நீத்த செய்தியைக் கேட்டேன். விரைந்தோடினேன் திருவல்லிக்கேணிக்கு. அதற்குள் அவரது பிரேதம் மயானத்திற்குச் சென்றுவிட்டது. அங்கும் போய்ப் பார்த்தேன். என் துரதிர்ஷ்டம் அவரது பூத உடலையும் காண முடியவில்லை. நான் போவதற்கு முன்னேயே ஈமத்தீயை எரியெழ மூட்டிவிட்டார்கள். சற்று நேரம் நின்று அவரது ஆத்மா சாந்தியடைய ஒரு நிமிஷம் பிரார்த்தித்துத் திரும்பினேன்.

காரியாலயத்தில் பலநாள் பாரதியாரோடு பழகினாலும் அன்று என் வீட்டில் அவரோடு கழித்த ஒருநாள், நான் பிறந்து கழித்த நாட்களில் பயனுடைய நாள் என்பதில் சற்றேனும் சந்தேகமில்லை.

24

கி. சடகோபன்

சிப்பாய் பாரதி

பாரதி 1920–21இல் திருவல்லிக்கேணியில் இருந்த சமயம் அவரை நன்கு அறிந்தவர் கி. சடகோபன். பழம்பெருந்தேசத் தொண்டர், பேச்சாளர், எழுத்தாளர், பத்திரிகையாளர், திருவல்லிக்கேணிப் பிரமுகர். *சுதந்திரச் சங்கு, ஜெயபாரதி, ஹிந்துஸ்தான்* முதலிய புகழ்பெற்ற தேசியப் பத்திரிகைகளில் பணிபுரிந்தவர்.பாரதியாரின் கடைசிக் காலத்தை விவரிக்கும் இக்கட்டுரை *தினமணி சுடர்* 5.9.1954 இதழில் வெளிவந்தது.

"**நா**ன் முதல்முதலில் பாரதியைச் சந்தித்தது அவர் புதுவையிலிருந்து திரும்பிச் சென்னைக்கு வந்த பிறகுதான். திருவல்லிக்கேணியில் நான் இருந்த தெருவிலே தென்கோடி வீட்டில் அவர் வசித்து வந்தார். வடகோடி வீட்டில் அடியேன் வாசம். அந்தக் காலத்தில் சுதந்திர இயக்கத்தில் ஈடுபட்டிருந்த என்மீது என் கோஷ்டியைச் சேர்ந்த வாலிபர்களுக்கு வெகு பொறாமை. பாரதியார் வசிக்கும் தெரு வாசியாக நான் ஆகிவிட்டதால் திடீரென்று என் அந்தஸ்து உயர்ந்துவிட்டதென்று அவர்கள் கருதினார்கள். அந்தக் காலத்தில் பிரிட்டிஷ் சர்க்கார் தேசீயவாதிகளுக்குத் தசகண்ட ராவணனைப் போல் இருந்தார்கள். அப்படிப்பட்ட ராணுவ ஆட்சியைக் கண்டு கலங்காமல் குழம்பாமல் வீரமாக இருந்த தலைவர்களைக் கண்டால் ஏதோ ஒரு மகத்தான அதிசயத்தைக் காணுவது போலிருக்கும். அப்படிப்பட்ட தலைவர்கள் எதிரில் சென்று நிற்பதற்கும் கூச்சம். சரிசமானமாகப் பேசவோ நெஞ்சு துணியவே துணியாது. அம்மாதிரியான காலத்தில் நானும் பாரதியாரும் ஒரே தெருவில்

வசிப்பவர்களாகிவிட்டதால் என் நண்பர்களுக்கு என்பால் பொறாமை ஏற்பட்டதில் அதிசயம் ஒன்றுமில்லை.

திடீரென்று எனக்கும் என்னுடைய தயவுக்கும் கிராக்கி ஏற்பட்டுவிட்டது. என் நண்பர்கள் அனைவரும் கூடி என்னைக் கேட்டார்கள். பாரதியாரைச் சந்திக்க ஒரு சந்தர்ப்பம் செய்து கொடுக்குமாறு. நானும் மிகவும் சரியென்று ஒப்புக்கொண்டேன். ஆனால் உண்மையில் எனக்கு மனத்திற்குள்ளே திகில், இந்தக் காரியத்தை எப்படிச் சாதிக்கப் போகிறேன் என்று. பாரதியாரை நானே அதுவரையில் சந்தித்துப் பேசியதில்லையென்றால் பிறருக்கு எவ்வாறு பேட்டி வாங்கிக் கொடுப்பது? அதிலும் அந்த மனிதர் தெருவில் நடந்து செல்லும்போது மிலிட்டரி சிப்பாய் மாதிரி நடக்கிறார். தெரிந்தவர்கள் அவரை நமஸ்காரம் செய்தால் அவர் திரும்பி நமஸ்காரம் செய்வார். மிடுக்குடன் கத்தி வெட்டு மாதிரி கை கூப்புவார். தலை நிமிர்ந்து மார்பை முன்னே தள்ளி இரு பாதங்களையும் இணைத்துச் சேர்த்து நின்று கை கூப்புவார். பேசினால் பதில் சொல்வார். ஆனால் வெட்டு ஒன்று துண்டு இரண்டாகப் பதில் சொல்வார். இப்படிப்பட்ட மனிதர் என் போன்ற வாலிபர்களுக்கு அதிசய மனிதர் அல்லவா? அவரை அண்டிப் பழகுவதற்கு உபாயமென்ன வென்பதை நான் சிந்தனை செய்துகொண்டிருக்கையில் திருவல்லிக்கேணி நண்பர் ஒருவர் கிடைத்தார். பகவான் என்மீது கிருபைப் பண்ணி அந்த நண்பரை என்னிடம் அனுப்பிவைத்ததாக நான் எண்ணினேன்.

குவளைக் கண்ணன் என்பது அந்த நண்பரின் பெயர். அவர் பாரதியாருக்குப் பிராண சிநேகிதர். புதுவையில் ஏற்பட்ட நட்பு. பாரதியாருக்காக உயிரைக் கொடுக்கவும் தயார் என்பார் அந்த நண்பர். பாரதியாருக்கும் கண்ணனிடம் தனி அன்பு. அவருக்காகத் தனிப்பாட்டு ஒன்றும் புனைந்திருக்கிறார் என்றால் அவருடைய அன்பு எவ்வளவு என்பதைத் தெரிந்துகொள்ளலாம்.

குவளைக் கண்ணனை அணுகி நானும் என் நண்பர்களும் பாரதியாரைச் சந்திக்கச் சந்தர்ப்பம் ஏற்படுத்திக் கொடுக்குமாறு நான் கேட்டேன். இது என்ன பிரமாதம், நான் செய்து கொடுக்கிறேன் என்று அவர் சொன்னார். அடுத்த வாரம் *சுதேசமித்திரன்* காரியாலயத்தில் சந்திப்பு. நாங்கள் சென்றோம். பாரதியார் காத்திருந்தார். எங்கள் பயமெல்லாம் தணிந்துவிட்டது. அவர் அவ்வளவு சந்தோஷமாகப் பேசினார். நாங்கள் தேசீயத் தொண்டர்கள் என்பதை அறிந்து அவருக்கு எங்கள்பால் அளவில்லாத மகிழ்ச்சி, மரியாதை. எங்களை ஆசீர்வதித்தார். உற்சாகமூட்டிப் பேசினார். இப்பொழுது உங்கள் விருப்பமென்ன என்று கேட்டார். ஒன்றிரண்டு பாட்டுக்கள் பாடவேண்டுமென்று

நாங்கள் விண்ணப்பித்துக்கொண்டோம். அவர் ஆறு பாட்டுக்கள் பாடினார். நாங்கள் உற்சாகத்தின் உச்சாணிக் கிளையை எட்டி விட்டோம். அந்தச் சமயத்தில் எங்களைப் பார்த்து, "இது செய்" என்று சொன்னால்கூடக் கூசாமல் செய்துவிடுவோம். மந்திர சக்தி ஏறுவது மாதிரி பாட்டின் வேகம் மூளைக்கேறிவிட்டது.

பிறகு பாரதியாரை அடிக்கடிச் சந்தித்துப் பேசும் பாக்கியம் எனக்குக் கிடைத்துவிட்டது. எனக்கு மாத்திரம் அல்ல, என் நண்பர்கள் அனைவருக்கும். அவர் உள்ளே என்ன எண்ணுகிறாரோ அதைச் செய்துவிடுவார். தெருவில் திருவிழாவின்போது வாகனத்தைத் தூக்கிச் செல்வதைப் பார்த்தால் நானும் ஏன் பாதம் தாங்கியாக இருக்கக்கூடாது என்று எண்ணுவார். எண்ணியவுடன் வாகனம் தூக்குபவர்களுடன் தம் தோளையும் கொடுத்துச் சுமந்து நிற்பதைக் காணலாம்.

முகத்தில் திருமண் இட்டுக்கொள்ள வேண்டும் என்று எண்ணினால் போதும். திருமண் இட்டுக்கொண்டாகிவிடும். நமக்கு அம்மாதிரி துணிவு வருவதில்லை. யாராவது நம்மைப் பார்த்து, "என்ன அப்பா புதிதாக நாமம் குழைக்க ஆரம்பித்திருக்கிறாய் போலிருக்கிறதே!" என்று கேட்டுவிடுவார்களோ என்று நமக்குக் கூச்சம் உண்டாகும். அந்தக் கூச்சம் அவருக்கு இருந்ததே கிடையாது. கைத்தறி நெசவில் ஆடையின் பேட்டுகள் உட்புறம் ஒருவிதமாகவும் வெளிப்புறம் பகட்டாகவும் இருக்கும். அது மாதிரியல்ல பாரதியார். உள்ளம் உள்ளும் புறமும் ஒரே மாதிரியாக இருக்கும்.

திருவல்லிக்கேணி ஸ்ரீ பார்த்தசாரதி ஸ்வாமி ஆலயத்தின் யானை முட்டித் தள்ளியதால் அவர் இறக்க நேர்ந்தது என்று எழுதி வைத்திருப்பதைப் பார்த்தேன். அது மெய்யல்ல. அவர் தினம் கோயிலுக்குச் செல்வார். வெளியே வந்ததும் தேங்காய் மூடி, வாழைப்பழம் பிரசாதத்தைத் தாமே யானைக்குக் கொடுத்து விட்டு, அதைத் தடவிக் கொடுத்த பின் வீடு செல்வார். ஒரு நாள் யானைக்கு மதம் பிடித்திருந்த நேரம்; அவர் வழக்கம் போல் யானையின் அருகே சென்றார். அங்கிருந்த ஜனங்கள் போக வேண்டாம் என்று எச்சரிக்கை செய்தார்கள். அவர் எச்சரிக்கையை லட்சியம் செய்யாமல் சென்றார். பழத்தைக் கொடுத்தார். தடவியும் கொடுத்தார். அன்று யானை துதிக்கையை வழக்கத்தைவிட அதிகமாக முன்னால் நீட்டிற்று. பாரதியார் முட்டித் தள்ளி விழுந்த மாதிரி சாய்ந்தார். சிறிது காயங்கள் பட்டன. ஆனால் வெகு விரைவில் குணமடைந்துவிட்டார்.

"வாய்ச் சொல்லில் வீரரடீ" என்று அவர் பாடியிருக்கிறார். அவர் உண்மையில் செயல் வீரர். கொட்டும் மழையில் குடை

பிடித்து நடப்பது அவர் ஒப்புக்கொள்ளாத தத்துவம். மழையில் நனைந்து குளிப்பது நல்லது என்று சொல்லுவார். சொல்வதுபோல் செய்யவும் செய்வார்.

ஒருநாள் கடற்கரையில் நல்ல மழை. ஒரு மரத்தடியில் நானும் என் நண்பர்களும் ஒதுங்கியிருந்தோம். அந்த வழி வந்தார் பாரதியார், "என்னடா ஒதுங்கிப் பதுங்கி நிற்கிறீர்கள்? தூய தெள்ளிய நீரை ஆண்டவன் கொட்டுகிறான். அதில் செல்லவா அச்சம்? வாருங்கள் போகலாம்" என்று நண்பனின் கரங்களைப் பற்றி இழுத்துச் சென்றார். சொட்டச்சொட்ட மழையில் நனைந்து குளிர் நடுநடுக்க வீடுபோய்ச் சேர்ந்தார்கள். வீட்டில் பாரதியாரின் மனைவியார் சிறுவன் குளிரினால் நடுங்குவதைக் கண்டு பரிதாப்பட்டு அவனைக் கணப்பு அருகில் உட்கார வைத்துக் குடிக்கச் சூடான கஷாயமும் கொடுத்துத் தேற்றியனுப்பினார்.

பாட்டின் சக்தியினால் நாட்டிற்குச் சுதந்தரப் பட்டாளத்தைச் சிருஷ்டித்துத் தந்தவர் பாரதியார். பாட்டின் மந்திர சக்தியினால் நாட்டு மக்களின் உள்ளத்தைச் சுதந்தர தாகமுறச் செய்துவிட்டார்.

அவர் செய்த மகா காரியங்களுக்குள் மிகப் பிரமாதமானது அவர் சுதந்திரப் போர் வீரருமாவர் என்பதை ஞாபகத்தில் வைத்துக்கொள்ள வேண்டும். கூலிக்குப் பாட்டுப் புனைபவர்கள் இருந்தார்கள்; இருக்கிறார்கள். பாரதியாரை அந்த ரகத்தில் சேர்த்துவிடக்கூடாது. அவர் முதலில் சுதந்தரப் போர் வீரர். அதற்கடுத்தபடியானதுதான் அவருடைய கவிதையின் பெருமை. அனுமான் ராம பக்தன். அதுதான் அவருடைய முதல் யோக்கியதை. அவர் சதுர்வேத சாஸ்திர பண்டிதர் என்பது இரண்டாவது மூன்றாவது தொடர்ந்து வரும் யோக்கியதாம்சங்கள்.

பாரதியாரைக் குறித்துச் சம்பவங்கள் முடிவில்லாமல் சொன்னால்தான் அவருடைய பெருமை மலைபோல் உயரும் என்று எண்ணி, நடந்ததும் நடவாததுமான சம்பவங்கள் பலவற்றைப் புகுத்தப் பார்க்கிறார்கள். செத்தவனைப் பிழைக்கச் செய்வது போன்ற அதிசயங்களைச் செய்து காட்டினால்தான் கடவுள் பெருமை உயரும் என்று எண்ணுவது தவறு. அதுபோன்றுதான் பாரதியார் சம்பவங்கள் என்று கற்பனை செய்வதும் ஆகும். சுதந்திர வீரன், தியாகி, கவிச்சக்கரவர்த்தி பாரதிக்கு அஞ்சலி செய்வோம்.

25

எஸ்.ஜி. இராமாநுஜலு நாயுடு

ஸ்ரீமான் ஸி. சுப்பிரமணிய பாரதி

பாரதியை நெருங்கி அறிந்த சக பத்திரிகையாளர், விஷயம் தெரிந்த எழுத்தாளர், உலக அனுபவம் மிக்க மூத்த நண்பர் – எஸ்.ஜி. இராமாநுஜலு நாயுடு – பாரதியாரைப் பற்றியும், பழைய தமிழ்ப் பத்திரிகாசிரியர்களைப் பற்றியும் 'சென்று போன நாட்கள்' என்ற தலைப்பில் *ஆனந்த குண போதினி* பத்திரிகையிலும் *அமிர்தகுண போதினி* பத்திரிகையிலும் நிறைய எழுதியவர்.

பத்திரிகை உலகின் உள் ரகசியங்களெல்லாம் உணர்ந்தவர்; நுணுக்கமாக எதையும் கவனிப்பவர். 1928 செப்டம்பர் மாதம் சென்னை அரசாங்கம் பாரதியாரது நூல்களுக்குத் தடை விதித்து நூல் பிரதிகளைப் பறிமுதல் செய்தது. எஸ். சத்தியமூர்த்தி, எல்.கே. துளசிராம் முதலிய தேசபக்தர்கள் சட்டசபையில் பாரதி பாடல்களைப் பாடி, தடை நீங்கச் செய்தார்கள்.

அவ்வமயம், எஸ்.ஜி. இராமாநுஜலு நாயுடு *அமிர்த குண போதினி*யில் எழுதிய கட்டுரைகளின் தொகுப்பை இங்கே தருகிறேன்.

ஸ்ரீமான் ஸி. சுப்பிரமணிய பாரதியாரின் பாடல்கள் பறிமுதல் செய்யப்பெற்றுப் பெரும் கிளர்ச்சி எழுந்துள்ள இச்சமயம் அவரது ஜீவியத்தை வரைதல் பொருத்தமானது. பலர் பலவிதமாக அவரைப் பற்றி வரைந்துள்ளார். அவருடன் கலந்து நட்பு முறையிலிருந்த வகையில் நமக்குத் தெரிந்தவற்றை இங்கு எழுதுகிறோம், பாரதியாருக்கு ஏற்பட்ட பிரசித்தியெல்லாம் அவர் காலஞ்சென்ற பிறகுதான்; விசேஷமாக அவரது பாடல்களால்தான். அவர் ஆதியில் *சுதேசமித்திர*னில் உதவி ஆசிரியராய்

இருந்துவந்த நாளில் அவரைத் தெரிந்தவர்கள் மிகச் சொற்பம். உதவி ஆசிரியரின் நிலை திரைக்குப் பின்னிருந்து வேலை செய்து அவ்விதமே ஒழிந்துபோவதாம்! *மித்திரனின்* உதவி ஆசிரியராய் இருந்துகொண்டே *சக்ரவர்த்தினி* என்ற மாத ஸஞ்சிகையின் ஆசிரியத்துவத்தையும் ஏற்று, அதை நடத்தி வந்தார். *மித்திரனில்* 'எனது தாய்நாட்டின் முன்னாட் பெருமையும் இந்நாட் சிறுமையும்' என்று தொடர்ச்சியாகப் பாடல்கள் எழுதத் தொடங்கினார். *மித்திரனில்* இதுதான் அவரது முதல் பாடலாகும். இது இப்போது வெளி வந்துள்ள அவரது நூல்களில் சேர்க்கப்படவில்லை. *சக்ரவர்த்தினி* பத்திரிகையில் அவரால் எழுதப்பட்ட வியாசங்களும் பாடல்களும் புதுமணம் கமழ்ந்து யாவராலும் விரும்பப்பட்டன.

~~~

அந்தக் காலத்தில் பாரதியார் தீவிர தேச பக்தராயிருந்தார். எதிலும் நிதானத்தையே யனுசரித்து நின்ற ஸ்ரீமான் ஜீ. சுப்பிரமண்ய ஐயரின் கொள்கைகளில் பாரதியார் வேறுபட்டுப் பிரிந்து, *இந்தியா* என்ற தமிழ் வாரப் பத்திரிகையைத் தொடங்கி, அதற்கு ஆசிரியராய் அமர்ந்தார். அப்பத்திரிகையின் சொந்தக்காரர் வேறொருவராவர். பாரதியாரின் தமிழ்நடை அது முதற்கொண்டு ஒரு புது வழியில் மாறியது. அதற்கு முன்னர் எவரும் அவ்வழியில் பத்திரிகையை நடத்தவில்லையென்று சொல்லும்வாறாக வெகுச் சிறப்புடனும் திறமையுடனும் எழுதிவரத் தொடங்கினார். சிறுசிறு பதங்களுடன் கூடிய ஒரு நவீன கம்பீர நடை. *இந்தியா* பத்திரிகை சனிக்கிழமைதோறும் வெளியாகிவந்தது. நாலாயிரம் பிரதிகள் வரை போய்க்கொண்டிருந்தது. ஒவ்வொரு பத்திரிகையிலும் அவ்வார வர்த்தமானத்தின் சார்பாய் ஒரு பெரிய சித்திரம் கண்ணுக்கினிய காட்சியாய் மிக்க அழகுடன் பிரசுரிக்கப்பட்டு வந்தது. அந்தப் படம் இன்னின்னவாறு இருக்க வேண்டுமென்று சித்ரீகருக்குப் பாரதியார் சொல்லுங் காலையில் அப்படத்தின் அம்ஸங்களையெல்லாம் தமது முகத்திலும் அபிநயங்களிலும் காண்பித்துவிடுவார். சித்ரீகரின் மனதில் அந்தப் பாவனைகள் நன்கு பதிந்துவிடும். அவ்விதமே சித்திரமும் தயாராகும்.

~~~

இந்தியா பத்திரிகை பிரபலப்பட்டபொழுது அது மிகவும் உக்கிரக வாசகமுள்ளதாயிருந்தது. சிறிதும் அச்சமின்றி எழுதப்பட லானது. அந்த அம்ஸம்தான் கடைசியில் அப்பத்திரிகைக்கு ஆபத்தாய் முடிந்தது. பத்திரிகை என்றென்றைக்கும் நடக்கும் படியான ரீதியில் சாந்தமாய் சட்ட வரம்புக்கு உட்பட்டு

நடக்கும்படி பல நண்பர்கள் கூறியும் பாரதியாரின் எழுதுகோல் பழையபடியே இருந்தது. பத்திரிகைக்கு ஆபத்து நிச்சயமென்று பலர் கூறினர். ஒரு சமயம் பாரதியார் டிராம் வண்டியில் செல்லுகையில், *இந்தியா* பத்திரிகையைப் படித்த ஒரு உத்தியோகஸ்தர் மிக்கக் கோபாவேசமாய் இப்பத்திரிகையின் ஆசிரியரை அவசியம் தண்டிக்க வேண்டுமென்று பாரதியாரிடம் கூறினார். பாரதியார் 'அப்படியா!' என்றார். இந்த ஸம்பவத்திற்குப் பிறகு *இந்தியா* பத்திரிகை தனக்கென்று ஒரு புது காரியாலயமும் அச்சுக்கூடமும் அமைத்துக்கொண்டு வேறாய் விட்டது. பத்திரிகையே வேறு கை மாறினும் அதன் கொள்கை எப்போதும்போல் இருக்கும் என்று ஒரு தனிக் குறிப்பும் வெளியிடப்பட்டது.

~~~

இந்தியா பத்திரிகை வரவரக் 'கார'மாகிவிட்டது. 'சிவாஜி தன் சைநியத்தாருக்குக் கூறியது' என்று அகவல் ரூபமாய், *பாஞ்சாலி சபதம்* போல் பெருங்காவியமாகத் தொடர்ச்சியாய்ப் பத்திரிகையில் எழுதிவந்தார். அது முற்றும் வீர ரஸமாய் இருந்தது. அதனைத் தனிப் புஸ்தக உருவமாய் வெளியிடுதற்குப் பாரதியார் விரும்பினார். அது ஆபத்தெென அவரது நண்பர்களால் தடுக்கப் பட்டது. *'இந்தியா' பத்திரிகைக்குப் பாரதியார் அந்தரங்கத்தில் ஆசிரியராக இருந்தாரேயன்றி வெளிப்படையா யன்று.* ஸ்ரீ ஸ்ரீநிவாசன் என்பவர் ஆசிரியரும் பிரசுரிப்பவருமென்று பத்திரிகைகளில் வெளிவந்துகொண்டிருந்தது. பாரதியார் ஒரு நிருப நேயர் போன்றும், *இந்தியா* பத்திரிகையில் பாடல்களை மட்டும் தமது பெயருடன் வெளியிட்டு வந்தார். 1907 – ம் வருஷத்தில் ஸ்ரீ லஜபதி ராயைத் தேசப்பிரஷ்டம் செய்த காலையில் அவர் தம்மைப் பற்றி இரங்கிப் பிரலாபிப்பதாகப் பாரதியார் *இந்தியா* பத்திரிகையில் அரிய பாடல்களை வரைந்து அதற்குத் தெளிபொருள் விளக்கமும் குறிப்பிட்டார். அந்த விளக்கம் இப்பொழுது வெளிவந்துள்ள அவரது நூல்களில் இல்லை. பாடல்கள் மட்டுமேயுள்ளன.

~~~

இவ்விதமே அவ்வப்போது நடந்தேறிய ஸம்பவங்களுக் கெல்லாம் சிறுசிறு பாடல்களை *இந்தியா* பத்திரிகையில் தமது பெயருடன் வெளியிடுவதானார். வந்தே மாதர கீதத்துக்கு 'இனிய நீர்ப் பெருக்கினை, இன்கனி வளத்தினை' என்று தமிழ் மொழிபெயர்ப்பு ஒன்றும் வெளியிட்டார். அப்பாடல்களின் மூலமாக மட்டும் அவர் பெயரைத் தமிழ்நாட்டினர் அறிந்து வந்தனர்.

2

இந்தியா பத்திரிகைக்குப் பாரதி ஆசிரியரென்று எவருமே அறியார். பாரதியாருக்குத் தமிழ்நாட்டிலிருந்த பெயர் இவ்வளவுதான். சென்னையிலுள்ளார் மட்டும், அதிலும் சில முக்கியஸ்தர்கள் மட்டும், உண்மையை உணர்ந்திருந்தனர். தமது பாடல்களையெல்லாம் ஒன்றுசேர்த்து *ஸ்வதேச கீதங்கள்* என்று இரண்டணா விலையில் ஒரு புஸ்தகமாக வெளியிட்டார். அதைக் குறித்து *இந்தியா* பத்திரிகையில் 'சுப்பிரமணிய பாரதியின் பாடல்கள் அடங்கிய *ஸ்வதேச கீதங்கள்* வரப்பெற்றோம்' என்று தம்மை அந்நியர் போலக் கொண்டு அதற்கு ஒரு மதிப்புரையும் வரைந்தார்.

ஸ்ரீ திலகர் 1907–ம் வருஷத்தில் புதிய கக்ஷியைத் தழுவிப் பிரஸங்கங்கள் செய்ய, அதில் முதல் பிரஸங்கத்தைப் *புதிய கட்சியின் கோட்பாடுகள்* என்ற பெயருடன் நூல் வடிவமாக ஆங்கிலமும் தமிழுமாய் ஒரு அணா விலையில் வெளியிட்டார். பாரதியார் புதிய கட்சியைத் தழுவி நின்றார். கவிதா சக்தி ஜனங்களிடை பெருக வேண்டுமென்று விஸ்தாரமாக வரைவார். *சுதேசமித்திரன்* வெள்ளி ஜூபிலி நடந்த காலத்தில் பாரதியாரும் அங்கு வந்திருந்தார். *மித்திரன்* ஆசிரியரான ஸ்ரீ ஜீ.சுப்பிரமண்ய ஐயர் பழைய கட்சியையும் புதிய கட்சியையும் தழுவி நின்றதில், பாரதியார் தமது *இந்தியா* பத்திரிகையில் உக்கிரகமாய்க் கண்டனங்கள் வரைந்தார். கண்டனமான படங்களும் வெளியிட்டார். *பால பாரதம்* என்ற ஆங்கில வாரப் பத்திரிகையொன்றையும் வெகு திறமையுடன் நடத்திவந்தார்.

1907–ம் வருஷத்தில் *பரிமளா* என்ற நாவலை அச்சிட நாம் சென்னை சென்றிருந்த சமயம் ஒரு கொடிய, முறை ஜ்வரத்தினால் வருந்தும்படியாக, பாரதியாரே *பரிமளா*'ப்ரூப்'கள் முக்காற் பாகத்தையும் திருத்தி முடிவுசெய்து, அந்த நாவலைப் பற்றி *இந்தியா* பத்திரிகையின் தலையங்கத்தில் ஆறு கலங்கள் வரை மதிப்புரை வரைந்தார். அதிலே மொழிபெயர்க்குந் தொழிலைக் குறித்தும், தமிழ் மொழியில் ஸமஸ்கிருத பதங்களைச் சேர்ப்பதைக் குறித்தும், தமிழின் இயற்கை இனிமையைக் குறிக்கும் 'அங்கனாமணி' என்பதிலும் 'பெண்மணி' என்ற தமிழ்ச் சொல் மிக்க இனிமையுடையது என்றும் விஸ்தாரமாக வரைந்தார்.

சூரத்தில் நடந்த காங்கிரஸுக்குப் பாரதியாரும் சென்றிருந்தார். சூரத்தில் காங்கிரஸ் பிளவுபட்டது. பாரதியார் தாம் சென்னையிலிருந்து பிரயாணப்பட்டது முதல் மறுபடியும் சென்னை வந்து சேர்ந்தவரையில் நடந்த விஷயங்களைக்

கோர்வையாகத் தொகுத்து *இந்தியா* பத்திரிகையில் வெளியிட்டு, *எங்கள் காங்கிரஸ் யாத்திரை* என்று ஒரு புஸ்தகமாகவும் இரண்டணா விலையில் பிரசுரம் செய்தார். நூல்கள் யாவும் சொற்ப விலைக்கே உதவப்பட்டன. ஒவ்வொன்றும் புதுச் சுவை, புது நடை, புதிய அழகு கொண்டு இலங்கின.

ஞானரதம் என்ற தலைப்பெயருடன் தமிழ்நாடு என்றும் கண்டிராத துள்ளிக் குதிக்கும் ஒரு புதிய கந்தர்வ நடையில் இயற்கையின் அழகுகளைப் பற்றியும், தேசச் செய்திகளைப் பற்றியும், நெருங்கிய நண்பர்களின் மன மாறுபாடுகளைப் பற்றியும் அற்புதமான கற்பனையுடன் வாரந்தோறும் *இந்தியா* வில் எழுதிவந்தார். அவற்றை ஒருங்கு சேர்த்து *ஞானரதம்* என்று ஒரு புஸ்தகமாக வெளியிட்டார். அதன் விலை அணா எட்டு. அதற்கு இணையான நூல் தமிழ் மொழியில் இல்லை. சொற்சுவை, பொருட்சுவை நிரம்பியது. பாச்சுவை பரவிய நடையாலமைந்தது.

பாரதியின் *இந்தியா* பத்திரிகை சட்ட வரம்பை மிகவும் மீறி நெருப்பு மழை பொழியத் தொடங்கிற்று. இது பாரதியாரைப் பிடித்த கெட்ட காலம்தான். சாந்தமான நடையில் அவர் சென்றிருந்தால் நாளைக்கும் *இந்தியா* பத்திரிகை நடக்கக்கூடும். *இந்தியா* பத்திரிகையின் ஆசிரியரைக் கைதுசெய்ய வாரண்டும் பிறந்தது. போலீஸார் *இந்தியா* பத்திரிகையின் காரியாலயத்துள் பிரவேசித்துப் பாரதியாருக்கு வாரண்டைக் காண்பித்தனர். தாம் ஆசிரியரல்ல வென்றும் தமது பெயர் வாரண்டிலில்லை யென்றும் கூறிக்கொண்டிருக்கையில் *இந்தியா* பத்திரிகையை வெளியிடுபவரான ஸ்ரீநிவாசன் என்பவர் அங்குற்று 'என்ன?' என்றார். போலீஸார் அவரே ஆசிரியராகப் பதிவுசெய்யப் பெற்றவரென்று அறிந்து அவரைக் கைது செய்தனர். விசாரணை காலத்தில் ஸ்ரீநிவாசன் தாம் ஆசிரியரல்ல என்றும், பாரதியாரே உண்மை ஆசிரியரென்றும், தாம் ஒரு குமாஸ்தா போலவே இருந்துவந்ததாயும், தமக்கு வியாசம் எழுதச் சக்திகூடக் கிடையா தென்றும் தெரிவித்துக்கொண்டார். ஆயினும் அவருக்கு ஐந்து வருஷ கடினக்காவல் சிக்ஷை விதிக்கப்பட்டது. பாரதியாருக்கும் வாரண்டு பிறந்தது. அதற்குத் தப்பி பாரதியார் புதுச்சேரி போய்ச் சேர்ந்தார்.

இது சம்பந்தமாக *சுதேசமித்திரன்* 16.11.1908ல் துணையங்கத்தில் பின்வருமாறு குறிப்பிடப்பட்டிருந்தது:

> சென்னையிற் பிரசுரமாய்வந்த *இந்தியா* வென்ற வாராந்தத் தமிழ்ப் பத்திரிகையில் சென்ற மார்ச்சு மாதம் முதல்

ராஜத்துவேஷமான வியாசங்கள் தோன்றி வருவதாக அதன்பேரில் ராஜத்துவேஷக் குற்றஞ்சாட்டி, அதை அச்சிட்டுப் பிரசுரப்படுத்துவோரான (printer and publisher) ஸ்ரீநிவாசய்யங்காரைக் கைதிப் படுத்தி விசாரணை செய்ததில், ஐகோர்ட்டில் அவருக்கு ஐந்து வருஷ தீபாந்திர சிக்ஷை விதிக்கப்பட்டது. இப்படி விதிக்கப்படுமென்றே பொதுவாக எதிர்பார்க்கப்பட்டிருந்தது. ராஜத்துவேஷக் குற்றம் செய்ததாகக் கவர்ன்மெண்டார் யாரை நினைக்கிறார்களோ அவர்களைப் பிடித்து விசாரணைக்குக் கொண்டுவருவதும், ஜட்ஜுகள் கொடுந் தண்டனை விதிப்பதும் இப்போது சாதாரணமாய்விட்டது. குற்றஞ் செய்தவர்களைத் தண்டித்தல் அவசியமென்று எல்லோரும் ஒப்புக்கொள்வார்கள். ஆனால், ராஜத்துவேஷக் குற்றஞ் செய்கிறவர்கள் படித்தவர்களாயும் கௌரவமான நிலைமையில் இருப்பவர்களாயும் இருப்பதால், அவர்களிடத்தில் கவர்ன்மெண்டாரும் ஜட்ஜுகளும் அவ்வளவு கொடுமை காட்டாமல் இருக்கக் கூடும். ஸ்ரீநிவாசையங்கார் குற்றமுள்ள வியாசங்களை யெழுதினவரல்ல; எழுதினவரும் அந்தப் பேப்பருக்குச் சொந்தக்காரரும் அகப்படாமல் மறைந்துபோனார்கள். ஸ்ரீநிவாசையங்கார் பெயர் போலீஸ் கமிஷனர் ஆபீசில் பதிவு செய்யப்பட்டிருந்ததால் அவர் அகப்பட்டுக் கொண்டாரே யன்றி, குற்றத்துக்கு முதல் உத்தரவாதம் அவர் பேரில் தாங்கியதல்ல. இந்த ஒரு காரணத்தினாலேயே அவருக்குக் கொடுந் தண்டனை விதிக்காமல் இலகுவான தண்டனை விதித்திருக்கக்கூடும். அல்லது *இந்தியா* பத்திரிகையில் ராஜத்துவேஷக் குற்றமுள்ள வியாசங்கள் தோன்றின துவக்கத்திலேயே கவர்ன்மெண்டார் எச்சரித்திருந்தார்க ளானால், இப்போது ஓடிப்போயிருக்கிற எடிட்டரும் புரொப்ரைடரும் அப்படிப்பட்ட வியாசங்கள் தோன்ற இடங் கொடுத்திருக்கமாட்டார்கள். அவைகளால் விளையும் தீங்கும் குறைந்திருக்கும்.

தம்மை நம்பிய ஒருவரை ஆபத்தில் சிக்கவைத்துவிட்டுத் தாம் தூரப்போய்விட்டமை பாரதியாரின் சரித்திரத்தில் ஒரு பெரிய களங்கமேயாகும். தண்டனை யடைந்த ஸ்ரீநிவாசன் என்பவர் சிறையில் நன்னடக்கையுடன் நடந்துகொண்டாரென்று ஒரு வருஷத்திற்குப் பிறகு விடுவிக்கப்பட்டதாக வதந்தி. பாரதியார் சென்னையை விட்டுப்போனதற்குப் பிறகு *இந்தியா* பத்திரிகையும் சென்னையில் நின்றுவிட்டது. பாரதியாரின் அதிர்ஷ்ட காலமும் சென்னையின் பிரபல வாழ்க்கையும்

இத்துடன் பூர்த்திபெற்றது. இனி, தமது அந்திய காலத்தின் எஞ்சிய சில நாட்களைக் கழிப்பதற்குத்தான் பத்து வருஷங்களுக்கு மேற்பட்டு பாரதியார் புதுச்சேரியிலிருந்தும் சென்னைக்கு மறுபடியும் வருபவராகிறார்.

3

'கற்றோர்க்குச் சென்ற இடமெல்லாம் சிறப்பு' என்ற வாக்கியம் பாரதியாருக்குப் பொருந்தும். புதுச்சேரிக்குப் பாரதியார் வெறுமனே வந்துவிடவில்லை. *இந்தியா* பத்திரிகையின் விலாஸங்கள், கணக்கு புஸ்தகங்கள் யாவற்றுடனும் வந்து குதித்தார். புதுச்சேரியிலும் தமிழன்பர்கள் அவரைச் சூழ்ந்துகொண்டனர். சென்னையில் பயந்து நின்ற ஒரு தன்மை புதுச்சேரியில் அவரை விட்டு நீங்கிவிட்டதுபோலுங் காண்கின்றது. *இந்தியா* பத்திரிகையைப் புதுச்சேரியிலிருந்தும் தொடங்கிவிட்டார். அங்கும் தமது பெயரை ஆசிரியராகக் காண்பித்துக்கொள்ளவில்லை. சென்னையில் ஸ்ரீநிவாசன் என்பவரைத் தெரிந்தெடுத்தது போல் புதுச்சேரியிலும் ஒருவரைத் தெரிந்தெடுத்து அமைத்துவிட்டார். *இந்தியா* பத்திரிகை சென்னையில் நடைபெற்றதைவிட இன்னும் 'கார'மாகவும் வியாபகமாகவும் நடைபெறலானது. இந்தச் சமயம் பாரதியார் *விஜயா* என்ற ஒரு தினசரித் தமிழ்ப் பத்திரிகையையும் தொடங்கிவிட்டார். அதுவும் பிரபலப்பட்டுவிட்டது. காலந்தவறாமல் வெளிவந்தவாறு இருந்தது. *விஜயா*வில் பிரதி தடவையும் சித்திரப் படங்கள் பதிப்பிக்கப்படலாயின. அந்தப் படங்களையும் அதிலுள்ள வியாசங்கள் பெரும்பான்மையையும் அப்படியே எடுத்து *இந்தியா* பத்திரிகையில் வெளியிட்டு, *இந்தியா*வின் உருவையும் இரட்டிப்பாக்கிவிட்டார். சென்னை *இந்தியா* பத்திரிகையில் ஒரு தடவைக்கு ஒரு படமாய் வரப்போக, புதுச்சேரி *இந்தியா*விலோ பக்கங்கள் முற்றிலும் படங்களாகவே திகழ்ந்தன. வாசக நடையும் உக்கிரகமானது. பாரதியாரின் *பால பாரதம்* என்ற ஆங்கில வாரப் பத்திரிகையும் புதுச்சேரியில் நடைபெற்று வந்தது. இத்துடன் *கர்மயோகி* என்ற மாதப் பத்திரிகையொன்றும் தாமே ஆசிரியர் என்று புலப்படுத்திக்கொண்டு புது முறையில் வெளியிடத் தொடங்கினார்.

சென்னையிலிருந்த காலை பாரதியார் 'வந்தே மாதரம்' என்ற கீதத்துக்குத் தமிழ் மொழிபெயர்ப்பாக 'இனிய நீர்ப் பெருக்கினை, இன்கனி வளத்தினை' என்று தமிழ் மொழி பெயர்ப்பை *இந்தியா* பத்திரிகையில் வெளியிட்டு, அதை *ஸ்வதேச கீதங்கள்* என்ற நூலிலும் சேர்த்தார். புதுச்சேரியில்

கர்மயோகிப் பத்திரிகையைத் தொடங்கியதும் அதன் முதல் ஸஞ்சிகையில், முந்திய மொழிபெயர்ப்பு அத்தனை தெளிவும் சுலபமுமாயில்லையென்று 'நளிர்மணி நீரும் நயம்படு கனிகளும் குளிர்பூந்தென்றலும்' என்று வேறொரு மொழிபெயர்ப்பினை இன்னும் சுவையமுதம் பெருகுமாறு வெளியிட்டார். இப்பாடலையும் வேறு சில கீதங்களையும் சேர்த்து *ஸ்வதேச கீதங்களின்* இரண்டாம் பாகமாக *ஜன்ம பூமி* என்ற பெயரால் வெளியிட்டார். அதன் பின்னர், இன்னும் அநேக புதிய பாடல்களுடன் *மாதா வாசகம்* என்று மற்றொரு நூலையும் வெளியிட்டார். இது தென்னாப்பிரிக்காவில் அச்சிடப்பட்டதாக ஞாபகம். ஆக மூன்று கீத நூல்கள் பிரகடனமாயின. அதன் பின்னர் *பாஞ்சாலி சபதம்* என்ற அரிய நூலினை முதற் பாகமாக வெளியிட்டார். அதிலுள்ள ரஸத்தை என்னென்று புகழ்வோம்! அதற்கு அதுவே நிகர். அதன் இரண்டாம் பாகம் பாரதியாரின் நாளில் வெளிவரவில்லை. பின் பாலகர்களுக்கென *முரசு, பாப்பாப் பாட்டு* என்று சிறு நூல்களைக் காலணா விலையில் வெளியிட்டார். அவை இரண்டும் இரு தங்க விக்கிரகங்கள்தான். அதற்கு அடுத்ததாகக் *கண்ணன் பாட்டு* என்ற அரிய பிரபந்தத்தைத் தமிழகத்திற்கு உதவினார். அதன் அற்புதத்தைப் பேச நமக்குச் சக்தியில்லை.

இத்துடன் *இந்தியா* பத்திரிகையில் அடிக்கடிப் புதிய பாடல்களின் அமுதம் வெளிவந்தவாறு இருந்தன. பாரதியாருக்கு இப்பொழுது சென்னையில் இருந்த செல்வாக்கு புதுச்சேரியிலும் இன்னும் பிரபலமாகிவிட்டதென்றே சொல்ல வேண்டும். இத்துடன் புதுச்சேரியில் *சூர்யோதயம்* என்ற வாரப் பத்திரிகை யும் புதுவிதமான அமைப்பில் ஆனால் மகா காரமாக வெளிவரத் தலைப்பட்டது. அதிலும் பாரதியார் ஆசிரியராகச் சம்பந்தப் பட்டிருந்தாரென்று தெரிகிறது. *இந்தியா* பத்திரிகையை வாரம் இரு முறையாக்கவும் தீவிரமான ஏற்பாடுகள் நடந்துவந்தன.

இதுவரையில்தான் பாரதியாருக்குப் புதுச்சேரியில் சுக்கிர திசை! சென்னை யரசாங்கத்தார் *இந்தியா* பத்திரிகையையும், *சூர்யோதயம்* என்ற பத்திரிகையையும் சக்கரவர்த்தியாரின் பெயரால் பறிமுதல் செய்துவிட்டதாக அரசாங்க கெஜட்டில் வெளியிட்டுவிட்டனர். புதுச்சேரி பிரென்சு இலாக்காவாயினும் அங்குள்ள தபாலாபீஸ் பிரிட்டிஷ் இலாக்காவுடன் சம்பந்தித்தே இருந்தது. இந்தியா, விஜயா, சூர்யோதயம் பத்திரிகைகளைத் தபாலாபீஸில் கொண்டுபோய்க் கொட்டியதும் அவற்றை ஒருமிக்கக் கட்டி சென்னை துரைத்தனத்தாருக்கு அனுப்பிவிடப்பட்டதாகத்

தெரிகிறது. பத்திரிகையின் சந்தாதாரருக்குக் கொடுபடவில்லை. இதைப் பிறகு பாரதியார் அறிந்து திகைத்தார். *இந்தியா, சூர்யோதயம், விஜயா* இம் மூன்றும் திடீரென்று நின்றுபோக நேர்ந்துவிட்டன. தபால் மூலமாக அனுப்ப ஹேதுவில்லை. பாரதியாரின் பத்திரிகா முயற்சிகள் யாவும் அடியுடன் நின்று போயின. பத்திரிகைகளின் வருமானத்தால் ஜீவித்த பாரதியாரை வறுமை நோய்ப் பிடித்தாட்டத் தொடங்கிற்று. பத்திரிகைகள் நின்றுபோனதுடன் புதுச்சேரியின் ஆரவார வாழ்க்கையும் பூர்த்திபெற்றது.

4

அச்சுக்கோர்ப்போர் பதங்களை வெகு நெருக்கிச் சேர்த்து, பதங்களுக்கு அதிக நோவு உண்டாகப் பண்ணிவிடுவது பெரிய துன்பமாகும். பல பதங்களை இடையில் இடம் விடாது ஒரே சொற்றொடராக்கி வேதனைப்படுத்துவதில் பாவம் பதங்கள் அலறிக் கூவுகின்றன. சிறுசிறு பதங்களையும் விசாலமாய்த் தூரத் தூரப் பிரித்து, ரயிலில் இரண்டாம் வகுப்பில் உள்ளவர்கள் இடம் விட்டு விசாலமாய், தாராள மாக உட்கார்ந்திருப்பது போல் செய்து பதங்களைப் பரவசப்படுத்த வேண்டும். ரெயில் வண்டியில் மூன்றாம் வகுப்பிலே நெருக்கத்தில் பிரயாணிகள் படும்பாட்டைவிட அச்சுக்கோர்ப்போரால் பதங்கள் மிகுதியும் நொந்து, உருவமும் இளைத்து, உள்ள பொருளும் கெடுவது அவைகளைப் பெற்ற தாய்மாராகிய ஆசிரியர்களுக்குக் கனத்த கண்ணீர்ப் பெருக்கை யுண்டுபண்ணிவிடுகின்றது. ஸ்ரீமான் நமச்சிவாய முதலியாரவர் களைப் போன்ற மகானுபாவர்களின் நூல்களிலே பதங்கள் விசாலித்த இடம்கொண்டு, ஒடிந்த பதங்களுக்கு வரியின் கடைசியில் (-) சிறு கோடும் இடப்பெற்று அழகு மிகுந்து ஆநந்தமாய்த் துள்ளிக் குதிக்கின்றன. பதங்களின் கருத்தும் நன்கு புலனாகின்றது. இவ்விதம் அச்சுக்கோர்ப்பதற்கு எழுத்துப் பிரதிகளிலேயே அவ்விதம் பதம்பதமாகத் தூரப் பிரித்து எழுத வேண்டுமென்று அச்சுக்கூடத்தார் நூலாசிரியர்களின்மீது குற்றஞ் சாட்டுகின்றார்கள். நூலாசிரியர்களோ தாம் எழுதிச் செல்வது எங்கே அது முடிவதற்குள் தமக்கு மறந்துபோகின்றதோவென்று மகா வேகமாய் தமது கற்பனையின் விஷயத்தை எதுவும் விட்டுவிடாமல் கடிதத்தில் அடக்கிவிட வேண்டி, மடமடவென்று கிறுக்கிக்கொண்டு போகவேண்டியவர்களாயுள்ளார்கள். ஆதலின் பதங்களைத் தூரத்தூர வைத்து ஒழுங்கு செய்ய, அந்த எழுதும் அவசரத்திலே அவ்வளவாகச் சாத்தியப்படுவதில்லை.

எஸ்.ஜி. இராமாநுஜலு நாயுடு

இவ்விதம் பதங்களைத் தூரத்தூர வைத்து எழுதுவதிலே பாரதியார் மிகவும் தேர்ந்தவர். எவ்வளவு வேகமாய் எழுதிய போதிலும் ஒரு பதத்திற்கும் மற்றொரு பதத்திற்கும் வேண்டியவரை தாராளமாக இடம் விட்டு எழுதுவதையே தமது வழக்கமாகக் கொண்டவர். பாடல்களைப் பதம்பதமாய்ப் பிரித்துத் தூரத்தூர எழுதுவது போல் வசன நடையையும் அமைத்து வரைவார்.

பாரதியார் தமது பத்திரிகைகள் நின்றுபோன பின்னர், சுதேசமித்திரனுக்குக் காளிதாஸன், சக்திதாஸன் என்ற பெயருடன் அநேக அரும்பெரும் விஷயங்களையும் அரிய கற்பனைக் கதைகளையும் எழுதிவந்தார். பாரத ஜனஸபை என்று காங்கிரஸ் மகா ஸபையின் ஆதி வரலாறுகளை ஒவ்வொரு காங்கிரஸின் நடவடிக்கைகளையும் சுருக்கமாக விவரித்து இரண்டு பாகங்களாக இயற்றினார். அதன்பின் மகாகவி ரவீந்திரநாதரின் ஐந்து வியாசங்களையும் தமிழில் மொழிபெயர்த்தார். அதிலே அவர் உபயோகித்துள்ள புதிய பதங்களும், அதை எழுதிச் சென்றுள்ள அர்த்தப் புஷ்டியான தமிழ் நடையும் தமிழ்நாட்டிற்குப் புதியவையாகும்.

பாரதியாரைப் பிடித்துத் தருவோருக்கு நூறு ரூபாய் பரிசு தரப்படுமென்று ஒவ்வொரு போலீஸ் ஸ்டேஷன்களிலும் விளம்பரம் ஒட்டப்பட்டிருந்தது. அதிலே அவரது உயரம் இத்தனை அடியென்றும், கஞ்சா, புகையிலை உபயோகிப்பவரென்றும், பூணூலை எடுத்துவிட்டவரென்றும் இன்னும் பல குறிப்புகளும் தெரிவிக்கப்பட்டிருந்தன.

பாரதியார் புதுச்சேரியில் பெரிய தாடிக்காரராகவும் விளங்கியதாய் அவ்வுருவில் எடுத்த படம் ஒன்றாய்த் தெரிகிறது. இப்பொழுது வெளியிடப்பட்டுள்ள அவரது படம் அவரது வதனத்தின் உண்மையான அழகு கொண்டதாய் இருக்கவில்லை. தம்மைப் படம் பிடிக்கும்போதுகூட எதையோ நினைத்துக் கொண்டு விழித்தது போன்ற நிலையில் இப்போதைய படம் உள்ளது.

பாரதியாரை மன்னித்துவிடுவதாகச் சென்னை அரசாங்கத்தார் தெரிவித்த பின்பு, அவர் புதுச்சேரியிலிருந்து வெளிவரவும் உடனே கைதியாக்கப்பட்டுச் சிறையில் அடைக்கப்பட்டார். அதன்பின்பு அவரை விடுவிக்கும்படி போலீஸாருக்கு உத்திரவு வந்து, அதன் பின்னர் சென்னை வந்து சேர்ந்தார். பாரதியாரின் அக்ஞாதவாசம் தீர்ந்தது. அவரைப் பிடித்த சனியும் விலகிற்று.

5

கவிதையோ, நூலோ, ஒரு நற்கருமமோ எதுவும் திடீரென்று ஆக்கப்பெற்று விடுவதில்லை. அதற்கு ஒவ்வொரு கால சந்தர்ப்பங்கள் தோன்றிக்கொண்டு, தூண்டுதல் செய்து ஏவுகிற பலரோ சிலரோ ஒருவரோ ஏற்பட்டு, அவற்றால்தான் அவை நிறைவேற்றுவிக்கப்படுகின்றன. ஆகவே, கவிதையோ நூலோ இயற்றுதற்கு சந்தர்ப்பம் என்பது தேவைப்படுவதாகின்றது. கருத்து இன்றிக் கவிதைகள் தோன்றமாட்டா. ஒரு கருத்து மனத்தினிடை எழுவதற்கு ஏதேனும் ஒரு நிகழ்ச்சியோ, ஒரு நினைவோ, கனவோ, ஒரு மனோபாவமோ, சிந்தனையோ– எதுவோ ஒன்று உதித்தால்தான் அவற்றின் பொருளைக் கவியிலே அமைத்துக் கவிதைகள் இயற்ற முடியும். விஷயமின்றி எவ்விதம் ஒரு கவி பாடுவது? பாடுவதற்கு ஏதேனும் ஒரு கருத்தின் துணை வேண்டுமே. அந்தக் கருத்துக்கு அதைச் சம்பந்தித்த ஒரு நிகழ்ச்சியிருந்தாலன்றோ முடியும்? ஒரு நூல் இயற்றுதற்கு ஏதேனும் 'சரக்கு' கிடைத்தபின்தான் அதைக் கொண்டு நூல் எழுதிவிட வேண்டுமென்ற நோக்கம் மனத்துள் உதிக்க, உடனே நூலை ஆக்குதற்கான சக்தியும் அடுத்தடுத்துத் தோன்றிக்கொண்டு தூண்ட, அவ்வழியில் நூலும் நெடுக எழுதப்பட்டுப் பூர்த்தி கொள்ளலாம். இவ்வாறின்றி எவ்வித நோக்கமுமேயில்லாமல் திடீரென்று நூல் இயற்றுதல் என்பது எவ்வாறு கூடும்? கவிதைகள் புனைவதற்கும் இவ்விதமே எங்கிருந்தேனும் ஒரு சரக்குக் கிடைக்க வேண்டும். அந்தச் சரக்கை ஆதாரமாய்க் கொண்டுதான் அது ஆக்கப்பட வேண்டும். இதைப் போலவே பாரதியாரின் பாடல்களும் 1906–ம் வருஷம் முதற்கொண்டு 1920–ம் வருஷங்கள் வரையிலும் இடையிடையே ஏற்பட்ட ஸம்பவங்களின் பலனாகவும் தூண்டுதல் களின் காரணமாகவும் அவரது மனத்துள் பலவிதப் புதுக் கருத்துகள் தோன்றிக்கொண்டு அவ்வப்போது பாடப்பெற்று, அவற்றுள் பெரும்பான்மையும் *இந்தியா* பத்திரிகையில் வெளியாகி, அவர் காலத்திற்குப் பிறகு இப்போது தனி நூல் வடிவமாக வெளிவரலாயின.

எண்ணிக்கையில் அடங்காத பாடல்கள் எவ்வளவோ கேட்டிருக்கலாம். ஆனால் அந்தப் பாடல்கள் எந்தெந்தச் சந்தர்ப்பத்தில் எந்தெந்தத் தூண்டுதலில் எந்தெந்த நோக்குடன் சொல்லப்பட்டனவென்ற வரலாற்றினை நாம் தெரிந்து கொள்வதற்கு முடிகின்றதா? இங்ஙனம் பாடப்பெற்ற சந்தர்ப்பங் களைக் கண்டுகொள்ளக்கூடிய விவரங்களுள்ள பாடல்கள் சொற்பமாகவே இருக்கும். அவ்வரலாறு தெரிந்து அப்பாடல்களை

நாம் சிந்திக்கும் போதுள்ள சுவையினை வெறுமனே அப்பாடலின் பொருளை மட்டிலும் தெரிந்துகொள்வதிற் பெற முடியாது. இதன் ஸம்பந்தமாக ஒரு குறிப்பு மட்டும் இவ்விஷயத்தின் தெளிவுக்காக இங்குக் கொடுக்கின்றோம்.

புதுச்சேரியிலே பாரதியார் வாழ்ந்தகாலையில், 'தமிழ் நாட்டைப் பற்றி நல்ல கருத்துகள் அமையப்பெற்றதும் அதன் பெருமையை விளக்கக்கூடியதுமான பாடல்கள் புனைந்து அனுப்புவோருக்கு இன்னது வெகுமதி தரப்படும்' என்று ஒரு விளம்பரம் *சுதேசமித்திரன்* பத்திரிகையில் வெளியிடப் பட்டிருந்தது. அதைப் பாரதியார் பார்த்தனரேனும் அவரது ஸ்வபாவப்படி அதை லக்ஷியம் செய்யாமல் விட்டு விட்டார். பாரதி ஆண் சிங்கத்தையொத்த வீரமுடையவர் எவரையும் மதிக்கப்பட்டவரல்ல. எல்லோருமே அவருக்கு ஒரு துரும்பு போல. ஒரு சக்கரவர்த்திக்குள்ள கர்வம் அவருக்கு இருந்தது. ஆனால் அன்பினரைக் காணினோ அவர்களின் கைக்குழந்தையாகிவிடுவார். நில்லென்றால் நிற்பர். உட்காரு என்றால் உட்காருவர். அன்பின் வலையில் பாரதி சிக்கிவிடக் கூடுமேயன்றி அகோர கோப அச்சுறுத்துதலின் வகையில் அவரை ஒரு விரலத்தனைகூட அசைக்க முடியாது. இது அவரது ஜென்மத்தோடு பிறந்த குணம். இதனை எழுதுங்கால், அவரோடு 'சண்டை'யிட்டு மிக்க ஆநந்தமாய்ப் போக்கிய அந்தப் பழைய நாட்களின் நினைவு நம் நெஞ்சில் புகுந்துகொண்டு மேலே எழுதுதற்குக் கூடாமல் கண்களில் ஜலம் நிறைந்து தத்தளிப்பு உண்டாவதால் இவ்விஷயத்தை இத்துடன் விட்டு ஒதுங்கிக்கொண்டுவிடுகிறோம்.

பாரதியாரின் புதுவை நண்பரான வாத்தியார் சுப்பிரமணிய ஐயரவர்களும் மற்றும் சில நண்பர்களும் அந்த விளம்பரத்தின்படி ஒரு பாடல் செய்ய வேண்டுமென்று பாரதியாரை நிர்ப்பந்தப்படுத்தினர். அவர்கள் அதிகாரம் செய்யப் பாத்தியதை பெற்றவர்கள். பாரதியார் இவர்களின் விருப்பத்தைக் கேட்டுப் புன்னகை கொண்டார். வேறு பதில் சொல்லவில்லை. அதன் பின்பு வாத்தியார் ஐயரவர்கள், 'வெகுமதிக்கு நான் உங்களைப் பாடும்படிச் சொல்லவில்லை; சங்கத்துப் பண்டிதர் அநேகரின் முன்பு உங்கள் கவி ஜோடி கேட்கட்டுமே என்றுதான் சொல்லுகிறேன்; சங்கத்தார் கவி கேட்பது தமிழர் தம் நாட்டைப் பற்றிச் செந்தமிழில் பாடிக் களிக்கட்டும் என்ற நோக்கத்துடன்தான்; ஆகையால் இந்த விஷயத்தில் நீங்கள் ஏன் இப்படி லோபித்தனம் காட்ட வேண்டும்?' என்று 'குத்தி'ப் பேசிக் கேட்டார். 'அதற்காக நான்

சொல்லவில்லை...' என்று இழுத்தார் பாரதியார். வாத்தியார் 'அதெல்லாம் போகிறது, எங்களுக்குத் தேவை, ஸ்வாமி' என்று ஒரே போடு போட்டுவிட்டார்.

பாரதியார் அதற்கு 'நான் கட்டாயம் பாட்டு எழுதிவிட்டு மூச்சு விடுகிறேன். அது வேண்டுமென்கிற சங்கத்தைச் சேர்ந்த நண்பர்கள் அனைவரும் சர்க்காருக்கு நண்பர்கள்; எனது கவியை "நல்லது" என்று அவர்கள் உரத்துச் சொல்லக்கூடப் பயப்படுகிறவர்கள்; அதனால்தான் தாமதித்தேன்' என்று சொல்லி ஒரு நிமிஷ நேரம் பூப்பூவாய் நகைத்தார். உடனே வரைதற்கு எழுதுகோலைக் கொண்டார்.

செந்தமிழ் நாடென்னும் போதினிலே – இன்பத்
தேன்வந்து பாயுது காதினிலே – எங்கள்
தந்தையர் நாடென்ற பேச்சினிலே – ஒரு
சக்தி பிறக்குது மூச்சினிலே

என்று பல்லவி எழுதி வாசித்துக் காண்பித்தார். வாத்தியார் மலைத்தார். எடுத்த விஷயங்கள் அத்தனையும் பல்லவியிலேயே சுருக்கமாய் முடிந்துவிட்டது கவிதையிலே காதில் இனிப்புப்படச் சரக்குக் கூட்ட வேண்டுமென்று நிபந்தனையுண்டு. இந்தக் கவிதையில் காதினிலே தேன் வந்து பாய்வதாகச் சொல்லியாய் விட்டது. அங்கிருந்தவர்களின் செவிக்கும் தேன் போலவே தித்தித்தது. மற்றும் தமிழ்நாட்டாருக்கும் தமிழனுக்கும் அவர் குறித்திருக்கும் வீரவன்மை அளவற்றது. 'சக்தி பிறக்குது மூச்சினிலே' என்ற வார்த்தையை உணர்ச்சி உள்ள ஒருவன் சேர்ந்தாற்போல் உச்சரிப்பானாயின் மார்பு கனத்துத் தோள் பூரிக்காமல் இருக்க வழியில்லை. பிறகு மற்ற சரணங்களையும் எழுதி முடித்தார். அதைத் தமிழ்ச் சங்கத்தாரின் விலாஸத்துக்கும் அனுப்பினர். ஆயினும், சங்கத்தாரைப் பற்றிப் பாரதியார் ஆசி கூறியது பொய்யாகிவிடவில்லை. இவ்வரலாறுகளை நமது அன்பர் க.சு. பாரதிதாசனின் அலங்காரமான வசன நடையில் கேட்டால் இன்னும் இனிக்கும்.

இவ்விதமே ஒவ்வொரு விஷயத்துக்கும் அந்தந்த வேளைக்குத் தக்கவாறு தூண்டுதல்கள் தோன்றிக் கொண்டு அவைகள் நிறைவேறிப் புஷ்பித்துக் காய்த்துக் கனியாகின்றன. மேற்கூறிய தூண்டுதலும் சந்தர்ப்பமும் நேரிடாவிடில் பாரதியார் 'செந்தமிழ் நாடெனும் போதினிலே' என்ற பாடலைப் பாடியிருக்க முடியாது. இதனால் கவிதா சக்தியின் உதயம் எவ்வெப்போது நேரிடுகின்ற தென்பதையும், ஒவ்வொரு பாடலுக்கும் அதைப் பாடிய காரணமும் ஒன்று இருக்கக்கூடுமென்பதையும் நாம் அறிந்துகொள்ளலாம். இவ்விதம் பல சமயங்களில், பல தினங்களில் பாடிய

பாடல்கள் எல்லாம் ஒருங்குசேர்ந்து பின்பு ஒரு பாடற்புத்தகமாக உருக்கொள்ளுகின்றது. ஒரு பாடற்றிரட்டு நூல் தயாராகும் வரலாறு இவ்விதமாகத்தான்.

பாரதியார் தமிழ்நாட்டை விட்டுப் பிரிந்ததினால் 'தமிழ்நாடு' என்ற அளவிலேயே அவருக்குத் தேன் போல் இனிக்கவும், அதையே கவிதையிலும் சேர்த்தார். எதுவும் இயற்கையில் தானாகவே சுயமாக அப்படியப்படியே வந்து விழுந்து காகிதத்தில் நிறைந்தால்தான் அது இயற்கையின் அழகு ததும்பி மணக்கும். தானே வருந்தி கஷ்டப்பட்டு எழுதுவது அவ்வளவு ருசிக்காது. அதிலே இயற்கையின் நறுமணம் கமழாது. பாரதியாரின் பாடல்கள் சக்தியின் தூண்டுதலால் தானாகவே சுயமாக எழுந்ததன்றிப் பிரயத்தனம் செய்து எழுதப்பட்டதன்று.

6

சென்னைக்கு வந்த பின்பு பாரதியார் *சுதேசமித்திரன்* பத்திரிகையின் உதவி ஆசிரியராய் விளங்கினார். அவரது துள்ளிக் குதிக்கும் நடையைக் காண்பவர்கள் 'ஓ! இது பாரதி எழுதியது' என்று தெரிந்துகொள்ளாமற் போகார்.

காதல் முறையில் நவீனமாகக் கவிதைகள் இயற்ற வேண்டுமென்றும், 'பச்சைப்பச்சை'யாக எழுதும் வழக்கம் தவிர்க்கப்பட வேண்டுமென்றும் தெரிவித்து, அதற்கு உதாரணமாக 'வள்ளிப் பாட்டு' என்ற சிங்கார ரஸ கீர்த்தனையை 1920–ம் வருஷ *மித்திரனின்* அனுபந்தத்தில் வெளியிட்டார். இன்னும் அநேக பாடல்கள் இயற்றி வைத்திருப்பதாகவும் அதன் முகவுரையில் கூறியிருந்தார். இனியும் இயற்றலாம் என்று எவ்வளவோ கருதி இருக்கலாம்.

புதிய உருவில் வங்காளி போன்றும், ஒரு யுத்தவீரன் போன்றும் சென்னையில் விளங்கிய பாரதியாரை ஒரு தினம் *சுதேசமித்திரன்* காரியாலயத்தில் மாலைப் பொழுதில் உட்காரவைத்துப் பாடும்படி நாமும் இன்னும் சிலரும் கேட்டுக்கொண்டோம். ஆ! அப்பொழுது அவர் தம்மையே மறந்து பாடிய இன்ப ரஸத்தை நேரிலிருந்து அனுபவித்தவர்களே உணரவல்லார். அவர் நம்மோடு திருவல்லிக்கேணிக் கடற்கரையில் பழய நாட்களில் (1907–ம் ஸூல்) எத்தனையோ பாடல்களைப் பாடியிருக்கின்றார். அவர் பாடுகையில் அந்தப் பாட்டின் அத்தனை ரஸங்களும் அவரது வதனத்தில் தத்ரூபமாய்த் தோன்றி ஜ்வலிக்கும்.

பாரதியார் எவ்வளவோ காலம் வாழப்போவதாக எண்ணி யிருந்தார். எவ்வளவோ வேலைகள் செய்ய நினைத்திருந்தார்.

ஒரு வாரப் பத்திரிகை தொடங்க வேண்டுமென்று நம்மிடம் தர்க்கித்தார். பழய *இந்தியா*வின் காரமான நடை கூடாதென்று நாம் சொன்னதையும் ஒப்புக்கொண்டார். 1920-ம் வருஷத்து *சுதேசமித்திரன்* அநுபந்தத்தில் நல்ல வேலை செய்தார். 1921-ம் வருஷ *மித்திரன்* அநுபந்தத்திற்கு அவர் இல்லாமற் போய் விட்டார். அவர் வாழ்த்திச் சென்ற தமிழ்நாட்டில் ஸமீபத்தில் அவரது கீதங்களை அரசாங்கத்தினர் தடுத்துவிட்ட 'திருவிழா'வும் நடந்தது. நற்காலமாய் அந்தத் தடை நிவர்த்திக்கப் பட்டது தமிழகத்தின் பாக்கியமே. பாரதியார் 1907-ம் வருஷத்தில் தமது நண்பரொருவர் மரித்ததற்காக இரங்கிச் சில பாடல்கள் புனைந்தார். அச்சமயம் நாமும் அருகிலிருந்தோம். அவற்றின் இரண்டு அடிகளை இப்பொழுது பாரதியாருக்கே உபயோகித்து இவ்வியாசத்தை முடிக்கின்றோம்.

அந்தோ மறலிநம்
அமுதினைக் கவர்ந்தான்
நொந்தோ பயனிலை;
நுவலயா துளதே!

அமிர்த குணபோதினி
நவம்பர் 1928; டிசம்பர் 1928;
ஜனவரி 1929; மார்ச் 1929;
ஏப்ரல் 1929; மே 1929

எஸ்.ஜி. இராமானுஜலு நாயுடு 199

26

சகுந்தலா பாரதி
நீலகண்ட பிரம்மச்சாரி
பரலி சு. நெல்லையப்பர்

பாரதியாரின் கடைசி நாள்

பாரதியாரது கடைசி நாள் பற்றி நமக்கு நான்கு தரப்புகளிலிருந்து செய்தி கிடைக்கிறது. பாரதியாரின் இரண்டாவது புதல்வி சகுந்தலா, நண்பர்கள் நீலகண்ட பிரம்மச்சாரி, பரலி. சு. நெல்லையப்பர் மூவரும் தெரிவித்துள்ள நினைவுக் குறிப்புகளும், பாரதி காலமானபோது *சுதேசமித்திரன்* நாளிதழில் வெளியான செய்தியுமே நமக்குக் கிடைத்துள்ள நான்கு தரப்பு விவரங்களாகும்.

முதல் மூவர் வழங்கிய செய்திகளையும் கீழே தருகிறேன்.

(புதல்வி சகுந்தலா, 'என் தந்தை' என்ற நூலில் தரும் விவரங்களாவன:)

இவ்வாறு நாட்கள் சென்றுகொண்டிருந்தபோது என் தந்தையார் திடீரென வயிற்றுக்கடுப்பு நோயால் பீடிக்கப்பட்டார். ஏற்கனவே மிகுந்த பலஹீனமடைந்த உடலானபடியால் வியாதியின் கடுமையைத் தாங்க முடியவில்லை. உற்ற நண்பர்கள் சிலர் எப்பொழுதும் வந்து கூட இருந்து உதவினார்கள்.

ஸ்ரீ வ.வே.ஸு. ஐயரை, *தேசபக்தன்* ஆசிரியர் என்ற ஹோதாவில், அவரது பத்திரிகையில் வெளியான கட்டுரை ராஜதுவேஷம் உள்ளது என்ற குற்றத்துக்காகக் கைது செய்தார்கள். ஸ்ரீ ஐயர், போலீஸ் ஸ்டேஷனுக்குப் போகும்முன், வாரண்டுச்

சேவகர்கள், போலீஸ் உத்தியோகஸ்தர்கள் மற்றும் சில நண்பர்கள் யாவரும் பின்தொடர நோயுற்றுப் படுத்த படுக்கையாக இருந்த என் தந்தையாரிடம் கடைசி முறையாக விடைபெற்றுச் சென்றார்.

கடைசி வரை தாம் பிழைத்தெழுந்துவிடுவோம் என்றுதான் என் தந்தை எண்ணியிருந்தார். சாகாதிருக்கும் வழியைப் பற்றிச் சதா காலமும் பிரசங்கம் புரிந்தவருக்குச் சாக மனம் வருமா?

ஆயிரத்துத் தொள்ளாயிரத்து இருபத்தொன்றாம் ஆண்டு செப்டம்பர் மாதம் பதினொன்றாம் தேதி – சாயங்காலம் விளக்கேற்றும் நேரம். 'இன்றிரவு தப்பினால்தான் பிழைப்பார்' – அதாவது இனிமேல் நம்பிக்கையில்லையென்று வைத்தியர் சொல்லிவிட்டார். எது நேருமோவெனக் கிலிபிடித்த மனதுடன், என் தந்தை படுத்திருக்கும் அறைவாயிலில் உட்கார்ந்திருந்தேன்.

சில நாட்களாகவே என் தந்தையார் மருந்து சாப்பிட மறுத்துவிட்டார். மிகுந்த சிரமத்துடன் கட்டாயப்படுத்தித்தான் மருந்து கொடுக்க வேண்டி வந்தது.

அன்று, "அப்பாவுக்கு மருந்து நீ கொடுத்தால், ஒருவேளை கோபிக்காமல் சாப்பிடுவார்" என்று என் தாயார் என்னை மருந்து எடுத்துக் கொடுக்கும்படிச் சொன்னார்.

மங்கலான விளக்கு வெளிச்சம். நான் மருந்தென்று நினைத்து, பக்கத்தில் கிளாசில் வைத்திருந்த பார்லி தண்ணீரை அவரிடம் கொடுத்தேன். மருந்து வேண்டாமென்றார். உடனே அவர் மனதில் என்ன தோன்றியதோ என் கையிலுள்ள கிளாசை வாங்கி ஒரு வாய் குடித்தார். "நீ கொடுத்தது மருந்து இல்லையம்மா! கஞ்சி" என்று சொல்லிவிட்டுக் கண்ணை மூடிவிட்டார். எனக்கு மறுபடியும் அவரை ஹிம்சை பண்ணி மருந்து கொடுக்க மனமில்லை. அப்படியே வெளியில் கூடத்தில் வந்து படுத்திருந்தேன். தூங்கி விட்டேன் போலும்!

('என் தந்தை', சகுந்தலா பாரதி,
இரண்டாம் பதிப்பு, மார்ச் 1975, பாரதி தமிழ்ச் சங்கம், கல்கத்தா)

~~~

பாரதியாரது கடைசி நாளில் அவருடைய வீட்டில் இருந்த ஒரு நண்பர் நீலகண்ட பிரம்மச்சாரி. இவர் தந்த தகவல்களிலிருந்து, ரா.அ. பத்மநாபன் எழுதியுள்ள 'புரட்சி வீரர் நீலகண்ட பிரம்மச்சாரி' என்ற நூலில், பாரதியின் கடைசி நாள் பற்றி வரும் பக்கங்கள் கீழே தரப்பட்டுள்ளன.

தாமே பத்தாண்டுகள் புதுவையில் வனவாசம் செய்து சென்னைக்குத் திரும்பியிருந்த கவி பாரதியார் சுதேசமித்திரன் தினசரியில் மீண்டும் உதவியாசிரியராகப் பணி செய்துவந்தார். திருவல்லிக்கேணியில், தெள்ளிய சிங்கப்பெருமாள் கோயில் தெருவில் வசித்து வந்தார். திலகரின் தென்னாட்டுச் சீடர்களில் பாரதியார் ஒருவரே மகாத்மா காந்தியை முழு மனதுடன் ஏற்றிருந்தார். சிதம்பரம் பிள்ளை அரசியலிலிருந்து ஒதுங்கி நிற்க, சுப்பிரமணிய சிவம் ஓரளவு அரசியலில் நின்று, பெருமளவு சுதந்திர தாகம் நிறைந்த வேதாந்த முயற்சிகளில் ஈடுபட்டிருந்தார்.

பாரதி நட்பும் பாட்டும்

நீலகண்டனிடம் பாரதியார் இன்னும் அபிமானம் கொண்டவராகவே இருந்தார். நீலகண்டன் அவரை அடிக்கடிச் சென்று பார்த்துவந்தார். கையில் காசு இருந்தால் நீலகண்டனுக்கு அப்படியே கொடுத்துவிடுவார் பாரதியார். நீலகண்டனைப் போன்ற ஒரு சிறந்த தேசபக்தர் வறுமையால் வாடுவதைக் கண்டு பாரதியார் மனம் புழுங்கினார். அதன் பலனாக எழுந்தது 'பாரத சமுதாயம் வாழ்கவே!' என்ற உணர்ச்சிமிக்க பாடல். இதில் வரும், 'தனி ஒருவனுக்குணவிலை எனில் ஜகத்தினை அழித்திடுவோம்!' என்ற அடி நீலகண்டனுடைய நிலைமையை மனதில் கொண்டு பாடப்பட்டதாகும். இந்தப் பாடலே பாரதியார் ஒரு பொதுமேடையில் பாடிய கடைசிப் பாடல் என்பது குறிப்பிடத்தக்கது.

பாரதியின் கடைசி நாள்

பாரதியார் 1921ஆம் ஆண்டு செப்டம்பர் 11ஆம் தேதி உயிருக்கு மன்றாடிக்கொண்டிருந்த சமயம், கவியின் இல்லத்திலிருந்த வெகு சில நண்பர்களில் நீலகண்ட பிரம்மச்சாரியும் ஒருவர். அன்றைய தினச் சம்பவங்களை நினைவுபடுத்தி நீலகண்டம் கூறுவதாவது: "ஸ்ரீ டி. பிரகாசத்தின் சகோதரரான ஹோமியோபதி டாக்டர் டி. ஜானகிராம் பாரதியைப் பார்க்க அழைத்து வரப் பட்டார். டாக்டர் பாரதியை நெருங்கி, என்ன செய்கிறது என்று கேட்டார். அவ்வளவுதான், பாரதிக்கு ஒரே கோபம் வந்துவிட்டது. 'யாருக்கு உடம்பு சரியில்லை? எனக்கொன்றும் உடம்பு அசௌக்கியமில்லை. உங்களை யார் இங்கே அழைத்தது? என்னை சும்மா விட்டுவிட்டுப் போங்கள்!' என்று இரைந்தார். வேறு வழியின்றி டாக்டர் போய்விட்டார்.

"பிறகு, பாரதி வீட்டுக்குப் பக்கத்தில் வசித்துவந்த நண்பர் ஆர். சின்னசாமி ஐயங்காரின் தாயார் வயதான கிழவி, பாரதி

யிடம் வந்து, பிரியத்துடன், 'என்னப்பா பாரதி, உனக்கு உடம்பு சரியில்லையாமே . . .' என்று கேட்க ஆரம்பித்ததுதான் தாமதம், பாரதி மறுபடி கோபாவேசத்துடன், 'யாருக்கு உடம்பு சரியில்லை? எனக்கெல்லாம் சரியாகவே இருக்கிறது. என்னை இப்படி வதைப்பது தவிர உங்களுக்கெல்லாம் வேறே வேலை இல்லை?' என்று கத்தினார்.

"அன்றிரவு பாரதி தமது நண்பர்களிடம், 'அமானுல்லா கானைப் பற்றி ஒரு வியாசம் எழுதி ஆபீஸுக்கு எடுத்துக்கொண்டு போக வேண்டும்' என்று சொல்லிக்கொண்டிருந்தார். அமானுல்லா கான் அப்போது அப்கானிஸ்தானத்து மன்னனாக இருந்தான்; 1914–18 சண்டையின்போது ஜெர்மானியருக்குச் சாதகமாக இருந்தானென்பதால் சண்டையில் வெற்றி பெற்ற பிரிட்டிஷார் அவன்மீது கறுவிக்கொண்டிருந்தார்கள்.

"முன் இரவில் பெரும்பாகம் மயக்கத்திலிருந்த பாரதி, இறப்பதற்கு இரண்டு மணி நேரம் முன்னால் சொன்ன இந்த வார்த்தைகளே அவர் பேசிய கடைசி வார்த்தைகளாகும்." இவ்வாறு நீலகண்ட பிரம்மச்சாரி சொல்லியிருக்கிறார்.

இரவு சுமார் 1.30 மணிக்கு உயிர் பிரிந்தது. காலையில் நண்பர்கள் கூடி பாரதியாரின் தகனத்துக்கு ஏற்பாடு செய்தார்கள். பாரதிக்குப் புதல்வர் இல்லாததால், அவருக்குக் கொள்ளியிடுவது யாரென்ற பேச்சு வந்தபோது நீலகண்ட பிரம்மச்சாரி கொள்ளியிடலாமென்று யாரோ சொன்னார்கள்.

நீலகண்டன் அதைக் கேட்டு வியப்படைந்தார், "என்ன, நானா? இந்தச் சடங்குகளிலெல்லாம் துளிக்கூட நம்பிக்கை இல்லாதவன் நான். என் தகப்பனாராகவே இருந்தாலும் நான் இந்தச் சடங்குகளைச் செய்யமாட்டேன். அப்படியிருக்க, பாரதிக்காக நான் செய்வேனென்று எப்படி நினைத்தீர்கள்!' என்று அவர் மறுத்துவிட்டார்.

முடிவில் பாரதியாரின் உறவினரான வி. ஹரிஹர சர்மா ஈமச் சடங்குகளைச் செய்தார்.

~~~

பாரதியாரின் அபிமானத்துக்கு உகந்தவரும், அவரால் அன்போடு 'தம்பி' என்று அழைக்கப்பட்டவரும், புதுவையில் நீலகண்ட பிரம்மச்சாரி அழைக்க *சூர்யோதயம்* வாரப் பதிப்பில் அவரிடம் உதவியாசிரியராக இருந்தவரும், 1917இல் 'நாட்டுப் பாட்டு', 'பாப்பாப் பாட்டு', 'முரசு', 'கண்ணன் பாட்டு' முதலிய நூல்களை வெளியிட்டவருமான பரலி சு. நெல்லையப்ப பிள்ளை, பாரதியாரின் வீட்டில் கடைசி நாள் நிலவரத்தை இக்கட்டுரையில் குறிக்கிறார். இது *தினமணி சுடரி*ல் வெளிவந்த கட்டுரை.
~~~

பழந்தமிழ் நாட்டுக்குப் புத்துயிர் அளித்த பெருங்கவியான பாரதியாருக்கு வறுமையின் கொடுமையாலும் ஒரு சாமியாரின் கூட்டுறவாலும் அவர் புதுவையில் இருந்தபொழுது கஞ்சாப் பழக்கம் ஏற்பட்டுவிட்டது. அதுபற்றிப் பாரதியாரைக் குறை கூறுவதைவிடத் தமிழ்நாட்டின் தவக்குறைவைச் சிந்திப்பது நலம். பாரதியார் புதுவையிலிருந்து வெளியே வந்த பின்னர், திருநெல்வேலி ஜில்லாவில் அவருடன் சில ஊர்களுக்கு நான் சென்றபொழுது நண்பர்களிடம் பணம் பெற்றுக் கஞ்சாவை ஏராளமாக வாங்கிச் சாப்பிடத் தொடங்கினார். அதனால் அவரிடம் பணம் கொடுக்க வேண்டாமென்று நண்பர்களிடம் அந்தரங்கமாகச் சொல்ல வேண்டிய விரும்பத்தகாத கடமையும் எனக்கு ஏற்பட்டது.

பின்னர், பாரதியார் சென்னைக்கு வந்தார். சுதேசமித்திரனில் துணையாசிரியராகப் பணியாற்றினார். அப்பொழுதும் அவரது கஞ்சாப் பழக்கம் வளர்ந்தே வந்தது. திருவல்லிக்கேணியில் அவர் குடியிருந்தார். 'காக்கை குருவியெங்கள் ஜாதி' யென்று பாடிய பாரதியார் பார்த்தசாரதி கோயில் யானைமீது அன்பு கொண்டார். கவியரசருக்கும் கஜேந்திரனுக்கும் நட்பு வளர்ந்து வந்தது. ஆனால், ஒரு நாள் பாரதியார் கஜேந்திரனுக்குச் சிற்றுண்டி அளிக்கச் சென்றபோது அது அவரை எக்காரணத்தினாலோ தூக்கியெறிந்து விட்டது. யானைக்குச் சிறிது தூரத்தில் உணர்விழந்து கிடந்த பாரதியாரை அடுத்த வீதியில் இருந்த குவளை கிருஷ்ணமாச் சாரியார் விரைந்தோடி வந்து தூக்கியெடுத்து அவரது வீட்டுக்குக் கொண்டு சென்றார். 'வீரர் பிரான் குவளையூர்க் கண்ணன்' என்று பாரதியார் பாடிய அந்தக் குவளைக் கிருஷ்ணன் சமயத்தில் வந்திராவிட்டால் பாரதியாரின் வாழ்நாள் அன்றே முடிவெய்தி யிருக்கும்.

~~~

கஞ்சாவை அளவுக்கு மிஞ்சித் தின்று வந்ததனால் அளவுக்கு மிஞ்சிச் சூடேறியிருந்த பாரதியாரின் மென்மையான உடல் யானை தூக்கி எறிந்ததன் பயனாகக் கலகலத்துப் போய்விட்டது. அதனையொட்டி அவருக்குச் சீதபேதி ஏற்பட்டது. பாரதி பாயும் படுக்கையுமாய் இருந்த செய்தி சிந்தாதிரிப்பேட்டையில் இருந்த எனக்குக் கடைசி நாளில்தான் தெரியவந்தது. லக்ஷ்மண ஐயர் என்ற ஒரு நண்பருடன் மாலையில் நான் பாரதியாரைப் பார்க்கச் சென்றேன். அவரது நிலை கவலைக்கிடமாக இருந்தது. அவர் மயக்க நிலையில் கிடந்தார். திருவல்லிக்கேணி மாட வீதியில் குடியிருந்த டாக்டர் ஜானகிராம் என்ற வைத்தியரை அழைத்துக்கொண்டு வந்து காட்டினோம். (இவர் ஆந்திர

கேசரியும் ஆந்திர நாட்டு முதன்மந்திரியுமான ஸ்ரீ. தங்கதூரி பிரகாசத்தின் தம்பியென்று எனது நினைவு.) அவர் பாரதியார் உடம்பைப் பரிசோதித்து ஏதோ மருந்து கொடுக்க விரும்பினார். ஆனால், பாரதியார் மருந்தை அருந்துவதற்குப் பிடிவாதமாக மறுத்துவிட்டார். டாக்டர் அவரிடம் பேசி மருந்தை அருந்துமாறு வாதாடியபொழுது பாரதியார் தமக்கு எந்த மருந்தும் வேண்டாம் என்று கண்டிப்பாக மறுத்துவிட்டார். வைத்தியர் ஏமாற்றத்துடன் திரும்பினார். இரவெல்லாம் பாரதியார் மயக்க நிலையிலேயே கிடந்தார்.

பாரதியாரின் நிலையை அறிந்த நானும் அன்பர் லக்ஷ்மண ஐயரும் இரவில் அங்கேயே தங்குவதென முடிவு செய்தோம். எங்களுக்குத் தூக்கம் வரவில்லை. அடிக்கடி எழுந்து, எமனுடன் போராடிக்கொண்டிருந்த பாரதியாரைக் கவனித்துக் கொண்டிருந்தோம். பின்னிரவில் சுமார் இரண்டு மணிக்குப் பாரதியாரின் மூச்சு அடங்கிவிட்டது. உலகத்தாருக்கு 'அமரத்வ' உபதேசம் செய்த பாரதியார் மரணம் அடைந்தார்.

<blockquote>
கரவினில் வந்துஉயிர்க் குலத்தினை அழிக்கும்
காலன் நடுநடுங்க விழித்தோம்
</blockquote>

என்றும்,

<blockquote>
காலா உனைநான் சிறு புல்லென மதிக்கின்றேன்; என்றன்
காலருகே வாடா! சற்றே உனை மிதிக்கின்றேன்–அட (காலா)
</blockquote>

என்றும் பாடிய பாரதியார் காலனுக்கு இரையானார்!

பாரதியாரின் மரணச் செய்தியைப் பொழுது விடிந்தவுடன் நகரத்திலுள்ள நண்பர்களுக்குச் சொல்லி அனுப்பினோம். எங்களுக்கு நண்பர்கள் என்று சொல்லக்கூடியவர்கள் மிகமிகச் சிலரே அப்பொழுது. மண்ணடி ராமசாமி தெருவில் குடியிருந்த வக்கீல் சா. துரைசாமி ஐயர், இந்திப் பிரசாரகர் ஹரிஹர சர்மா, மாஜி மேயர் சக்கரைச் செட்டியார், அப்பொழுது கிறிஸ்தவப் பாதிரியாக புரசைப்பாக்கத்தில் ஒரு பங்களாவில் குடியிருந்த (காலஞ்சென்ற) எதிராஜ் சுரேந்திரநாத் ஆரியா, மண்டயம் திருமலாச்சாரியார் ஐவரும் குறிப்பிடத்தக்கவர்கள். பாரதியார் குடும்பத்திற்கு எப்பொழுதும் ஆதரவு புரிந்துவந்த வக்கீல் சா. துரைசாமி ஐயரே பாரதியாரின் கடைசி நாள் கிரியைகளுக்கும் உதவிபுரிந்தார்.

பாரதியாரின் உடலை மறுநாள் காலை எட்டு மணிக்குத் திருவல்லிக்கேணி மயானத்திற்குக் கொண்டு போனோம். நானும் லக்ஷ்மண ஐயரும், குவளை கிருஷ்ணமாச்சாரியார், ஹரிஹர சர்மா, ஆரியா முதலியவர்களும் பாரதியார் பொன்னுடலை

இறுதியாகச் சுமந்து செல்லும் பாக்கியம் பெற்றோம். பாரதியார் உடல் மிகச் சிறிது. அன்று தீக்கிரையான அவர் உடல் நிறை சுமார் 100 பவுண்டுக்கும் குறைவாகவேயிருக்கும். இன்று உலகம் போற்றும் கவிச்சக்கரவர்த்தியுடன் அன்று அவரது கடைசி நாளில் திருவல்லிக்கேணி மயானத்திற்குச் சென்றவர்கள் சுமார் இருபது பேருக்கும் குறைவாகவே இருக்கலாம். பாரதியாரின் பொன்னுடலை அக்கினி தேவரிடம் ஒப்புவிக்கும் முன்னர் நண்பர் சுரேந்திரநாத ஆரியா சிறியதோர் சொற்பொழிவு நிகழ்த்தினார்.

பாரதியாருக்கு அன்று கர்மம் செய்தவர் ஹரிஹர சர்மா.

பாரதியாரின் பிரிவு பற்றிச் சுதேசமித்திரன் பத்திரிகையில் அன்று மாலையில் உருக்கமான ஒரு கட்டுரை வெளியாயிருந்தது. மற்றப் பத்திரிகைகளிலும் சுருக்கமான செய்திகள் வெளியாயின. பாரதியார் இறந்த பத்தாம் நாள் கிரியையும் திருவல்லிக்கேணியிலேயே 'சுமார்' ஆக நடந்தது. அந்தக் கருமத்திற்கு வந்தவர்களும் சுமார் இருபது பேருக்கு மேல் இருப்பாரென்று நான் நினைக்கவில்லை. இவ்வாறு தமிழ்நாட்டுக் கவிச்சக்கரவர்த்தி சுப்பிரமணிய பாரதியாரின் கடைசி நாள் கழிந்தது. அந்த நாளை 1921ஆம் ஆண்டு செப்டம்பர் 11ஆம் தேதி இன்று தமிழ்நாடு மட்டுமல்ல; தமிழ் உலகமே ஒரு பெரு நாளாகக் கொண்டாடி வருகிறது.

பாரதியார் பாடல்களை லட்சக்கணக்காக அச்சிட்டு இலவசமாகவும், அடக்க விலைக்கும் கொடுத்து அவற்றைப் பரவச் செய்வதும் அவர் பாடல்களை வாயுள்ள மக்கள் எல்லாம் பாடுமாறும், காதுள்ள மக்களெல்லாம் கேட்குமாறும் செய்வதும் தமிழ்நாட்டின் புது வாழ்வை விரும்பும் நம்மவர் கடமையாகும்.

வாழ்க பாரதி நாமம்!

வாழ்க தமிழ் நாடு!

பாரதி: பிற காலச்சுவடு வெளியீடுகள்

பாரதியார் கவிநயம்
(தொ–ர்): ரா.அ. பத்மநாபன்; ரூ. 275

பாரதி: கவிஞனும் காப்புரிமையும்
பாரதி படைப்புகள் நாட்டுடைமையான வரலாறு
ஆ.இரா. வேங்கடாசலபதி; ரூ. 190

பாரதி கவிதைகள்
(ப–ர்): பழ. அதியமான்; ரூ. 675

பாரதியின் சுயசரிதைகள்
கனவு, சின்னச் சங்கரன் கதை
(நவீனத் தமிழ் கிளாசிக் சுயசரிதை வரிசை)
தொகுப்பும் முன்னுரையும்: ஆ.இரா. வேங்கடாசலபதி; ரூ. 100

பாரதியின் இறுதிக்காலம்
'கோவில் யானை' சொல்லும் கதை
ஆய்வும் பதிப்பும்: ய. மணிகண்டன்; ரூ. 100

சித்திர பாரதி
ஆதாரபூர்வமான பாரதி வாழ்க்கை வரலாறு
220 அரிய புகைப்படங்களுடன்
ரா.அ. பத்மநாபன்; ரூ. 695

பாரதி கருவூலம்
'ஹிந்து' நாளிதழில் பாரதியின் எழுத்துகள்
(ப–ர்): ஆ. இரா. வேங்கடாசலபதி; ரூ. 225

பாரதியின் கடிதங்கள்
ரா.அ. பத்மநாபன்; ரூ. 140

பாரதி: 'விஜயா' கட்டுரைகள்
(ப–ர்): ஆ. இரா. வேங்கடாசலபதி; ரூ. 550